सआदत हसन
मंटो
यांच्या २१ सर्वोत्तम कथा

संकलन
रेनु सरन

डायमंड बुक्स
www.diamondbook.in

© प्रकाशकाधीन

प्रकाशक : डायमंड पॉकेट बुक्स (प्रा.) लि.
X-30, ओखला इंडस्ट्रियल एरिया, फेज- II
नवी दिल्ली- 110020
फोन : 011-40712200
ई-मेल : sales@dpb.in
वेबसाइट : www.diamondbook.in
प्रकाशन : 2023

Saadat Hasan **Manto** Yanchya 21 Sarvottam Katha (Marathi)
Edt. by Renu Saran

अनुक्रमणिका

१.

टोबा टेकसिंह

फाळणीच्या दोन तीन वर्षानंतर पाकिस्थान आणि हिंदूस्तानच्या सरकारला आठवण आली की सामान्य कैद्याप्रमाणे वेड्यांची देखील आदला-बदल करायला हवी. म्हणजे जे पागल मुसलमान हिंदुस्थानच्या पागलखान्यात आहेत, त्यांना पाकिस्थानच्या पागलखान्यात दाखल केल्या जावे आणि जे हिंदू पागलखान्यात आहेत, त्यांना हिंदूस्थानच्या स्वाधीन केल्या जावे.

आता हा एक चांगला निर्णय होता की नव्हता माहीत नाही, असो, पण बुद्धिमानाच्या निर्णयानुसार इकडच्या आणि तिकडच्या वरिष्ठ अधिकाऱ्यांनी पत्रकार परिषदांचे आयोजन केले आणि शेवटी एक दिवशी पागलांची आदला बदल करण्याचे निश्चित करण्यात आले. दोन्ही बाजूने पाहिजे त्या चौकशा करण्यात आल्या. ते मुसलमान, ज्यांचे नातेवाईक हिंदुस्थानात होते, तिथेच ठेवण्यात आले होते, बाकींच्याना सीमेवर सोडण्यात आले होते. पाकिस्थानातून जवळजवळ सर्वच हिंदू आणि शिख निघून गेले होते. म्हणून कोणाला ठेवण्याचा प्रश्नच शिल्लक नव्हता. जितके शिख-हिंदू पागल होते, सर्वची सर्व पोलिस संरक्षणात सीमेपार पोहचविण्यात आले, बाकीचं माहीत नाही पण लाहोरच्या पागलखान्यात ज्यावेळी या आदला-बदलीची बातमी पोहचली, त्यावेळी फारच मेजशीर आणि कौतूकास्पद चर्चा होऊ लागल्या. एक पागल मुसलमान, जो बारा वर्षांपासून दररोज धार्मिक पुस्तक वाचायचा, त्याच्या मित्रांनी त्यांला विचारले, मौलवी साहाब, हे पाकिस्थान म्हणजे काय ?

त्यावर त्याने फारच विचारपूर्वक उत्तर दिले, "हिंदूस्थानात एक ठिकाण आहे, जिथे वस्तरे बनतात."

हे उत्तर ऐकूण त्याचा मित्र समाधानी झाला.

असेच एका शिख पागलने दुसऱ्या पागल शिखाला विचारले, "सरदारजी, आम्हाला हिंदूस्थानला का पाठविण्यात येणार आहे? आम्हाला तर त्या ठिकाणची भाषा पण येत नाही."

दुसरा हसला, "मला तर हिंदूस्थानची भाषा येते. हिंदूस्थानी फारच सैतीनी आहेत मोठ्या ऐटित फिरत असतात."

एका पागल मुसलमानाने आंघोळ करता करता पाकिस्थान जिंदाबादचा नारा इतक्या जोराने दिला की तो फरसीवर घसरून पडला आणि बेशुद्ध झाला. काही पागल असे पण होते, यामध्ये अधिक भरणा त्या गुन्हेगारांचा होता, ज्यांना त्यांच्याच नोतवाईकांनी अधिकाऱ्यांना पैसे देवून पागल ठरवले होते, म्हणजे फासावर जाण्यापासून त्यांची सुटका होईल.

त्यातल्या काही लोकांना समजत होते की हिंदूस्थानची फाळणी का झाली आहे आणि पाकिस्थान काय आहे, परंतु सर्वच घटना त्यांना माहीत नव्हत्या. वर्तमानपत्रातून सगळं काही समजत नव्हतं आणि पहारेदार अडाणी प्रकारात मोडणारे होते. त्यांना विचारून काही फायदा होण्यासारखे नव्हते. त्यांना केवळ इतकंच माहीत झालं होतं की एक व्यक्ती, ज्याचं नाव मुहमद अली जीना आहे, ज्याला कायदे आजम म्हणतात. त्यांनी मुसलमानांसाठी एका देशाची निर्मिती केली आहे आणि त्याचं नाव पाकिस्थान आहे. तो कुठे आहे ? कोणत्या आवस्थेत आहे ? याबद्दल त्यांना काही माहीत नव्हतं. हेच कारण आहे की पागलखान्यातील त्या सर्व पागलांचं डोकं खराब नव्हतं. ते या गोंधळात होते की ते पाकिस्थानात आहेत की हिंदूस्थानात. जर ते हिंदूस्थानात आहेत तर पाकिस्थान कुठे आहे आणि ते जर पाकिस्थानात असतील तर काही काळापूर्वी इथे रहात असूनही हिंदूस्थानमध्ये कसे होते ? एक पागल हिंदूस्थान आणि पाकिस्थानच्या इतक्या गोंधळात पडला की अधिकच पागल झाला. झाडू मारता मारता एका दिवशी तो झाडावर चढला आणि एका फादीवर बसून त्याने सलग दोन तास भाषण दिले, जे पाकिस्थान आणि हिंदूस्थानसारख्या नाजूक विषयावर होते. सिपायांनी त्याला खाली येण्यास सांगितल्यावर तो आणखीच वर गेला. अधिक धमकिवल्यावर म्हणाला की, "मला ना हिंदूस्थानात रहायचे आहे ना पाकिस्थानात, मला या झाडावरच रहायचे आहे."

त्याला आलेला वेडाचा झटका कमी झाल्यावर मोठ्या प्रयत्नाने तो खाली उतरला आणि आपल्या हिंदू शिख बांधवाच्या गळयात पडून यामुळे मनसोक्त रडला की ते त्याला सोडून हिंदूस्थानात जाणार आहेत.

एक एम. एस. सी. पास रेडिओ इंजिनिअर, जो मुसलमान होता आणि इतर पागलपासून दूर एकटाच एका बागेच्या वाटेनं दिवसभर शांतपणे फिरत रहायचा. त्याला काय झाले कोण जाणे पण त्याने अंगावरचे सर्व कपडे काढले आणि दफेदाराच्या स्वाधीन करून वस्त्रहीन आवस्थेत बागेत फिरू लागला.

एका जाड मुसलमान जो की मुस्लीम लीगचा कधीकाळी कार्यकर्ता होता, दिवसभरातून दहा पंधरावेळेस स्नान करायचा. त्याला अचानक नवीन सवय लागली. त्याचं नाव मुहमद अली जिन्ना असं सांगू लागला. त्याचं पाहून दुसरा शिख स्वतःला मास्टर तारासिंग समजू लागला. बागेत जबरदस्त खून खराबा होऊ नये म्हणून त्या दोघांना ठार वेडे ठरवून वेगवेगळ्या ठिकाणी हलवले.

लाहोरचा एक तरूण हिंदू वकील होता, जो प्रेमात पडून पागल झाला होता, ज्यावेळी त्याला माहीत झाले की अमृतसर हिंदूस्थानात गेले आहे, त्यामुळे त्याला खूप दुःख झाले. त्याच शहरातील हिंदू मुलीच्या प्रेमात पडला होता. तिने त्या वकीलाचे प्रेम नाकारले असले तरी तो तिला विसरला नव्हता. ठरवून तो त्या सर्व तमाम मुस्लीम नेत्यांना शिव्या देत होता, ज्यांनी हिंदूस्थानचे दोन तुकडे केले होते. त्याची प्रेमिका हिंदूस्थानी आणि तो पाकिस्थानी बनली होती.

ज्यावेळी आदला-बदलीचा विषय निघाला, त्यावेळी पागलांनी त्याला काळजी करू नये असे सांगतिले. त्याला हिंदूस्थानला पाठविले जाईल, जिथे त्याची प्रेमिका रहाते. पण त्याला लाहोर सोडून जायचे नव्हते. यामुळे की अमृतसरमध्ये त्याची प्रॅक्टिस चालणार नाही. युरोपियन वार्डमध्ये दोन अँग्लो-इंडियन पागल होते, त्यांना ज्यावेळी माहीत झाले की हिंदूस्थानला स्वतंत्र करून इंग्रज गेले आहेत, त्यांना त्याचं खूप वाइट वाटलं. ते गुप्तपणे या विषयावर तासन्‌तास चर्चा करायचे की पागलखान्यात त्यांचा आता दर्जा काय असेल, युरोपियन वार्ड असणार आहे की नाही. ब्रेकफास्ट मिळणार आहे किंवा नाही. त्यांना डबलरोटीच्या ठिकाणी भारतीय चपाती तर खावी लागणार नाही ना ?

एक शिख होता, ज्याला पागलखान्यात दाखल करून पंधरा वर्षे झाले होते. प्रत्येकवेळी त्याच्या बोलण्यातून विचित्र शब्द ऐकायला मिळायचे. 'ओपड दी गडगड दी एनेक्स दी बेध्याना दी मुंग की दाल ऑफ दी लालटेन.' तथापि कधी कधी एखाद्या भिंतीजवळ झोपून जायचा. सतत उभा राहून त्याचे पाय सुजले होते. पिंढऱ्या पण पसरल्या होत्या. इतका त्रास असूनही तो एका ठिकाणी थांबून आराम करीत नव्हता. हिंदूस्थान-पाकिस्थानच्या पागलांच्या आदला-बदलीचा ज्योवळी विषय निघायचा, हा लक्ष देवून ऐकायचा. त्याला जर कोणी विचारले की त्याला याबद्दल काय वाटते तर तो फार गंभीरपणे उत्तर द्यायचा. 'ओपड दी गडगड दी एनेक्स दी बेध्याना दी मुंग की दाल ऑफ दी पाकिस्थान गवर्नमेंट.'

परंतु नंतर ऑफ दी पाकिस्थानच्या जागी 'ऑफ दी टोबा टेकसिंह' हे नाव येऊ लागले. त्याने दुसऱ्या पागलांना विचारायला सुरूवात केली की टोबा टेकसिंह कुठे आहे? कुठे रहातो ? परंतु कोणालाही माहीत नव्हते की तो पाकिस्थानात असतो की हिंदूस्थानात ? काय माहीत जे लाहोर आज पाकिस्थानात आहे, उद्या हिंदूस्थानात असेल किंवा संपूर्ण हिंदूस्थानच पाकिस्थान बनेल आणि हे पण कोणी ठामपणे सांगू शकत नाही की हिंदूस्थान आणि पाकिस्थान जगाच्या नकाशावरूनच गायब होणार नाही कशावरून ?

एका पागल शिखाचे केस झडून थोडेच शिल्लक होते. कारण तो आंघोळ करीत नसायचा, दाढी आणि केस गोळा झाले होते. त्यामुळे त्याचा आवतार फारच विचित्र असा झाला होता. परंतु त्याने कधी कोणाचे नुकसान केले नाही. पंधरा वर्षात त्याने कोणासोबत साधे भांडण केले नव्हते. पागलखान्याचे जे जुने नोकर होते, ते त्याच्याबद्दल इतके समजून होते की टोबा टेकसिंह या ठिकाणी त्याची बरीच जमीन होती. चांगल्या जमीनदारच्या घरचा होता तो, पण अचानक डाके फिरले. त्याच्या नातेवाईकाने त्याला लोखंडी साखळीने बांधून आणले आणि पागलखान्यात दाखल केले.

महिन्यातून एकदा ती मंडळी येत असत आणि त्याची चौकशी करून निघून जात. विशिष्ट काळापर्यंत हा क्रम चालू राहिला. परंतु हिंदूस्थान-पाकिस्थान अशी गडबड सुरू झाल्यापासून त्यांचे येणे-जाणे बंद आहे.

त्याचे नाव बिशन सिंग असे होते, पण सगळेजण त्याला टोबा टेकसिंह असे म्हणत. दिवस कोणता आहे, महिना कोणता आहे किंवा किती वर्षे निघून गेलेत, काही काही त्याला माहित नव्हते. परंतु त्याचे नातेवाइक त्याला भेटायला आल्यावर त्याला त्याची माहिती व्हायची. तो मुद्दाम एका दफेदाराला सांगायचा की त्याची भेट घेण्यासाठी कोणीतरी येणार आहे. त्या दिवशी तो चांगली अंघोळ करायचा अगदी साबून लावायचा, डोक्याला तेल लावून तो केस करायाचा. कपडे ज्याने कधी नीट परिधान केले नाहीत, परिधान करायचा आणि भेटायला आलेल्या नातेवाइकांना तो असा नटून थटुन भेटायचा. त्यांनी काही विचारल्यावर तो शांत रहायचा किंवा कधी कधी 'ओपड दी गडगड दी एनेक्स दी बेध्याना दी मुंग की दाल ऑफ दी लालटेन.' असं बडबडायचा.

त्याला एक मुलगी होती, पंधरा वर्षात ती आता तरूण झाली होती. बिशन सिंह तिला ओळखतही नव्हता. ज्यावेळी ती लहान होती, त्यावेळी देखील ती बापाला पाहून रडायची. तरूण झाली तरी तिचे डोळे भरून येतात.

पाकिस्थान आणि हिंदूस्थानचा किस्सा सुरू झाल्यावर त्याने दुसऱ्या पागलांना विचारायला सुरूवात केली की टोबा सिंह कुठे आहे ? टोबा टेकसिंह कुठे आहे ? समाधानकारक उत्तर मिळत नसल्याने त्याच्या जटा दिवसेंदिवस वाढत गेल्या. आता भेटायला पण कोणी येत नाही. आधी तर त्याला माहित पडायचे की त्याला भेटायला कोणीतरी येणार आहे. पण आता जणू त्याच्या आत्म्याचा आवाजच बंद झाला आहे, जो ते आल्याचा आवाज देत होती.

त्याची मनापासून इच्छा होती की त्या लोकांनी यावे, जे सहानुभूती दर्शवत होते आणि त्याच्यासाठी फळे मिठाई, कपडे आणत होते. त्यानी त्यांना विचारलेच की टोबा टेकसिंह कुठे आहे, तर त्यांनी खात्रीनं सांगितले असते की पाकिस्थानात आहे किंवा हिंदूस्थनात. कारण त्याला खात्री होती की ती माणसं टोबा टेकसिंह या ठिकणाहूनच येतात जिथे त्याची जमीन आहे.

पागलखान्यात एक पागल असाही होता, जो स्वतःला ईश्वर समजत होता. त्याला एक दिवशी बिशनसिंहाने विचारले की टोबा टेकसिंह पाकिस्थानमध्ये आहे किंवा हिंदूस्थानात. त्याने त्याच्या सवयीनुसार तगादाच लावला आणि म्हणाला, तो ना पाकिस्थानात आहे ना हिंदूस्थानात, म्हणून की आम्ही आतापर्यंत आदेश दिला नाही."

बिशनसिंहाने ईश्वराकडे प्रार्थना केली की त्याने आदेश द्यावा ज्यामुळे विषय संपून जाईल. परंतु तो फार व्यस्त होता, कारण की त्याला अनेक असंख्य आदेश द्यायचे होते. एक दिवशी तो त्रागा करीत त्यावर नाराज झाला, 'ओपड दी गडगड दी एनेक्स दी बेध्याना दी मुंग की दाल ऑफ वाहे गुरूजी दा खालसा अँड वाहे गुरजी दी फतेह'-जो बोले सो निहाल-सत श्री अकाल.'

याचा कदाचित हाच अर्थ असावा की तू मुस्लिमाचा खुदा आहेस-शिखांचा खुदा असता तर माझे निश्चित ऐकले असते.

आदला बदलीच्या काही दिवसापूर्वी टोबा टेकसिंहचा एक मुसलमान मित्र, भेटायला आला होता. आधी तो कधी आला नव्हता. ज्यावेळी बिशनसिंहाने त्याला पाहिल्यावर एकिकडे झाला आणि परत जाऊ लागला. परंतु सिपायांनी त्याला रोखले, "हा तुला भेटायला आला आहे-तुझा मित्र फजलुद्दीन आहे." बिशनसिंहाने फजलुद्दीनला एकदा पाहून घेतले आणि काहीतरी बडबड करू लागला. फजलुद्दीनने पुढे होऊन त्याच्या खांद्यावर हात ठेवला, "मी फार दिवसापासून विचार करीत होतो की तुला भेटावं, परंतु वेळच नाही मिळाला. तुमची सर्व माणसं आनंदाने निघून गेले होते. मला जितकी मदत करता येईल, मी केली. तुझी मुलगी रूप कौर..."

तो बोलताना थांबला. बिशनसिंह काही आठवण करू लागला, मुलगी रूप कौर?

फजलुद्दीनने थांबून म्हटले, होय...ती...पण ठीक आहे....त्यांच्यासोबतच निघून गेली होती.

बिशनसिंग शांत राहिला. फजलुद्दीनने सांगायला सुरूवात केली, त्यांनी मला सांगितले होते की तुझी चौकशी करीत रहा. आता मी ऐकले आहे की तू हिंदूस्थानला जात आहेस. भाई बलबीर सिंह आणि भाई बधवा सिंह यांना माझा सलाम सांगा...आणि बहिण अमृत कौरला देखील. भाई बलबिर सिंहाला सांग की फजलुद्दीन मजेत आहे. दोन भोऱ्या म्हशी, ज्या त्यांनी मागे ठेवल्या होत्या, त्यापैकी एकीने रेडा दिला आहे, दुसरीला वासरू झालं होतं. पण ती सहा दिवसातच मृत झाली... आणि...माझ्याकडून जे शक्य झालं, सांग म्हणावं. मी तयार आहे...आणि हे तुझ्यासाठी थोडेसे भारूंडे.

बिशनसिंहाने भारूडयांची पिशवी घेऊन जवळच उभ्या असलेल्या सिपायाच्या स्वाधीन केली आणि फजलुद्दीनला विचारले, "टोबा टेकसिंह कुठे आहे ?"

"टोबा टेकसिंह!" याने अगदीच आश्चर्याने विचारले, "कुठे आहे ? जिथे आहे तिथेच आहे."

बिशनसिंहाने विचारले, "पाकिस्थानात किंवा भारतात?"

हिंदूस्थानात, नाही नाही पाकिस्थानात." फजलुद्दीन गडबडून गेला. बिशनसिंह बडबडत गेला, 'ओपड दी गडगड दी एनेक्स दी बेध्याना दी मुंग की दाल ऑफ दी पाकिस्थान अँड हिंदस्थान ऑफ दी दुर फिटे मुंह." आदला बदलीची जोरदार तयारी पूर्ण झाली होती. तिकडचे इकडे आणि इकडचे तिकडे आदला बदली करण्यात येणाऱ्या पागलांची यादी दोन्हीकडे पोहचली होती आणि तारीख देखील ठरली होती. कडाक्याच्या थंडीचे दिवस होते. लोहोरच्या पागलखान्यातून शिख-हिंदू पागल ट्रकमध्ये भरून पोलिस बदोबस्तासहीत रवाना झाल्या. संबंधीत अधिकारी देखील त्यांच्यासोबत होते. वाघा बॉर्डरवर दोन्हीकडचे सुपरीटेंडेंट एकमेकांना भेटले आणि प्रारंभिक कार्यवाही पूर्ण केल्यावर आदला बदली सुरू झाली, जी रात्रभर चालू होती.

पागलांना ट्रकमधून काढणे आणि त्यांना दुसऱ्या अधिकऱ्यांकडे स्वाधीन करणे फारच कठीण काम होते. काहीतर बाहेरच येत नव्हते. जे बाहेर निघायला तयार असत त्यांना सांभाळावे लागायचे. कारण की इकडे तिकडे पळत सुटायचे. जे नग्न होते, त्यांना कपडे दिले जायचे, ते कपडे फाडून टाकायचे. कोणी शिव्या देत आहे. काहींचं बोलणं ऐकू येत नव्हतं. पागल स्त्रियांचा स्वर वेगळाच होता आणि थंडी इतकी कडाक्याची होती की दातावर दात थरथरत होते.

अनेक पागलांना ही आदला बदल नको होती. यामुळे की त्यांच्या लक्षातच येत नव्हते की त्यांना कोणत्या ठिकाणी घेऊन जात आहेत. काहीजण जे थोडंफार समजू शकत होते, पाकिस्तान जिंदाबादच्या घोषणा देत होते. दोन तीन वेळा भांडण होता होता राहिले. कारण की काही हिंदू आणि शिखांना घोषणा ऐकूण राग येऊ लागला होता.

ज्यावेळी किंसनसिंहाची वेळ आली आणि त्याला दुसरीकडे पाठविण्याच्या संदर्भात अधिकारी लिखा पढी करू लागले तर त्याने विचारले, "टोबा टेकसिंह कुठे आहे ? पाकिस्तानात किंवा हिंदूस्तानात ?"

संबंधीत अधिकरी हसला आणि म्हणाला, "पाकिस्तानात."

हे ऐकूण बिशन सिंह बाजूला झाला आणि आपल्या सहकाऱ्याकडे पळाला. पाकिस्तानी सिपायांनी त्याला पकडले आणि दुसरीकडे घेऊन गेले. परंतु त्याने सोबत यायला नकार दिला. टोबा टेकसिंह कुठे आहे ? आणि मोठमोठ्याने ओरडू लागला, "ओपड दी गडगड दी एनेक्स दी बेध्याना दी मुंग की दाल ऑफ टोबा टेकसिंह दी अँड पाकिस्तान."

याला खूप समजावल्या गेलं, हे पहा टोबा टेक सिंह आता हिंदूस्तानात गेलं आहे. गेले नसेल तर त्याला तात्काळ पाठविले जाइल. परंतु त्याने काही ऐकले नाही. ज्यावेळी जबरदस्तीने दुसरीकडे घेऊन जाण्याचा प्रयत्न झाला, त्यावेळी तो तिथेच त्याच्या सुजलेल्या पायावर उभा राहिला, जसे की जगातली कोणतीही शक्ती त्याला त्या ठिकाणाहून हलवू शकणार नाही. कारण मनुष्य बेजार होता, म्हणून त्याच्यासोबत जबरदस्ती करण्यात आली नाही. त्याला तिथेच उभा ठेवण्यात आले आणि उर्वरीत कार्यवाही करण्यात आली.

सूर्योदयापूर्वी स्तब्ध उभा असलेल्या बिशन सिंहाच्या गळयातून एक गगनभेदी आवाज बाहेर पडला. सगळीकडून सगळे अधिकारी धावत आले आणि पहातात तर तो व्यक्ती, जो पंधरा वर्षापासून रात्रदिवस आपल्या पायावर उभा होता, पालथा पडला होता. इकडे काटेरी तारांच्या मागे हिंदूस्तान होता, तिकडे तसाच काटेरी तारांच्या मागे पाकिस्तान होता. मध्ये जमीनीच्या तुकडयावर जिला कोणतेच नाव नव्हते, तिच्यावर टोबा टेकसिंह पडला होता.

२.

वर, खाली आणि मध्ये

मियां साहाब, "खूप दिवसानंतर आज भेटण्याचा योग आला."

बेगम साहिबा, "होय तर !"

मियां साहाब, "नको नको करतो पण अयोग्य लोकांचा विचार करीत आणि समाजाने दिलेली जबाबदारी पूर्ण करावीच लागते."

बेगम साहिबा, "खरं सांगायचं तर तुम्ही अशा प्रकरणात अगदीच नाजूक भावनांचे आहात, अगदी माझ्यासारखे."

मियां साहाब, होय आपल्या सामाजिक कामाची आठवण होत रहाते, वेळ मिळालाच तर तुमचा तो युक्तीवाद पाठवून द्या, जी तुम्ही मागच्या वेळेस वेगळया प्रकारची केली आहेत...मी रिकाम्या वेळात आणि जमेल तसा अर्थ लावण्याचा प्रयत्न करीन."

बेगम साहिबा, "अति सुंदर"

मियां साहाब, "हो बाईसाहेब मी याबद्दल तुमच्याशी बोललो आहे."

बेगम साहिबा, "कशाचा ?"

मियां साहाब, मला वाटतं उल्लेख नाही केला...काल योगायागाने माझे मधल्या कुमारांच्या खोलीत जाणे पडले, तो 'लेडी चॅटरलीज लव्हर' वाचत होता.

बेगम साहिबा, "ते रूसवा-ए-जमाना पुस्तक."

मियां साहाब, "होय बाईसाहेब."

बेगम साहिबा, "आपण काय केलेत मग"

मियां साहाब, "पुस्तक हिसकावून मी ते गायब केले ?"

बेगम साहिबा, "फारच उत्तम केलेत आपण."

मियां साहाब, आता मी विचार करतोय की डॉक्टसोबत चर्चा करून मी त्याचे दैनंदिन जीवन बदलून टाकीन."

बेगम साहिबा, "हे तर फारच छान होईल."

मियां साहाब, “तबियत कशी आहे आपली ?”

बेगम साहिबा, “ठीक आहे.”

मियां साहाब, मला असे वाटते की...आज तुची विनंती करावी.”

बेगम साहिबा, ओह ! आपण फार बिघडत चालले आहात.”

मियां साहाब, “ही सर्व आपलीच कृपा आहे.”

बेगम साहिबा, “परंतु आपली तबियत ?”

मियां साह्यब, तबियत ? ठीकच आहे. परंतु डॉक्टरला विचारल्याशिवाय काही करणार नाही...आणि आपल्याकडून मला पूर्ण खात्री पाहिजे.

बेगम साहिबा, “मी आजच मिस सलढानाला विचारते.”

मियां साहाब, “आणि मी डॉक्टर जलालला.”

बेगम साहिबा, “कायद्यानुसार असेच करावे लागेल.”

मियां साहाब, “डॉक्टर जलालने परवानगी दिली तर ?”

बेगम साहिबा, आणि जर मिस सलढानाने परवानगी दिली...मफलर चांगली गुंडाळून घ्या. बाहेर थंडी आहे.”

मियां साहाब, “आभारी आहे.”

डॉक्टर जलाल, “आपण परवानगी दिली आहे ?”

मिस सलढाना, “कधीच.”

डॉक्टर जलाल, आम्ही पण परवानगी दिली...केवळ खट्याळपणाच्या अटीवर...”

मिस सलढाना, खट्याळपणाच्या अटीवर मला पण परवानगी द्यायची नव्हती.

डॉक्टर जलाल, “परंतु मला दया आली.”

मिस सलढाना, “मला पण.”

डॉक्टर जलाल, “पूर्ण एक वर्षानंतर...

मिस सलढाना, “होय, पूर्ण वर्षानंतर.”

डॉक्टर जलाल, “माझ्या बोटांच्या खाली तिची नस गतिमान झाली. जेव्हा मी तिला परवानगी दिली.”

मिस सलढाना, “तिचे पण असेच म्हणणे होते.”

डॉक्टर जलाल, “तिने मला घाबरत म्हटले, असे वाटत आहे की...माझे ऱ्हदय कमजोर झाले आहे...आपण कार्डियोग्राम घ्यावा...”

मिस सलढाना, “त्याने मला असेच सांगितले.”

डॉक्टर जलाल, “मी त्याला इंजेक्शन दिले.”

मिस सलढाना, "मी पण...केवळ सामान्य पाण्याचे."

डॉक्टर जलाल, "सामान्य पाणि उत्तम गोष्ट आहे."

मिस सलढाना, "जलाल आपण जर त्या बेगचे पती असते ?"

डॉक्टर जलाल, "आपण जर त्या मियांची पत्नी असता ?"

मिस सलढाना, "माझे चरित्र खराब झाले असते."

डॉक्टर जलाल, "माझी तर तिरडी उचलल्या गेली असती."

मिस सलढाना, "यामुळे पण आपले चरित्र खराबच झाले असते."

डॉक्टर जलाल, "आपण ज्यावेळी या सोसायटीमधील उल्लुंना तपासायला येतो, आपले चरित्र खराब होते."

मिस सलढाना, "आज देखील होईल ?"

डॉक्टर जलाल, "अधिकच."

मिस सलढाना, "परंतु समस्या अशी आहे की त्यांचा दीर्घकाळाने वक्फो होतो.

बेगम साहिबा, "लेडी चॅटरलीज लव्हर, हे आपण तकियाच्या खाली का ठेवले आहे?"

मियां साहाब, "मला पहायचे होते की हे पुस्तक किती बेकार आणि संदर्भहीन आहे."

बेगम साहिबा, "मी पण आपल्यासोबत पाहील."

मियां साहाब, "मी जसा जसा पाहील, वाचत जाईल, आपण पण ऐकत जावे."

बेगम साहिबा, "हे ठीक राहील."

मियां साहब, "मी मधल्या कुमारच्या दररोजच्या सवयात डॉक्टरच्या सल्ल्याने बदल केला आहे."

बेगम साहिबा, "मला खात्री आहे की आपण या बाबतीत चुकीचे काही करणार नाहीत."

मियां साहाब, "मी माझ्या जीवनात आजचे काम कधी उद्यावर ढकलले नाही."

बेगम साहिबा, "मला माहीत आहे...आणि खास करून आजचे काम तर आपण कधी..."

मियां साहब, आपला स्वभाव किती खेळकर आहे.

बेगम साहिबा, ही तर सर्व आपलीच मेहरबानी आहे."

मियां साहाब, मन खूप प्रसन्न झाले आहे...जर तुमची परवानगी असेल तर...

बेगम साहिबा, थांबा, काय आपण दात स्वच्छ केले आहेत ?"

मियां साहाब, होय, मी दात स्वच्छ करून डेंटलमधून गरारे करून आलो होतो."

बेगम साहिबा, “मी पण.”

मियां साहब, ‘खरं सागायचे तर आपण एकमेकांसाठी बनलो आहोत.”

बेगम साहिबा, काहीच शंका नाही यात.”

मियां साहब, “मी हळूहळू हे पुस्तक वाचायला सुरूवात करू ?”

बेगम साहिबा, “थांबा, थोडी माझी नस तपासा.”

मियां साहब, धडधड वाढलीय...माझी पहा.”

बेगम साहिबा, “आपली पण धडधड वाढलीय.”

मियां साहाब, “कारण ?”

बेगम साहिबा, “ऱ्हदयाची कमजोरी.”

मियां साहाब, “हेच कारण असू शकतं पण डॉक्टर जलालने सांगितले होते की काही विशेष असे काही नाही.”

बेगम साहिबा, “मिस सलढाना यांचे पण असेच म्हणणे होते.”

मियां साहब, “चांगली तपासणी करून तिने परवानगी दिली होती ?”

बेगम साहिबा, खूप चांगली तपासणी करून परवानगी दिली होती.

मियां साहाब, “तर मला वाटतं काही हरकत नाही.”

बेगम साहिबा, “आपण समजदार आहात...असे होऊ नये की...आपली तबियत...”

मियां साहब, “आणि आपली तबियत देखील...”

बेगम साहिबा, “विचार करूनच पाऊल उचलले पाहिजे.”

मियां साहब, “मिस सलढानाने त्याचा बंदोबस्त तर केला आहे ना ?”

बेगम साहिबा, “कोणाचा...? होय खूप चांगली तपासणी करून परवानगी दिली होती.

मियां साहाब, “तर मला असे वाटते की काही हरकत नाही.”

बेगम साहिबा, “बरोबर बोललात....असे होऊ नाही की... आपली तबियत.....”

मियां साहाब, “आणि आपली तबियत देखील.....”

बेगम साहिबा, “चांगला विचार करूनच पाऊल उचलले पाहिजे.”

मियां साहाब, “मिस सलढानाने त्याचा तर बंदोबस्त केला आहे ना ?”

बेगम साहिबा, “कोणाचा...? हां... हां...त्याचा तर बंदोबस्त केला आहे तिने.”

मियां साहाब, “म्हणजे तिकडून तर पूर्ण काळजी घेण्यात आली आहे.”

बेगम साहिबा, “अगदी बरोबर.”

मियां साहाब, “जरा नस पाहू द्या ?”

बेगम साहिबा, “आता तर ठीक चालली आहे...माझी ?”

मियां साहाब, “आपली पण नॉर्मल आहे.”

बेगम साहिबा, “त्या बेकार पुस्तकाचा एखादा पॅरा तर वाचा.”

मियां साहब, “उत्तम...नस अधिक वेगवान झाली.”

बेगम साहिबा, “माझी पण.”

मियां साहाब, “नोकराकडून जे सामान पाहिजे ते ठेवले का खोलीत ?”

बेगम साहिबा, “होय, सगळं हाजीर आहे.”

मियां साहाब, “तुमची काही हरकत नसेल तर माझे तापमान पहा.”

बेगम साहिबा, “हा त्रास आपण स्वतः घेऊ शकत नाहीत, स्टॉप वॉच आहे ना. नसाचा वेग पण तपासून पहा.”

मियां साहाब, “होय, याची पण नोंद व्हायला हवी.”

बेगम साहिबा, “सिमलिंग सॉल्ट कुठे आहे ?”

मियां साहाब, “दुसऱ्या ठिकाणी असेल.”

बेगम साहिबा, “बरोबर पडले आहे तिपाईवर.”

मियां साहाब, “खोलीतले तापमान, मला वाटतं वाढवायला हवं.”

बेगम साहिबा, “मला पण असेच वाटते.”

मियां साहाब, “कमजोरी अधिक झाली तर मला औषध द्यायला विसरू नका.”

बेगम साहिबा, “मी प्रयत्न करील जर....”

मियां साहाब, “हां हां....! आपण त्रास घेऊ नये.”

बेगम साहिबा, “आपण हा पूर्ण पॅराग्राफ...पूर्ण पॅराग्राफ वाचावा.”

मियां साहाब, “तर ऐका....”

बेगम साहिबा, “ही शिंक आपल्याला कशी आली ?”

मियां साहाब, “माहीत नाही.”

बेगम साहिबा, “कमाल आहे.”

मियां साहब, “मलाच नवल वाटतय.”

बेगम साहिबा, “ओह....मी खोलीचे तापमान वाढवण्याऐवेजी कमी केले आहे. माफ करा.”

मियां साहाब, “हे बरे झाले की शिंक आली आणि वेळेवर माहित झाले.”

बेगम साहिबा, “मला खेद आहे.”

मियां साहाब, “काही हरकत नाही...बारा बाल्कनीजची उणीव भरून काढील.”

बेगम साहिबा, "थांबा...आत सोडू द्या. आपल्याकडून मोजण्यात चूक होऊ शकते."

मियां साहाब, "हे तर ठीक आहे. आपण सोडू शकता.

बेगम साहिबा, "हळूहळू प्या हळूहळू."

मियां साहब, "यापेक्षा हळूहळू आणखी काय असतं ?"

बेगम साहिबा, "बरं वाटतंय ?"

मियां साहाब, "होत आहे."

बेगम साहिबा, "आपण थोडावेळ आराम करावा."

नोकर - "काय भानगड आहे आज बेगम साहिबा दिसल्या नाहीत."

नोकराना - "तबियत बरी नाही त्यांची."

नोकर - "मियां साहेबांची तबियत पण ठीक नाही."

नोकरानी - "मला माहीत होतं."

नोकर - "हो ! पण काही लक्षात येत नाही."

नोकराना - "काय ?"

नोकर - "काय निसर्गाचा खेळ आहे...आज तर आपण गोधडी गरम करायला हवी होती."

नोकरानी - "कसे बोलत आहेस, गरम गोधडीत....

नोकर -"करू नकोस, त्यांच्या गरम गोधडीचा उल्लेख...फारच भारी असेल...विनाकारण माझ्या मनात येऊ लागले आहे की आपणही खोलीत जावे."

नोकरानी - "कुठे निघालात ?"

नोकर - "बिछाना शोधतोय, चारपाई काही कामाची राहिली नाही."

नोकरानी - "हां, त्याला सांगा मजबूत लाकडं वापर."

३.

थंडे मांस

ईश्वरसिंह जसाही हॉटेलच्या खोलीत दाखल झाला, कुलवंत कौर पलंगावरून उठली. तिच्या करड्या नजरेने तिंने त्याच्याकडे टवकारून पाहिले आणि दरवाज्याची फट बंद केली. रात्रीचे बारा वाजून गेले होते. शहराचे वातावरण एका विचित्र रहस्यमय शांततेत मग्न होतं.

कुलवंत कौर पलंगावर पाय दुमडून बसली. ईश्वरसिंह, जो त्याच्या समस्याचे धागे उलगडत असावा, हातात कृपान घेऊन एका कोपऱ्यात उभा होता. काही क्षण अशाच शांततेत गेले. कुलवंत कौरला थोड्या वेळाने लक्षात आले की ती कशी तरी बसली आहे. मग दोन्ही पाय पलगांवरून खाली सोडवून त्यांना हलवू लागली. ईश्वरसिंह आताही काही बोलत नव्हता.

कुलवंत कौर सदृढ बांध्याची स्त्री होती. अगदी तारूण्याने टंच भरलेली. पहाताच लक्षात येणारे तिचे वक्ष. करारी डोळे, सुरेख असे ओठ. हनुवटीवरून लक्षात येते होते की अगदीच आखीव रेखीव स्त्री होती. ईश्वरसिंह खाली मान घालून एका कोपऱ्यात गुामन उभा होता. डोक्याला आवळून बांधलेली पगडी सैल होऊ लागली होती. त्याने हातात जे कृपान धरले होते, त्याचा आकार प्रकार पहात लक्षात येते की तो कुलवंत कौरसारख्या स्त्रीसाठी कामाचा गडी होता. काही क्षण असेच शांततेत गेल्यावर कुलवंत कौर उसळली, परंतु तिच्या डोळयांना गोल गोल फिरवून ती केवळ इतकेच बोलू शकली, 'ईश्वरसियां !

ईश्वरसिंहाने मान वर करून कुलवंत कौरकडे पाहिले, पण तिच्या नजर बाणांकडे लक्ष न देता तो दुसरीकडेच पहात होता.

कुलवंत अधिकच ओरडली, 'ईश्वरसिंह !' पण आवाज मध्येच नरम झाला आणि पलगांवरून उठून ती त्याच्याकडे जात बोलली, कुठे गायब होतास तू इतक्या दिवस ?'

ईश्वरसिंहाने कोरड्या ओठांवरून जिभ फिरविली, "मला नाही माहीत."

कुलवंत कौर भडकलीच, “हे काय बोलणं झालं.”

ईश्वरसिंहाने कृपान एकिकडे ठेवून तो पलंगावर आडवा झाला. असे वाटत होते की अनेक दिवसापासून आजारी आहे. कुलवंत कौरने पलंगाकडे पाहिले. पलंग आता ईश्वरसिंहाने व्यापला होता आणि त्याच्याबद्दल सहानुभूतीची भावना निर्माण झाली होती. मुद्दाम त्याच्या कपाळावर हात ठेवत लाडीगोडीला येऊन विचारले, “कारभारी, काय झाले आहे आपणास ?”

ईश्वरसिंह छताकडे पहात होता. त्यावरून नजर हटवून त्याने कुलवंत कौरचा चेहरा पहायला सुरूवात केली, “कुलवंत !”

आवाजात वेदना होत्या. कुलवंत कौर त्याच्या पूर्ण अंगावर झेपावली. 'हो कारभारी' असे म्हणत त्याला दाताने चावा घेऊ लागली.

ईश्वरसिंहाने पगडी काढून ठेवली. कुलवंत कौरकडे आधार घेण्याच्या नजरेने पाहू लागला. तिच्या भरदार कमरेवर थाप मारली आणि तिच्या डोक्याला झटका देत स्वतःशी पुटपुटला, “या बाईचं डोकं खराब आहे.”

झटका दिल्याने तिचे केस मोकळे झाले. कुलवंत कौर बोटांनी ते विंचरू लागली. असे करीत तिने मोठ्या प्रेमाने विचारले, “ईश्वरिया, कुठे घालवले इतके दिवस ?”

“बुरे याच्या आईच्या घरी.” ईश्वरसिंहने कुलवंत कौरला रोखून पाहिले आणि तात्काळ दोन्ही हाताने तिच्या उठावदार छातीला चोळू लागला. “वाहे गुरूची शपथ, मस्त भरलेली आहेस तू.”

कुलवंत कौरने चतुराईने स्वतःची सुटका करून घेतली आणि विचारले, तुम्हाला माझी शपथ आहे, सांगा, कुठे घालवले इतके दिवस...? शहरात गेले होते ?”

ईश्वरसिंहाने एकाच झटक्यात आपल्या जटा ठीक करीत म्हटले, “नाही.”

कुलवंत कौर चिडली, नाही, तुम्ही जरूर शहरात गेला होता आणि तुम्ही बराच पैसा कमावला आहे, जो माझ्यापासून लपवत आहात.”

वो अपने बाप का तुख्म ना हो, जो तुमसे झूठ बोले

“मी तुझ्या बापाचा औलाद नाही, खोटे बोलायला.”

कुलवंत कौर थोड्यावेळासाठी गप्प झाली, परंतु तात्काळ भडकली, परंतु मला कळलं नाही, त्या रात्री तुला काय झाले होते ? चांगले माझ्यासोबत झापले होता, तुम्ही मला ते सर्व दागिने परिधान केले होते, जे तुम्ही शहरातून लुटून आणले होते, माझे चुंबन घेत होते. पण माहीत नाही अचानक तुम्हाला काय झाले, उठलात आणि कपडे परिधान करून बाहेर निघून गेलात.”

ईश्वरसिंहाचा रंग बदलला. कुलवंत कौरने हा बदल लक्षात येताच म्हटले, "पहा, कसा रंग उडाला चेहऱ्याचा ? ईश्वरीयां, वाहे गुरूची शपथ, काहीतरी गडबड आहे."

"तुझी शपथ काही नाही."

ईश्वरसिंहाच्या आवाजात दम नव्हता. कुलवंत कौरची शंका अधिक मजबूत झाली.

एका एका शब्दावर जोर देत ती म्हणाली, ईश्वरीयां, तुम्ही ते नाहीत, जे आठ दिवसापूर्वी होतात."

ईश्वरसिंह एकदम उठून बसला, जणू काही एखाद्याने त्याच्यावर हल्ला केला आहे. कुलवंत कौरला आपल्या मजबूत बाहूत घेणे सुरू केले, लाडके, मी तोच आहे, घुट घुट पा जफियां, तेरी निकले हड्डां दी गरमी."

कुलवंत कौरने कसलाही विरोध केला नाही. परंतु ती तक्रार करीत राहिली, "तुम्हाला त्या रात्री काय झाले होते ?'

"बुरेच्या आईला काय झाले होते ?"

"सांगणार नाहीत ?"

"सांगण्यासारखे असेल तर सागेल ना."

"मला तुझ्या हाताने जाळून टाक, खोटे असेल तर."

ईश्वरसिंहाने त्याचे हात तिच्या मानेत खुपसले आणि ओंठ ओठावर टेकवले.

शिंक आली. दोघेही हसू लागले.

ईश्वरसिंहाने सदरा काढून ठेवला आणि कुलवंत कौरकडे वासनायुक्त नजरने पाहिले, चल, लाडके, एक डाव पत्त्याचा खेळूयात."

कुलवंत कौरच्या वरील ओठांवर घामाचे कण जमा झाले होते. नखरेल नजरेन तिने डोळ्याच्या बाहूल्या फिरवल्या आणि म्हटले, "चला, निघा येथून."

ईश्वरसिंहाने तिच्या भरदार कमरेवर एक चापट लगावली. कुलवत कौर चटकन बाजूला झाली. "असे काही पण करून नका ईश्वरीयां, लागलं ना."

पुढे होत ईश्वरसिंहाने कुलवंत कौरचा वरील ओठ दाताखाली चावला. कुलवंत कौर अगदीच वितळून गेली.

ईश्वरसिंहाने त्याचा कुर्ता काढून फेकला आणि म्हटले, "तर होऊन जाऊदे एक चाल."

कुलवंत कौरचा वरील ओठ थरथरू लागला. ईश्वरसिंहाने दोन्ही हाताने कुलवंत कौरच्या कुर्तीचा घेरा पकडला आणि ज्याप्रमाणे बकरीचे कातडे काढतात, तसे ते

काढून बाजूला ठेवले. मग त्याने रोखून तिच्या नग्न शरीराकडे पाहिले आणि तिच्या अंगावर एक चापट मारत म्हटले, कुलवंत वाहे गुरूची शपथ, फारच टंच भरेलेली आहेस तू."

कुलवंत कौर तिच्या अंगावर उठलेल्या लाल जागेकडे पाहू लागली, फारच बेकदरी आहेस तू ईश्वरीयां."

ईश्वरसिंह त्याच्या घनदाट मिशातून हसला, "होऊन जाऊदे आज बेकदर !" आणि असे म्हणत त्याने आणिखीनच बेकदरीपणा करायला सुरूवात केली. कुलवंत कौरचा वरील ओठ दाताखाली चावला, कानाच्या पात्यांचा चावा घेतला, वर उठावदार वक्षांना रगडले, भरीव कमरेवर आवाज येईल अशा चापटी मारल्या. गालावर अनेकदा नाक रगडले. तिचे गाल तोंडात घेऊन थुंक्यानी भरून टाकले. कुलवंत कौर जाळावर ठेवलेल्या हंडीसारखी उकळू लागली. परंतु इतके करूनही कुलवंत सिह स्वतःमध्ये काही उर्जा उत्पन्न करू शकला नाही. जितके प्रयत्न त्याला करायचे होते आणि जितक्या युक्त्या करायच्या होत्या त्याने केल्या. सर्वची सर्व त्याने कुस्तीत हार होणाऱ्या पहिलवानाप्रमाणे केले. पण काही उपयोग झाला नाही. कुलवंत कौरचे अंग तिकडे जळू लागले होते. नको त्या चाळयाला कंटाळून ती म्हणाली, "ईश्वरीया, फार झालं, काही होत असेल तर कर."

हातातून सर्व पत्ते गळून पडावेत तसं त्याचं झालं. धापा टाकत तो कुलवंत कौरच्या बाहुपाशात पहडला आणि त्याच्या माथ्यावर घाम गोळा होऊ लागला.

कुलवंत कौरने त्याच्यात उर्जा पैदा करण्याचा खूप प्रयत्न केला पण काही उपयोग झाला नाही. आतापर्यंत न बोलता होत असायचं, परंतु ज्यावेळी कुलवंत कौरची त्याच्याकडून घोर निराशा झाली, तेव्हा ती चिडून पलंगावरून खाली उतरली. समोरच्या खुंटीवर चादर पडलेली होती. ती घाईघाईने खाली ओढली आणि फुगलेल्या तोंडाने बोलली, ईश्वरीया कोण आहे ती आवदसा जिच्या सोबत तू इतक्या दिवस राहून आलास आणि जिने तुला शोषूण घेतलय ?"

ईश्वरसिंह पलंगावर तसाच काही न बोलता धापा टाकत पडून राहिला.

कुलवंत कौरचा रागाने पारा चढला होता. मी विचारते, "कोण आहे ती आवदसा, कोण आहे ती डाकीन ?"

ईश्वरसिंहाने थकलेल्या स्वरात म्हटले, "कोणीच नाही कुलवंत, कोणीच नाही." कुलवंत कौरने आपल्या कमरेवर हात ठेवत खंबीर निश्चयाने म्हणाली, मी आज खरं-खोटं माहीतच करून घेईन-घे वाहे गुरूची शपथ ! काय तिच्याप्रमाणे मी काही स्त्री नाही ?"

ईश्वरसिंह काहीतरी सांगू इच्छित होता. परंतु कुलवंत कौरने तसे करू दिले नाही. शपथ घेण्यापुर्वी याचा विचार कर की मी पण सरदार निहालसिंहाची मुलगी आहे. तुझी बोटी बोटी करील. तू जर खोटे बाललास. चल, घे आत वाहे गुरूची शपथ-काय तिच्याप्रमाणे मी स्त्री नाही.

ईश्वरसिंहाने मोठ्या दुःखाने तिच्या हो मध्ये हो मिळवला. कुलवंत आणखीनच पिसाळल्यासारखी झाली. झडप मारून कोपऱ्यातून कृपान उचलला. केळीवरची साल बाजूला करावं तसं म्यानमधून बाहेर काढून कुलवंत कौरवर वार केला.

शपथ शपथ म्हणता म्हणता रक्ताचे कारंजे उडाले. इतके करूनही कुलवंत कौरचे समाधान न झाल्याने ती त्याचे केस ओरबाडू लागली. सोबतच ती तिच्या अज्ञात सवतीला घाणेरड्या शिव्या हासडत होती. थोड्या वेळाने कुलवंत सिहाने दबक्या स्वरात विनंती केली की "जाऊ दे आता कुलवंत, जाऊ दे."

आवाजात वेदना होती. कुलवंत कौर मागे झाली.

रक्त ईश्वरसिंहाच्या मोनवरून मिशापर्यंत ओघळत होते. त्याने आपले तोंड उघडले आणि कुलवंत कौरकडे कृपा केल्याच्या नजरेने पाहिले.

"लाडके फार घाई केलीस, पण जे झाले ते ठीक झाले."

रक्त ईश्वरसिंहाच्या तोंडावर आले होते. जेव्हा त्याने त्याची चव घेतली. त्याच्या मनात एक चमक उठून गेली.

"आणि मी-आणि मी मैनी किंवा सहा लोकांचे कत्ल केले आहे या कृपानने." कुलवंत कौरच्या मनात दुसारी स्त्री होती. "मी विचारते कोण आहे ती आवदसा ?"

ईश्वरसिंहाच्या डोळ्यासमोर अंधार पसरत चालला होता. अचानक त्याला काहीतरी आठवले आणि तो म्हणाला, "शिव्या देवू नकोस त्या भडवीला."

कुलवंत कौर ओरडली, "कोण आहे ती ?"

ईश्वरसिंहाच्या गळ्यात शब्द अडकले. "सांगतो." असे म्हणत आपल्या गळयावरील ताजे रक्त पाहून थोडा आंनदी झाला. "माणूस पण काय विचित्र असतो."

कुलवंत कौर त्याच्या उत्तराची प्रतिक्षा करीत होती. "ईश्वरसिंह, तू कामाचं बोल."

ईश्वरसिंहाचे हास्य त्याच्या रक्ताने माखलेल्या मिशात आणखीच पसरलं, कामाचंच बोलत आहे. गळा चिरल्या गेला आहे माझा-आता हळूहळूच सगळं सांगितल्या जाइल."

आणि ज्यावेळी तो सांगू लागला, तर माथ्यावर घामाचा थंड लेप असल्यासारखे वाटले, कुलवंत, लाडके ! मी तुला नाही सांगू शकत, माझ्यासोबत काय झाले. स्त्री पण

एक विचित्र गोष्ट आहे. शहरात लुटमार सुरू झाल्यावर मी पण त्यात सहभागी झालो. सोने आणि जे मिळेल ते मी तुझ्या स्वाधीन केले. पण एक गोष्ट तुला सांगितली नाही."

ईश्वरसिंह वेदनेने विव्हळला. कुलवंत कौरने त्याच्याकडे दुर्लक्ष केले आणि कठोरपणे विचारले, "कोणती गोष्ट ?"

ईश्वरसिंहाने मिशावर जमा झालेल्या रक्तावर फुंक मारली, "या घरावर मी हल्ला केला होता, त्या घरात सात...तिथे सात व्यक्ती होते. सहा लोकांचा कत्ल मी केला...या कृपानने, ज्याने तू माझा...ते जाऊ दे...ऐक...एक मुलगी होती. खूप सुंदर. तिला घेऊन मी माझ्यासोबत आणले."

कुलवंत कौर शांतपणे ऐकत होती. ईश्वरसिंहाने पुन्हा आपल्या मिशावर आलेले रक्त फुंक मारून उडवले, कुलवंत लाडके, मी तुला काय सांगणार, किती सुंदर होती...मी तिला पण ठार करू शकलो असतो, पण मी म्हणालो, नाही ईश्वरीयां कुलवंतसोबत तर रोजच झोपतो, हा रानमेवा पण थोडा चाखून पहावा." कुलवंत कौर केवळ 'हूं' असं म्हणू शकली.

"आणि मी तिला खांद्यावर टाकून निघालो रस्त्याने...काय सांगत होतो मी...हो, रस्त्यात विहिरीच्या कडेला, झाडाझुडूपाखाली तिला झोपवले. आधी वाटले की काही करावं पण नंतर विचार केला की, नाही." असे बोलताना त्याचे तोंड कोरडे पडले होते. कुलवंत कौरने आवंढा गिळून पुढे विचारले, "पुढे काय झाले ?" ईश्वरसिंहांच्या तोंडून कसेबसे हे शब्द निघाले, मी प्रयत्न केला...परंतु...परंतु."

त्याचा आवाज क्षीण झाला.

कुलवंत कौरने त्याला डिवचले, "पुढे काय झाले ?"

ईश्वरसिंहाने आपले बंद होत असलेले डोळे उघडले आणि कुलवंत कौरने त्याच्या देहाकडे पाहिले. ज्याचं अंग अंग थरथरत होतं, ती...ती मृत झाली होती...अगदीच थंड असे मांस...लाडके तुझा हात दे."

कुलवंत कौरने तिचा हात ईश्वरसिंहाच्या हातावर ठेवला, जो बर्फापेक्षाही थंड होता.

४.

दर्प

असेच पावसाळयाचे दिवस होते. खिडकीच्या बाहेर पिंपळाची पानं अशीच न्हाऊन निघत होते. सागवानच्या या स्प्रिंगदार पलंगवार, जो आता खिडकीच्या जवळ थोडा इकडे सरकून ठेवला होता. एका खेडूत मुलगी रणधीरला चिपकून पडली होती.

खिडकीच्या बाहेरचे पिंपळाची ती पानं अंधाऱ्या रात्रीचे झुंबराप्रमाणे चमकत होते-आणि संध्याकाळच्या वेळी, जेव्हा दिवसभर एक इंग्रजी वर्तपत्राच्या सर्व बातम्या आणि जाहिराती वाचल्यानंतर थोडं विसावण्यासाठी तो बाल्कनीजवळ आला होता. त्यावेळी त्याने त्या खेडूत मुलीला, जी जवळच्या दोरीच्या कारखान्यात काम करीत होती आणि पाऊसामुळे चिंचेच्या झाडाखाली उभी होती. खोकून खोकून तिच्याकडे आकर्षित केले होते. त्यानंतर हाताच्या इशाऱ्याने त्याला वर बोलावले होते.

अनेक दिवसापासून तो अंत्यत उदासीनतेचा अनुभव घेत होता. युद्धामुळे मुंबईच्या जवळजवळ सर्वच मुली, मिळेल त्या पगारावर कामावर होत्या. स्त्रीयांना सैन्यात भरती करण्यात आले होते. त्यापैकी एकीने फोर्टच्या भागात डांसचा क्लास सुरू केला होता. जिथे केवळ गोऱ्या सैनिकांना जाण्याची परवानगी होती. रणधीर खूप उदास होता. त्याच्या उदासिनेचे कारण तर हे होते की ख्रिश्चन मुली मिळत नव्हत्या. दुसरे असे की रणधीर गोऱ्या लोकांपेक्षाही सभ्य, शिकलेला आणि देखणा तरूण होता. परंतु त्यासाठी फोर्टचे जवळजवळ सर्व क्लबचे दरवाजे बंद करण्यात आले होते. कारण की त्याचे कातडे गोरे नव्हते.

युद्धापुर्वी रणधीर नागपाडा आणि ताजमहाल हॉटेलच्या अनेक प्रसिद्ध आणि प्रतिष्ठित ख्रिश्चन मुलींसोबत संबंध ठेवून होता. त्याला चांगलेच माहीत होते की अशाप्रकारच्या संबंधात तो खिचन मुलींच्या तुलनेत अधिक माहीती ठेवतो, ज्यामुळे अशा मुली फॅशनच्या नावाखाली रोमांस करतात आणि नंतर एखाद्या बावळटासोबत लग्न करून मोकळया होतात.

रणधीरने असेच हेजलचा बदला घेण्यासाठी त्या खेडूत मुलीला इशारा करून वर बोलावेल होते. हेजल त्याच्या फ्लॅटच्या खाली रहात होती. आणि रोज सकाळी वर्दीवर आणि कापलेल्या केसावर खाक्या रंगाची टोपी घालून तिरक्या चालीने बोहर पडायची. ती अशा पद्धतीने चालायची की तिला पाठीमागून पहाणारे तिच्या मागेच चालत यावेत.

रणधीरला वाटायचे की शेवटी तो त्या ख्रिश्चन मुलीकडे का इतका आकर्षित आहे. यामध्ये काही शंका नाही की शरीराचा जो भाग दाखवता येईल तो भाग दाखविण्याचे ती बाकी ठेवत नाही. कसल्याही प्रकारची लाजलज्जा न बाळगता ती हे नखरे करीत होती. तिच्या मागील प्रेमाच्या कथा बिनधास्त ऐकवते. हे सगळं ठीक आहे, परंतु दुसरीमध्येही हे गुण असू शकतात.

रणधीरने ज्यावेळी त्या घाटन मुलीला इशाऱ्याने वर बोलावले, त्यावेळी त्याला या गोष्टीची अजिबात कल्पना नव्हती की त्याला तिच्यासोबत संभोग सुखाचा आनंद मिळेल. परंतु तिचे ओले कपडे पाहून त्याला वाटले की बिचारीला निमोनिया होईल. म्हणून रणधीर तिला म्हणाला होता की, "हे कपडे काढून टाक नाहीतर सर्दी होईल." रणधीरच्या अशा बोलण्याचा अर्थ ती समजली होती. तिच्या नजरेत लज्जेच्या छटा दिसत होत्या. परंतु नंतर रणधीरने त्याची धोती काढून टाकल्यावर तिने तिचा लेहंगा काढून टाकला. ओले झाल्यामुळे तो कपड्यातून तिचे अंग अधिकच उठावदार दिसते होते. लेहंगा काढून तिने एकिकडे ठेवला आणि धोती आपल्या शरीरावर पांघरली. नंतर तिने भिजलेल्या हाताने तिची चोळी काढण्याचा प्रयत्न केला. जिच्या दोन्ही बाजूला एक गाठ बांधलेली होती. ती गाठ तिच्या शरीराला घट्ट झाली होती.

बराच वेळ ती तिच्या नखाच्या मदतीने गाठ खोलण्याचा प्रयत्न करीत राहिली, जी ओली झाल्यामुळे पक्की झाली होती. ज्यावेळी तिच्याकडून काहीच झाले नाही तेव्हा नाइलाजाने तिने रणधीरला मराठीत काहीतरी म्हटले, ज्याचा अर्थ होता, "मी काय करू, नाही निघत."

रणधीर तिच्याजवळ बसला आणि गाठ खोलण्याचा प्रयत्न करू लागला. सुटत नाही म्हटल्यावर रणधीरने दोन्ही टोकांना असा हिसका मारला की दोघांची धडधडती छाती एकमेकांवर आदळली. क्षणभरासाठी रणधीरला वाटले की त्याच्या हाताने त्या खेडूत मुलीच्या छातीवर नरम नरम कुंभाराप्रमाणे दोन माठाचा आकार बनवला आहे. तिच्या टंच छातीवर तसाच मऊपणा होता, तशीच धडधड होती, तशीच गरम गरम जाणीव होती, जी कुभाराच्या भांड्याला असते.

मातकट रंगाच्या छातीत, जी तरूण होती, एक विचचित्र अशी चमक निर्माण केली होती, जी चमक असतानाही चमकत नव्हती. तिच्या छातीवर दोन दिवे असल्यासारखे भासत होते, जे की तलावाच्या घाणेरड्या पाण्यात जळत होते.

पावसाळ्याचे असेच दिवस होते. खिडकीच्या बाहेर पिंपळाचे पानं अशीच सळसळत होती. त्या खेडूत मुलीचे दोन्ही कपडे, जे पाण्याने भिजले होते. एक कपड्याचा ढीग म्हणून फरशीरवर पडले होते आणि ती रणधीरला चिपकली होती. तिच्या नग्न शरीराची गरमी रणधीरच्या शरीरात उर्जा पैदा करू लागली होती, जी थंडीच्या दिवसात गरमीचे कपडे पांघरून घेतल्यावर जाणवते.

दिवसभर ती रणधरला चिपकून राहिली, दोघे एकमेकांसोबत जणू विरघळून गेले होते. क्वचीतच त्यांच्यात संवाद झाला होता, कारण की जे काही बोलायचे होते ते ओठ, श्वास आणि हातापायाने चालू होतं. रणधीरचे दोन्ही हात तिच्या छातीवर गरम हवेच्या लाटेप्रमाणे फिरत होते. त्या हवेच्या लाटेने त्या खेडूत मुलीच्या शरीरात असे कंपन पैदा होत होते की रणधीरही कंपीत व्हायचा.

अशाप्रकारची कंपने रणधीरने शेकडोवेळा अनुभवली होती. त्यातला आनंद देखील तो चांगलाच ओळखून होता. अनेक मुलींच्या गरम छातीवर आपले पिळदार शरीर ठेवून त्याने अनेक रात्री काढल्या आहेत. त्याने अशा मुलींचा पण अनुभव घेतला आहे, ज्या अगदीच नसमज होत्या आणि त्याला लपेटून त्या घरचं सगळं सांगून टाकायच्या, ज्या बोहरच्या व्यक्तीला माहीत नाही झाल्या पाहिजेत. त्याने अशा मुलीसोबतही रात्री घालवल्या आहेत, ज्या सगळं काही त्याच करायच्या आणि फक्त पडून असायचा. परंतु ही खेडूत मुलगी जी चिंचेच्या झाडाखाली भिजत होती, जिला त्याने इशाऱ्याने वर बोलावले होते, फारच वेगळी होती.

रात्रभर रणधीरला तिच्या शरीराचा एक वेगळयाच प्रकारचा दर्प येत रहिला. असा दर्प ज्यात एकाचवेळी सुंगध आणि दुर्गंध असे दोन्ही पण म्हणता येईल. रात्रभर त्याला याचे प्राशन करावे लागले. तिच्या बगलेतून, तिच्या छातीतून, तिच्या केसांतून, तिच्या पोटातून, तिच्या तिच्या शरीरातून, तिच्या शरीराच्या प्रत्येक भागातून जो हा दर्प आणि गंध होता, रणधीरच्या नाकात बसला होता, रात्रभर तो विचार करीत होता की हि खेडूत मुलगी जवळ असून इतकी जवळ नव्हती, तिच्या शरीरातून हा गंध जर निघाला नसता. तो त्याच्या मनामनात भिनला होता. ती तिच्या जुन्या नव्या अनुभवाची मिश्रण बनली होती.

त्या दर्पाने त्या खेडूत मुलीला आणि त्याला एकजीव केले होते. दोघे एकमेकांत मिसळले होते. ते एका गहन खोलात उतरले होते. जिथे पोहचल्यावर मनुष्य एकप्रकारचे समाधान प्राप्त करतो. असे समाधान, जे क्षणीक असूनही अनंत असते. सतत बदलते असले तरी ठाम आणि स्थिर होती. दोघे असं उत्तर बनले होते, जे आकाशातील निळ्या शून्यात उडत राहिले तरी दिसत राहिले असते.

तो दर्प जो त्या खेडूत मुलीच्या अंगाअंगातून झिरपत होता, रणधीरला हे चांगलेच माहित होते. परंतु समजूनही तो त्याचे विश्लेषण करू शकत नव्हता. ज्याप्रकारे मातीवर पाणि शिंपडल्यावर एक प्रकारचा गंध दरवळतो. परंतु नाही हा दर्प काही वेगळाच होता. त्यात कसल्याही सुंगधी अत्तराचा समावेश नव्हता. तो अगदीच अस्सल होता. स्त्री-पुरूषाच्या शरीराप्रमाणे अस्सल आणि पवित्र.

रणधीरला घामाच्या दर्पाचा अगदीच तिटकारा होता. आंघाळीनंतर तो जांघ किंवा काखेसारख्या ठिकाणी पाऊडर टाकायचा किंवा एखादा सुंगधी द्रव्य. म्हणजे दर्प येणार नाही. परंतु नवल आहे की त्याने अनेकदा, होय अनेकदा तिच्या केस असणाऱ्या काखेत तोंड खुपसले, दर्प तर सोडाच एक वेगळ्याच प्रकारचे समाधान मिळाले होते. रणधीरला असे वाटत होते की तो गंध त्याच्या ओळखीचा आहे. त्याचा अर्थही त्याला माहित आहे. परंतु दुसऱ्या कोणाला तो समजू शकत नव्हता.

पावसाळयाचे असेच दिवस होते. असेच खिडकितून बाहेर पाहिल्यावर पिंपळाची पाने तशीच पावसात न्हाऊन निघत होते. हवेत सळसळ आणि फडफड जाणवत होती. अंधार होता, पण त्यात थोडा संधी प्रकाश दिसत होता. जणू पावसाच्या थेंबसोबत चमकणारे मोती खाली येत होते. पावसाचे असेच दिवस होते, रणधीरच्या त्या खोलीत सागवानचा एकच पलंग होता. परंतु आता त्याच्यासोबत जोडलेला आणखीन एक पलंग देखील होता आणि कोपऱ्यात एक नवा ड्रेसिंग टेबल देखील होता. दिवस असेच पावसाळी होते. वातावरणही अगदीच असेच होते. पाऊसाच्या थेंबासोबत तसाच हलका गुबार उतरत होता. परंतु वातावरणात मेहंदीचा गंध पसरला होता.

दुसरा पलंग रिकामा होता. त्या पलंगावर रणधीर आडवे तोंड करून खिडकीच्या बाहेर पिंपळाच्या पानावर पाऊसाचे नृत्य पहात होता. एक गोरी मुलगी तिच्या नग्न शरीराला चादरीत लपवण्याचा अयशस्वी प्रयत्न करीत करीत जवळ आली. तिचे गुलाबी रेशमी सलवार दुसऱ्या पलगावर पडलेले होते. जिच्या गुलाबी रंगाच्या इजारबंदचा एक कोपरा खाली लोबंकळत होता. पलंगावर तिचे दुसरे कपडे पण पडले होते.

सोनेरी फुलाफुलांचे झंपर, टॉप, जांघिया आणि तो गंध, जो त्याने खेडूत मुलीच्या शरीराचा घेतला होता. तो आवाज, जो दुधासाठी रडण्याच्या आवाजातून ऐकला होता, तो आवाज, जो स्वप्नाच्या मर्यादेबाहेर जाऊन शांत झाला होता.

रणधीर खिडकीच्या बाहेर पहात होता. त्याच्या अगदी जवळच पावासाच्या पाण्याने न्हाऊन निघालेली पाने सळसळत होती. तो त्या पानांच्या सळसळीपलिकडे दूर तिकडे पहाण्याचा प्रयत्न करीत होता, जिकडे दाटून आलेल्या ढगात विचित्र असा प्रकाश मिसळून गेल्यासारखे भासत होते. अगदी तशी जशी ती त्याला त्या खेडूत मुलीच्या छातीवर दिसली होती. असा प्रकाश जो वातावरणातील सवादासारखा दबलेला परंतु स्पष्ट होता.

रणधीरच्या बाहुत एक गोरी मुलगी, जिचा देह दूध आणि तुपासारखा गुळगुळीत होता. पडून होती-तिच्या झोपेतून तिच्या मदमस्त देहाचा गंध मेहंदी सारखा येत होता. पण थकल्यासारखी वाटत होती. रणधीरला ती अशी थकलेली आणि नशेच्या मर्यादेपर्यंत पोहचलेला गंध नकोसा वाटत होता. त्यात काही अनिच्छा होती, एक विचित्र प्रकारची अनिच्छा, जशी की अपचानाच्या ढेकरात असते-उदास, बेरंग, बैचेन. रणधीरने त्याच्या बाहुमध्ये असलेल्या मुलीकडे पाहिले, नासलेल्या दुधात जशा पांढऱ्या गाठी दिसू लागतात, तशा रितीने मुलीच्या गोऱ्या रंगावर पांढरे डाग दिसत होते आणि ती मेहंदीचा नको असलेला गंध. खरे सांगायचे तर रणधीरच्या मन-मेंदूत त्या मुलीचा गंध बसलेला होता, जो त्या खेडूत मुलीच्या शरीरातून सारखा पाझरत होता. तो गंध मेहंदीच्या गंधापेक्षा कितीतरी हलका फुलका आणि हवाहवासा वाटणारा होता, तो नाकाने घ्यावा लागत नव्हता. जो आपोआप नाकातून ऱ्हदयापर्यंत पोहचत होता.

मुलीच्या काळ्या केसात घामाचे कण धुळीच्या कणाप्रमाणे गोळा झाले होते. चेहऱ्यावर पाऊडर, सुर्खी आणि घामाच्या या कणांनी मिळून एक विचित्र रंग निर्माण झाला होता. नाव देता येणार नाही असा, फिका फिका आणि तिच्या गोऱ्या शरीरावर कच्च्या रंगाच्या कुर्तांने जागोजागी गुलाबी डाग केले होते.

छाती दुधासारखी पांढरी होती. त्यात थोडा थोडा निळेपणा देखील होता. बगलेतील केस काढलेले होते, ज्यामुळे तिथे गुबगुबीत असे दिसत होते.

रणधीर मुलीकडे पाहून अनेकदा विचारात पडला होता-काय असे वाटत नाही की मी आता खिळे काढून बंद बॉक्स मधून तिला बाहेर काढले आहे ?

पुस्तके आणि चीनी भांड्यावर थोडे थोडे डाग पडतात. अगदी तसेच मुलीच्या देहावर देखील अनेक खुणा होत्या. ज्यावेळी रणधीरने तिचे तंग आणि मस्त कुर्ती

काढली होती, तिच्या समोर छातीवर सुरकुत्या पडलेल्या होत्या आणि कमरेभोवती आवळून बांधल्याची खूण. वजनदार आणि टोकदार नेकलेसने तिच्या छातीवर अनेक जागेवर ओरखडे पडले होते. जणू नखाने जोराचे खाजवले आहे.

पावसाचे असेच दिवस होते. पिंपळाच्या पातळ पानांवर पाऊस पडल्याने तसाच आवाज येत होता, जो रणधीरने रात्रभर ऐकला होता. वातावरण फारच छान होते. थंड वारा वहात होता. त्यात मेहंदीचा गंध मिसळला होता. रणधीरचे हात त्या गोऱ्या मुलीच्या कच्च्या दुधाप्रमाणे छातीवर हवेप्रमाणे फिरत असायचे. त्याच्या स्पर्शाने तिच्या गोऱ्या गोऱ्या शरीरात अनेक ठिणग्या जाणवल्या होत्या. त्या नाजूक शरीरात अनेक ठिकाणी कंपने जाणवत होती. ज्यावेळी तिने तिची छाती त्याच्याजवळ आणली, त्यावेळी रणधीरच्या देहाने त्या मुलीच्या देहाने छेडलेल्या तारांचा आवाज देखील ऐकला होता-पण तो आवाज कुठे होता ?

रणधीरने शेवटचा प्रयत्न म्हणून तिच्या दुधाळ शरीरावरून हात फिरवला, परंतु त्याला त्याच्यात कसलेच कंपन जाणवले नाही. त्याची नववधू, जी एक फर्स्ट क्लास मॅजिस्ट्रेटची मुलगी होती. जिने बी. ए. पूर्ण केले होते आणि जी तिच्या कॉलेज जीवनात शेकडो दिलाची धडकन होती. रणधीर स्वतःची चेतना जागवू शकला नाही. तो मेहदीच्या गंधामध्ये तो दर्प आठवत होता, जो याच काळात खिडकीच्या बाहेर पिंपळाच्या पानांवर पडणाऱ्या पाऊसात न्हाऊन निघत होते, जो त्या खेडूत मुलीच्या देहातून पाझरत होता.

५.

साडे तीन आणे

मी खून का केला. एका व्यक्तीच्या रक्ताने माझे हात का भरवले, ही दीर्घ कथा आहे. जोपर्यंत मागची पुढची सर्व कथा सांगणार नाही, तोपर्यंत तुम्हाला काहीही कळणार नाही. परंतु यावेळी लोकांमध्ये चर्चा आहे ती गुन्हा आणि शिक्षा याबद्दल. व्यक्ती आणि जेल. कारण की मी जेलमध्ये दिवस काढले आहेत. म्हणून माझा सल्ला चुकीचा ठरणार नाही. मला मंटोसाहेबाचे पूर्ण आहे समर्थन आहे की जेलमध्ये गुन्हेगाराची चूक सुधारू शकत नाही. परंतु ही गोष्ट इतक्या वेळा सांगून झाली आहे की असे सांगितल्यावर लोकांना असे वाटते की हे जणू एखाद्या मैफलीत एकलेला शेर सांगत आहे. पण ही कथा एखादा शेर नाही की हा शेर समजून घेण्यासाठी हजारो जेल उभा आहेत. हातकडी आहे आणि व्यक्तीला बेइज्जत करणाऱ्या बेड्या-मी कायद्याचे हे दागिने परिधान केले आहेत."

असे म्हणत रिझवीने माझ्याकडे पाहिले आणि हसला. त्या मोठमोठ्या हापसीसारखे ओंठ विचित्र पद्धतीने फडफडले. त्याचे छोटे छोटे नशीले डोळे, जे गुन्हेगाराचे डोळे भासत होते, चमकले. आम्ही सगळे चकीत झालो, कारण त्याने अचानक आमच्या चर्चेत भाग घ्यायला सुरूवात केली होती. तो आमच्या जवळील खुर्चीत क्रिम असलेली कॉफी पित होता. त्याने ज्यावेळी त्याचा परिचय करून दिला त्यावेळी आम्हाला त्या सर्व घटना आठवल्या ज्या गुन्ह्याशी संबंधीत जाणवत होत्या. गुन्ह्याचा साक्षीदार बनून त्याने मोठ्या हुशारीने स्वतःचा आणि मित्राचा जीव फासावर जाण्यापासून वाचवला होता.

तो त्याच रात्री सुटून आला होता. मोठ्या सुंदर आणि सभ्य ढंगाने तो माझ्यासोबत बोलला, माफ करा मंटो साहेब...तुमच्या चर्चेत मला रस वाटला. मी तज्ज्ञ तर नाही पण आपल्या चर्चेचा जो विषय आहे, त्यावर मोडक्या तोडक्या शब्दात काही सांगू शकतो." तो पुढे म्हणाला, माझे नाव सिद्दीक रिझवी आहे-लुंडा बाजार मध्ये जो खून झाला, त्याच्याशी मी संबंधीत आहे.

मी त्या खुनाच्या संदर्भात केवळ ठळक बातम्या वाचल्या होत्या. परंतु रिझवाने त्याचा परिचय करून दिला, माझ्या मनात बातम्यांची यादीच दिसू लागली.

आमच्या चर्चेचा विषय असा होता की काय जेल गुन्हेगारांना सुधारू शकते ? मी कल्पना करीत होतो, मी एक शिळी भाकर खात आहे. रिझवी ज्यावेळी असे म्हणाला, "ही गोष्ट इतक्या वेळा सांगून झाली आहे की असे सांगितल्यावर लोकांना असे वाटते की हे जणू एखाद्या मैफलीत एकलेला शेर सांगत आहे." त्यावेळी खूप बरं वाटलं. मला असे वाटले की माझेच विचार रिझवीने त्याच्या शब्दात सांगितले होते.

क्रिम असलेली कॉफी संपूवन रिझवीने त्याच्या छोट्या छोट्या डोळ्याने आमच्याकडे पाहिले आणि म्हणाला, मंटो साहेब, माणूस गुन्हा का करतो-गुन्हा काय आहे-मी या विषयावर खूप विचार केला आहे. मला असे वाटते की एखाद्या गुन्ह्याच्या मागे एक इतिहास असतो. जीवनातील घटनांचा एक मोठा भाग असतो. गोंधळून गेलेला, मी मनोवैज्ञानीक नाही. परंतु इतके आवश्यक माहीत आहे की व्यक्ती गुन्हा करीत नाही, परिस्थीती त्याच्याकडून गुन्हा करून घेते."

नसीर म्हणाला, "तुम्ही बरोबरच बोललात."

रिजवीने आणखी एक कॉफीची ऑर्डर दिली आणि नसीर म्हणाला, मला माहीत नाही जनाब, परंतु मी जे काही सांगितले आहे, ते माझ्या अनुभवाच्या जोरावर सांगितले आहे. नाहीतर हा विषय फार जुना आहे. मला असे वाटते की व्हिक्टी ह्युगो फ्रांसचा एक प्रसिद्ध कांदबरीकार होता. कदाचित दुसऱ्या देशाचा असावा-आपल्याला माहितच असेल, गुन्हा आणि शिक्षा यावर त्याने भरपूर लिहिले आहे. "मला त्याच्या रचनामधील काही वाक्य आठवतात." असे म्हणत माझ्याशी बोलला, मंटो साहेब, कदाचित तम्हालाही तितकाच अनुभव आहे, ती सीडी काढून टाका जो व्यक्तीला गुन्हा आणि चुकीच्या मार्गावर घेऊन जाते."

"काही का असेना, ही सीडी जरूर आहे. तिला पायऱ्या आहेत, पण मला जितके समजते, असंख्य आहेत. त्या मोजणे ही चांगली गोष्ट आहे. मंटो साहेब, सरकार जनगणना करते. सरकार रेकॉर्ड ठेवते. सरकार प्रत्येक प्रकारची माहीती ठेवते. या सीडीला किती पायऱ्या आहेत, याची मोजणी का नाही करीत ? काय हे तिचे कर्तव्य नाही ? मी खून केला, परंतु या सीडीच्या किती पायऱ्या चढल्यावर केला. सरकार किती प्रकारचे रेकॉर्ड ठेवते. सरकार रेकॉर्ड गोळा करते. सरकारने मला माफीचा साक्षीदार बनवले. यामुळे की खुनाचा गुन्ह्याचा पुरावा त्यांच्याकडे नव्हता. परंतु प्रश्न असा आहे की माझ्या गुन्ह्यासाठी माफी कोणाकडे मागू ? ती परिस्थिती जिने मला

गुन्हा करण्यास विविश केले होते, आता परिस्थिती माझ्याजवळ नाही. तिच्यात आणि माझ्यात एक वर्षाचे अंतर आहे. मी या निर्णयासाठी माफी मागू की त्या परिस्थितीसाठी जी माझ्यापासून फार दूर उभे राहून मला वाकोल्या दाखवत आहे." आम्ही सगळे रिजवीचे बोलणे लक्षपूर्वक ऐकत होतो. तसा तो शिकलेला वाटत नव्हता. परंतु त्याच्या बोलण्यातून सिद्ध झाले की तो शिकलेला आहे आणि बोलण्याची पद्धत जाणतो. मी त्याला काही म्हणालो असतो, परंतु मला वाटत होते की त्याने बोलतच रहावे आणि मी ऐकत रहावे. म्हणून मी त्याच्या बोलण्यात अडथळा आणला नाही.

त्याची दुसरी कॉफी आली. तिला मिक्स करीत त्याने त्याचे काही घोट घेतले आणि सांगायाला सुरूवात केली. "खुदाला माहीत मी काय बकवास करीत आहे ते, परंतु माझ्या मनात नेहमीच एका व्यक्तीचा विचार राहीलेला आहे. त्या व्यक्तीचा, त्या भंग्याचा, जो आमच्या सोबत जेलमध्ये होता. साडे तीन आणे चोरले म्हणून त्याला एक वर्षाची शिक्षा झाली होती.

नसीरने आश्चर्य करीत विचारले, 'केवळ साडे तीन आणे चारी केले म्हणून ?"

रिजवीने थंडपणे उत्तर दिले, होय, केवळ साडे तीन आणे चोरी केल्यामुळे-जे त्याला परवडले नाही, पकडल्या गेला. ही रक्कम खजिन्यात सुरक्षित आहे आणि फग्गू भंगी देखील सुरक्षित आहे कारण की होऊ शकतं, तो पुन्हा पकडल्या जाईल, कारण त्याच रिकामं पोट त्याला तसं करायला भाग पाडील. होऊ शकतं की त्याचं जे घाण साफ करण्याचं काम आहे, ते त्याला पगार देणार नाहीत. होऊ शकतं की त्याला पगार देणाराचा पगार झाला नसेल, असे होऊ शकते. हा क्रम मंटो साहेब विचित्र आहे. खरं सांगायचे तर जगात सगळं काही होऊ शकतं-रिजवीकडून खूनही होऊ शकतो."

असे म्हणून तो थोडावेळ शांत बसला. नसीर त्याला म्हणाला, "आपण फग्गुबद्दल सांगत होता ?"

रिजवीने त्याच्या लांब लांब मिशाला लागलेली कॉफी पुसून काढली, "हो." फग्गु भंगी चोर असला तरी, म्हणजे तो कायद्यानुसार चोर होता, माझ्या मते पूर्ण निष्पाप. खुदाची शपथ, मी आजपर्यंत त्याच्यासारखा इमानदार व्यक्ती नाही पाहिला. साडे तीन आणे त्याने चोरले असतील. तसे त्याने कोर्टात स्पष्टच कबूल केले होते. मला माझ्या बचावासाठी काही सांगायचे नाही. मी दोन दिवसापासून उपाशी होतो. नाइलाजाने मला करीम टेलरच्या खिशात हात टाकावा लागला. त्याच्याकडून मला पाच रूपये घ्यायचे होते. दोन महिन्याचा पगार. साहेब त्याचा पण काही दोष नव्हता. कारण

त्याला अनेक ग्राहकाने शिलाइचे पैसे दिले नव्हते. साहेब, मी यापुर्वीही चोरी केली आहे. एकदा तर मी एका बाईसाहेबाच्या बटव्यातून दहा रूपये चोरले होते. मला एक महिन्याची शिक्षा झाली होती. नंतर मी डिप्टी साहेबाच्या घरी चांदीचे खेळणे चोरले होते. यामुळे की माझ्या मुलाला निमोनिया झाला होता आणि डॉक्टरला देण्यासाठी माझ्याकडे पैसे नव्हते. साहेब, मी खोटे सांगत नाही, मी चोर आहे. परिस्थितीच अशी होती की मला चोरी करावी लागली. आणि परिस्थितीच अशी होती की मी पकडल्या गेलो. माझ्यापेक्षाही मोठे मोठे चोर आहेत, पण ते अजून पकडल्या गेले नाहीत. साहेब, आता माझा मुलगा नाही, बायको पण नाही. परंतु साहेब, काय करणार पोट आहे. ते भरले तर सर्व कटकट संपून जाईल. साहेब, मला माफ करा. परंतु साहेबाने त्याला माफ नाही केले आणि पक्का चोर समजून त्याची रवानगी एक वर्षासाठी जेलमध्ये केली.

रिजवी मोठ्या त्वेषाने बोलत होता. बोलण्यात कसलाही नाटकीपणा नव्हता. असे वाटत होते की शब्द आपोआप त्याच्या ओठावर येत होते आणि ओठातून ते बाहेर पडत होते. मी अगदीच शांत होतो. एकामागून एक सिगारेट ओढत होतो आणि त्याचं बोलणं ऐकत होतो. नंतर नसीर त्याला म्हणाला, तुम्ही फग्गुच्या इमानदारीबद्दल बोलत होता ?"

"होय," असे म्हणत त्याने मी पेटवलेले सिगारेट ओढले, मंटो साहेब, कायद्यानुसार तो व्यक्ती चोर होता. बीडीसाठी त्याने एकदा आठ आणे चोरले होते. मोठ्या प्रयत्नाने त्याने ज्यावेळी उंच भिंतीवरून उडी मारून पळून जाण्याचा प्रयत्न केला होता, त्यामुळे त्याच्या गुडघ्याचे हाड मोडले होते. त्याच्यावर इलाज करण्यातच त्याचे एक वर्षे निघून गेले होते. परंतु माझ्यासारखाच गुन्हेगार मित्र जर्जी विस बिड्या त्याच्या हातून देत असे, तर तो सर्वची सर्व पोलिसाची नजर चुकवून माझ्या स्वाधीन करायचा. जसे की ती काही संपत्ती होती. नंतर थोडावेळ संकोचल्यासारखं केल्यावर मला म्हणायचा, बाबूजी, एक बिडी तर द्या आणि मी त्याला एक बिडी द्यायचो. माणूस पण किती हलकट आहे."

रिजवीने स्वतःचा तिरस्कार करीत असल्याच्या थाटात मान हालवली. "जसा मी अर्ज केला आहे, माझ्यावर खूप मोठी बंधनं लादण्यात आली होती. माफीच्या साक्षीदारासोबत असेच घडते. दुसरीकडे गुन्हेगार जर्जी माझ्या तुलनेत खूप स्वतंत्र होता. पैसे चारून त्याने अनेक सवलती मिळवल्या होत्या. कपडे मिळत होते. साबून मिळत होते. बिडी मिळायची. जेलमध्ये पैसे देण्यासाठी पैसे पण मिळायचे. फग्गु भंगीची शिक्षा संपायला काही दिवसच बाकी होते. त्याने जर्जीने दिलेल्या बिस बिड्या

माझ्याकडे आणून दिल्या. मी त्याचे आभार मानले. तो जेलमधून बाहेर पडण्याबद्दल आनंदी नव्हता. मी ज्यावेळी त्याला शुभेच्छा दिल्या त्यावेळी तो म्हणाला, "बाबूजी, मी पुन्हा इकडे येईल." उपाशी माणसाला चोरी करावी लागते. जसे की उपाशी माणसाला काहीतरी खावेच लागते. बाबूजी, आपण खूप चांगले आहात, मला इतक्या बिड्या देत राहिलात. खुदाने तुमच्या सर्व मित्रांना निर्दोष सोडावे. जर्जी बाबूला तुम्ही फार आवडता."

हे ऐकूण त्याने स्वतःशी म्हटले, "आणि त्याला केवळ साडे तीन आणे चोरण्यासाठी शिक्षा झाली होती."

रिजवीने गरम कॉफीचा एक घोट पिवून शांतपणे म्हटले, "होय जी, केवळ सोडे तीन आणे चोरण्याच्या गुन्ह्यासाठी आणि ते पण खजिन्यात जमा आहेत. देवालाच माहीत त्या पैशातून कोणाचं पोट भरणार आहे." रिजवीने कॉफीचा आणखी घोट पिला आणि मला म्हणाला, "होय, मंटो साहेब, त्याला जेलमधून बाहेर पडण्यासाठी केवळ एक दिवस राहिला होता. मला दहा रूपायाची फार गरज होती. मला या बद्दल अधिक सविस्तर सांगायचे नाही. हे पैसे एका संदर्भात संत्रीला लाच म्हणून द्यायचे होते. मी नाइलाइजाने कादग पेन्सिल घेऊन जर्जीला एक पत्र लिहिले होते आणि फग्गुच्याद्वारे ते त्याच्यापर्यंत पोहचविले होते की त्याने काहीही करून मला दहा रूपये द्यावे. फग्गु अडाणी होता. सांयकाळी तो मला भेटला. जर्जीचे पॉकेट त्याने मला दिले. त्यात एका चिठ्ठीत दहा रूपयाची एक पाकिस्तानी नोट होती. मी चिठ्ठी वाचली. असे लिहिले होते, "प्रिय रिजवी, दहा रूपये पाठवत आहे, परंतु एका चोराच्या हस्ते. देवाच्या कृपेने ते तुला मिळावेत कारण की तो उद्याच जेलमधून सुटणार आहे." मी हे वाचल्यावर फग्गु भंग्याकडे पाहून हसलो. त्याला साडे तीन आणे चोरण्याच्या बदल्यात एक वर्षाची शिक्षा झाली होती. मी विचार करू लागलो, त्याने जर दहा रूपये चोरले असते तर साडे तीन आण्याच्या हिशोबाने किती शिक्षा मिळाली असती ?" असे म्हणत रिजवीने कॉफीचा आणखी एक घोट घेतला आणि निरोप न घेता कॉफी हाऊसच्या बाहेर निघून गेला.

६.

बस स्टँड

ती बस स्टँडवर एक मार्गावरून जाणाऱ्या बसची प्रतिक्षा करीत होती. तिच्या शेजारी अनेक पुरूष उभे होते. त्यापैकी एक तिला अंत्यत वाईट नजरेन पहात होता. तिला असे जाणवले की तो व्यक्ती तिच्या ऱ्हदयात छेद पाडत आहे. तिचं वय २०-२२ इतकं असावं, परंतु परिपक्व वयाचं असूनही ती फार घाबरून गेली होती. थंडीचे दिवस होते ते. पण असे असून तिने अनेकदा तिच्या माथ्यावर आलेला घाम पुसला. तिला समजत नव्हते की काय करावं. बस स्टँडवरून निघून जावं किंवा एखादा तांगा करावा किंवा परत आपल्या मैत्रिणीकडे परत जावे.

आता आताच ओळख झालेली ती मैत्रिण होती. एका पार्टीत त्यांची भेट झाली आणि ते दोघींना एकमेकींचा स्वभाव आवडला. ही पहिलीच वेळ होती की ती तिच्या मैत्रीनीच्या निमंत्राणावरून तिला भेटायला चालली होती.

नोकर आजारी होता. परंतु त्या मैत्रिणीने फारच हट्ट केल्याने ती तिला भेटायला तिच्या घरी आली होती. दोन तास आपसात गप्पा मारण्यात वेळ मजेत घालवला. तिची मैत्रिण जिचं नाव शाहिदा होतं. तिने जाताना म्हटले, सलमा, आता तुझं लग्न व्हायला हवं.''

सलमा लाजली, ''काय बोलतेस, लग्न ! मला लग्न नाही करायचं.''

''तर मग काय आयुष्यभर कुंवारी रहाणार आहेस ?''

''काय हरकत आहे कुंवारी राहिले तर ?''

शाहिदा हसली, मी पण असेच म्हणत होते, परंतु लग्न केलं त्यावेळीच जीवनातील खरे सुख मला मिळाले. हेच तर वय आहे. ज्या वयात व्यक्ती विवाहाचे पूर्ण सुख मिळवू शकतो. तू माझे म्हणणे ऐक, एक दोन महिन्याच्या आत नवरी बन. तुझ्या हातावर मेहंदी मी स्वतः काढीन.''

''सोडून दे ही छेडछाड.''

शाहिदाने सलमाच्या गालावर हलकी एक चापट लगावली. “ही छेडछाड आहे ?” आणि ही जर छेडछाड असेल, तर आयुष्यभर छेडछाड आहे. स्त्री आणि पुरूषाचे नाते बिनकामाचे आहे. मला हे समजत नाही की इतक्या वर्षांपासून चालत आलेल्या नात्याला तू बिनकामाचे कसे म्हणत आहेस ? पाहून घेईल की तू पुरुषाशिवाय कशी जगू शकणार आहेस ? खुदाची शपथ वेडी होशील, वेडी.

“ठीक आहे, पागल होणार असेल तर. काय पागल लोकांसाठी या जगात कोणतीच जागा नाही ? शेवटी ते पण कसे बसे जगत आहेत.”

कसं बसं जगण्यात काय मजा आहे प्यारे सलमा ! मी तुला सांगते जेव्हापासून माझे लग्न झाले आहे, माझे रूपच बदलले आहे. माझा नवरा खूप जीव लावणारा आहे.”

“काय काम करतात ?”

माझ्यावर प्रेम करतात-हेच त्यांचे काम आहे. तसे आमच्याकडे अल्लाहने दिलेले भरपूर. मला त्यांनी कधी कमी पडू दिले नाही.”

सलमाला असे वाटले की ती त्रासून गेली आहे, शाहिदा ! मला त्रासून सोडू नकोस-मला लग्न नाही करायचं-मला लग्नाचा तिटकारा आहे.”

“का ?”

“आहे, आहे.”

“आता तुला काय सांगावं, पुरूषांचा मला पण तिटकारा होता. परंतु जसेही माझे लग्न झाले आणि नवऱ्याच्या प्रेमवर्षावाने समजले की पुरुष स्त्रीसाठी किती महत्त्वाचा आहे.”

“तसेच होवो, मला कोणाची गरज पडू नये.”

शाहिदा हसली, सलमा, एक दिवशी आवश्य तू कबूल करशील की जणू तुझ्या डोक्यावर देवाचा दूत पंख फडकवित आहे. तिने विचार केला की कदाचित पुरूष स्त्रीसाठी आवश्यक आहे. परंतु तात्काळ तिच्या मनात असा विचार आला की तिच्या मनाने तिची साथ दिली नाही-पुरूषाची गरज काय आहे ? काय स्त्री त्याच्याशिवाय जगू शकत नाही ?”

जसे की शाहिदाने तिला सांगितले होते की तिचा नवरा तिच्यावर खूप प्रेम करणारा आहे, खूप चांगल्या स्वभावाचा आहे-परंतु यावरून हे तर सिद्ध होत नाही तो शाहिदासाठी गरजेचा होता.

सलमा सुंदर होती. तरणीताठी, भरलेल्या बांध्याची, चौफेर देहाची, गुडघ्यापर्यंत लांब केस सरळ नाक आणि तिच्या पाकळीवर एक तीळ.

ती तिच्या मैत्रिणीची परवानगी घेऊन स्वयंपाकघरात गेल्यावर तिने विचार केला की शेवटी हे शरीर, हे तारूण्य, कशासाठी आहे-खुदाची ही निर्मिती वाया चालली आहे. गहू पिकवला जातो, तर मनुष्य त्याने आपले पोट भरतो, तिचं तारूण्यही कोणाच्या तरी शोतात उगवलं आहे, त्याचे सेवन जर कोणी केले नाही, तर ते वाया जाईल.

सलमाने थोड्या वेळासाठी कल्पना केली की तिची सलवार आणि दुप्पट्टा दूताचा पंखा झाला आहे. ती घाबरली आणि लवकरच आवरून बाहेर पडली.

बाहेर अंगणात माशा घिरट्या घालत होत्या. सलमाला असे वाटले की ते दूतच आहेत, जे वेष बदलून आले आहेत.

नंतर तिची मैत्रिण तिच्या परसबागेत घेऊन गेली आणि तिथे तिने काही फुलपाखरं पाहिली, ते पण तिला दूत भासले. परंतु तिने अनेकदा विचार केला की रंगीन आणि असे छोटे छोटे दूत कसे असू शकतात.

तिला बराच वेळ जिकडे तिकडे दूतच दूत दिसायला लागले, जे तिच्या जवळ येत, तिच्यावर प्रेम करीत, तिच्या गालाला स्पर्श करीत, तिच्या शरीरावरून हात फिरवत, ज्यामुळे तिला खूप बरं वाटलं, परंतु दुताला ती झटका द्यायची आणि म्हणायची, जा, निघून जा, या ठिकाणाहून. तुमचे घर तर आकाशात आहे. इथे काय करीत आहात?"

तेव्हा ते दूत तिला म्हणतात, 'आम्ही दूत नाहीत, हजरत आदमची औलाद आहोत. ते वयस्क ज्यांना जन्नत मधून काढून टाकले होते. पण आम्ही तुला पुन्हा जन्नतमध्ये घेऊन जाण्याचा वादा करीत आहोत. चल, आमच्या सोबत. तिथे दुधाच्या नद्या वहातात आणि मधाच्या पण.'

सलमाला भास झाला की तिच्या वक्षातून दुधाच्या धारा निघू लागल्या आहेत आणि तिचे ओठ गोडव्यात लिप्त आहेत.

शाहिदाने तिच्याजवळ वारंवार तिच्या नवऱ्याचे कौतूक केले होते. खरे सांगायचे तर तिला तिचे लग्न तिच्या भावासोबत लावायचे होते. परंतु घरी ही पहिलीच भेट होती. म्हणून ती मोकळयापणाने बोलू शकली नाही. तरीपण तिने अस्पष्ट असा उल्लेख केला होताच की तिचा पती, जो खूप सभ्य आणि प्रेम करणारा आहे, तिचा भाऊ त्यापेक्षाही सज्जन आणि सभ्य आहे.

हा इशारा सलमाच्या लक्षात आला नाही, यामुळे की ती खूप सरळ अशी होती. तिने केवळ इतकेच म्हटले, अलिकडे चांगली माणंस मिळणं कठीण झालय. तू नशीबावान आहेस तुला असं घर मिळालं, जिथे प्रत्येक व्यक्ती सज्जन आहे."

"खंत आहे की यावेळी माझे पती घरी नाहीत, नाहीतर तुझी आणि त्यांची जरूर भेट झाली असती."

"नंतर कधीतरी, काय काम करतात ?"

अगं, त्यांना काम करण्याची काय गरज आहे, लाखो रूपायाचे मालमत्ता आहे. घर आणि दुकानाचा किरायाच दर महिन्याला दोन हजाराचा मिळतो. हे सोडून माशाअल्ला जमीन आहे-ते उत्पन्न वेगळेच. धान्याची काही कमतरता नाही. घरात पडून आहे. प्रत्येक प्रकारची सोय प्रत्येक वेळी उपलब्ध होऊ शकते. अल्लाहची मोठीच कृपा आहे. त्यांचा छोटा भाऊ अलिकडे लंडनमध्ये आहे, शेतीच्या संदर्भात कसलंतरी शिक्षण घेतोय. एक महिन्यात परत येऊ लागला आहे. तो त्याच्या मोठ्या भावापेक्षाही अधिक देखना आहे. तू त्याला जर पाहिलस..."

सलमाने घाबरलेल्या स्वरात म्हटले, हां, हां, जेव्हा तो येईल त्यावेळी त्याची भेट करून दिल्या जाइल."

शाहिदा म्हणाली, फारच सज्जन मुलगा आहे-अगदीच त्याच्या मोठ्या भावाप्रमाणे."

होय जी, असेल, असेल, शेवटी तुमच्या खानदानीतलाच ना तो."

"तो येणारच आहे, तु मला तुझा एक फोटो दे."

"काय करणार ?"

"काय नाही, मध लावून चाटणार आहे."

असे म्हणत शाहिदाने सलमाच्या कपाळाचे चुंबन घेतले आणि तिच्या पतीचे कौतूक चालू केले. सलमाला आता वैताग झाला होता. तिने थोड्या वेळासाठी निरोप घेतला आणि ती बस स्टँडवर उभी होती. जिला त्या ठिकाणाहून 'ए' लाइनची बस हवी होती.

ती ज्यावेळी तिथे पोहचली, तिथे तिला एका पुरूषाने फारच वाइटपणे पहायला सुरूवात केली होती. ती त्रस्त झाली होती. थंडीचे दिवस होते. पण तिने अनेकदा घाम पुसला.

स्टँडवर एक बस आली. तिने ती कुठे जाणार आहे हे न पहाताच प्रवाशी उतरल्यावर त्यात बसली. तो व्यक्ती पण त्याच बसमध्ये हजर होता. ती आणखीनच परेशान झाली.

योगायोग असा होता की त्या बसचे इंजिन खराब झाले, ज्यामुळे तिला थांबावे लागले. सर्व प्रवाशाना सांगण्यात आले की त्यांनी आपली आपली सोय करावी. कारण बस दुरूस्त होण्यास वेळ लागणार होता.

सलमा खाली उतरली तर ती व्यक्ती देखील, जो तिला सारखा रोखून पहात होता, तिच्यासोबत बाहेर पडला. रस्त्याने एक कार जात होती, त्याने त्याच्या ड्राइव्हरला आवाज दिला, "इमामदीन ?"

इमामदीनने कार अचानक थांबवली. त्या व्यक्तीने सलमाचा हात पकडला आणि तिला म्हणाला, चल, ही माझी स्वतःची कार आहे. तुला जिकडे जायचे आहे, मी तुम्हाला सोडतो."

सलमा नाही म्हणू शकली नाही. कारमध्ये बसली. तिला मॉडल टाऊन जायचे होते. पण तो तिला दुसरीकडेच घेऊन गेला आणि...

सलमाच्या लक्षात आले की पुरूष खरोखरच स्त्रीसाठी गरजेचा आहे. तिने तिचा जीवनातला सर्वांत सुंदर दिवस घालवला. अर्थातच सुरूवातीला तिने खूप विरोध आणि नखरे दाखवले, पण त्या व्यक्तीने तिला तयार केले.

तीन चार तासाने सलमाने ज्यावेळी त्या व्यक्तीचे पाकिट उघडून उगीच पाहिले, त्यात दिसणारा शाहिदाचा फोटो पाहून तिने संकोच करीत विचारले, "कोणाचा आहे हा ?"

या व्यक्तीने उत्तर दिले, "माझी पत्नी !"

सलमाला ओरडावे वाटले, "तुमची पत्नी ?"

शाहिदाचा नवरा हसला, "काय पुरूषाला बायको नसते ?"

७.

खडूस म्हतारा

जागतिक महायुद्ध संपल्यानंतरची ही गोष्ट आहे. ज्यावेळी सर्वांत आवडता मित्र लेफ्टनंट कर्नल मुहमद सलीम शेख ईरान, इराक आणि दुसऱ्या भातून मुंबईत पोहचला. त्याला चांगले माहीत होते, माझा फ्लॅट कुठे आहे. आमच्यात अधून मधुन पत्रव्यवहार देखील होत असायचा परंतु त्याने कही मजा येत नव्हती. यामुळे प्रत्येक पत्रावर करडी नजर असायची मग ते इकडून तिकडे गेलेले असो किंवा तिकडून इकडे. मोठी समस्या होती.

पण आता त्या बद्दल काय तक्रार करावी. मुंबईचे बी. बी. अँड सी. आई ए. च्या टर्मिनल वर त्याची पोस्टिंग झाली. त्यावेळी तो केवळ लेफ्टनंट होता. आम्ही दोघं प्रशस्त अशा रेल्वे स्टेशनमध्ये बसलो आणि दुपारच्या बारापर्यंत थंडी थंडी बियर पित राहिलोत. त्या दरम्यान त्याने मला अनेक कथा सांगितल्या, त्यापैकी एक खरोखरच उल्लेखनीय आहे.

त्याने ईरान, इराक आणि परमेश्वरालाच माहित कोणत्या कोणत्या देशातील त्याच्या प्रेम कहाण्या ऐकवल्या. मी ऐकत गेलो. सराइत प्रेमी तर कॉलेजच्या काळापासूनच होता. त्याच्या कथा मी सागंत बसलो तर त्याचेचे एक मोठे पुस्तक तयार होईल. असे असे असले तरी तुम्हाला एक गोष्ट सागांयालाच हवी की त्याला मुलींना कसे आकर्षित करायचे हे माहीत होते. गोर्डन कॉलेज, रावळपिंडीमध्ये तो राजा इंद्र होता. त्याच्या दरबारात त्या ठिकाणच्या झाडून सुंदऱ्या मुजरा करायच्या. देखाणा होता, अगदीच देखणा, त्याचा देह खरोखरच पुरूषी देह होता. पातळ आणि सरळ नाक, जिची जादू निश्चितच होत असावी. लहान लहान डोळे, जे त्याच्या चेहऱ्याला शोभत होते. मोठे असते तर चेहऱ्याचे आकर्षण कमी झाले असते. तो चंचल होता. ज्याप्रमाणे लॉर्ड बायरन काही काळासाठी कोणामध्ये रस घ्यायचा, तिला सोडून पुन्हा दुसरीच्या मागे लागायचा. त्यांना तो ओळखत नाही, अशाप्रकारे नंतर तो त्यांच्याशी वागायचा. मला

त्याचं असं वागणं पसत नव्हतं. माझ्या मते क्रुरतापूर्ण आहे. पण त्याला याचं काही नव्हतं. म्हणायचा, उल्लू के पट्ठे, गालिब वाच, तो काय म्हणतो-सगळं त्याच्या पाठ नसायचं. पण त्याचा अर्थ त्याच्या शब्दात सांगायचा. तो म्हणतो-वही शाख-ए-तौबा और जन्नत में वही एक हुर/वल्लाह जिंदगी अजीरन हो जाएगी. मधावरची माशी बना, प्रत्येक फुलांचा आस्वाद घेत फिरा, माशी एका ठिकाणी थांबत नाही." तर त्याला इकबाल यांच्या शेरची आठवण बियर संपल्यावर झाली-इकबाल काय म्हणतो-

तू ही नादां चंद कलियों पर कनाअत कर गाया,
वरना गुलशन में इलाज-ए-तनगी दामां भी था ।

सिद्ध झाले की तू केवळ नादान नाहीस तर एक नंबरच्या वनस्पती तुपाप्रमाणे एक नंबरचा उल्लू देखील आहेस-आता ही बकवास बंद कर."

मी हा बकवास असा संपवला जसे की वेटरने रिकामी झालेली बीअरची बॉटल उचलावी.

खरी गोष्ट सांगण्यापुर्वी, शेख सलीमच्य संदर्भात एक मजेशीर गोष्ट सांगतो. आम्ही गोर्डन कॉलेजमध्ये बी. ए. फाइनल करीत होतो. तशात एका रूक्मिणीच्या लग्नाची बातमी उडत उडत आमच्या कानावर आली. ही रूक्मणी आमच्याच वर्गात शिकत होती आणि काही काळापुर्वी शेख सलीमवर चांगलीच फिदा होती. दिसायला बरी होती. पण माझा हा मित्र मधावरची माशी होता. कसा बसा दोन महिने त्यांचे प्रेम चालले. मग त्याने तिला अनोळखी करून टाकले. जेव्हा त्याला सांगण्यात आले की रूक्मिणी जी तुझी प्रेमिका होती, आणि जिच्यासाठी वर्गातील मुलांसोबत तू इतकी भांडणे केली, तिचे लग्न दुसरीकडे होत असेल तर तू मरायला हवे. परंतु तुला तर पोहतो येते. डुबण्याची जबाबदारी आम्ही आमच्यावर घेतो. शेखला अशाप्रकारचे बोलणे आवडत नसायचे. त्याने त्यांच्या लांब लांब मिशांवर ताव मारत म्हटले, अच्छा, तुम्ही पाहून घ्या, जे होईल ?"

त्याच्या बाजूच्या उंच अशा मित्राने विचारले' "काय होईल ?"

शेख सलीमने त्याला फेसाप्रमाणे बसवले, जे होईल ते तुझ्या आईची शपथ. जेव्हा लग्नाचा दिवस असेल, पाहून घे. चला, या माझ्यासोबत. मला तुमच्यासोबत काही बोलायचे आहे."

लग्नाचा दिवस आला. वरात ज्यावेळी नवरीच्या घराच्या जवळ गेली, त्यावेळी काहीजण घोड्यावर स्वार असलेले आत गेले. नवरदेव गाडीत होता, ज्याच्यावर फुलाचे जाळे पसरून टाकले होते. घोडेस्वार सजवलेल्या मंडपाजवळ होता. घोडाच जणू नवरदेव

बनला आहे. नवरीचा बाप आणि नातेवाइक पुढे गेले. घोड्याचा मालक धावतच आला. अशा कपड्यातील व्यक्तीला नवरदेवाच्या शेजारी सबवले जिथे नवरी बसणार असते. मध्ये होम होता ज्यामध्ये लाकडाचे लहान लहान तुकडे जळत होते. त्याने पायात काहीच नसताना नवरदेवाला आर्शिवाद दिला आणि त्याला म्हणाला, "सरदारजी, नवरीला लवकर बोलवा. मुहूर्त झाला आहे."

रूक्मिणी तात्काळ पोहचली आणि काही वेळासाठी नवरदेवाजवळ बसली. पंडितजीने काही म्हटले, ज्याचा अर्थ माझ्या लक्षात आला नाही. परंतु लग्नमंडपात एकदम गडबड सुरू झाली, ज्यावेळी गाडीमधून आणखी एक नवरदेव उतरून आला आणि मोठ्या आवाजात हजर लोकांना म्हणाला, "माझ्यासोबत धोका झाला आहे-मी दावा दाखल करीन."

तो नवरदेव जो हात धरून नवरीला उचलू लागला होता, मोठ्या भीतीदायक आवाजात ओरडला, अबे, जा बे. निघाला दावा दाखल करायला." असे म्हणत त्याने फुलांचे घुंगट हटवले आणि त्या जमलेल्या हजरो लोकांना जे खाली मंडपात जमले होते, काही सांगण्याचा प्रयत्न केला, परंतु अफवांना पूर आला. दुसऱ्या पार्टीची मंडळी देखील त्या अफवेत सहभागी झाली. कारण ज्यावेळी फुलांचे घुंगट बाजूला झाले त्यावेळी त्यातून शेख सलीमचा चेहरा बाहेर आला.

रूक्मिणीला खूप राग आला, पण शेख सलीमने मोठ्या दरडावणीच्या सुरात विचारले, तुला या माकडासोबत लग्न करायचे आहे ?"

रूक्मिणी शांत राहिली.

अच्छा, जा मग मसनात. परंतु एक दिवस नाही, पूर्ण तीन महिने तू माझ्या प्रेमात होतीस. असे म्हणत तो नवरदेवाकडे वळला. ज्याच्या तोंडून रागाने आग निघत होती. पुढे होऊन त्याच्याकडील सर्व हार त्याच्या गळयात टाकले. सर्व वऱ्हाडी पुतळे बनले होते.

हसत, तो त्याच्या घोड्यावर मोठ्या चपळाईने स्वार झाला आणि मंडपातून बाहेर पडला. घोड्यावरून उतरून आम्ही दूर गेलो होतो. यामुळे की मी त्याच्या मागे घोड्याच्या वेगाने धावलो होतो, त्याने माझा खांदा मोठ्या जोराने थोपटला, काय बेटे, मी तुला काय म्हणालो होतो-आता पाहून घेतलंस ?"

झाले तर सगळे ठीक होते, पण मला भीती होती, शेख सलीमला अटक तर नाही ? मी त्याला म्हणालो, 'जे तू केलेस, दुसरा कोणी करू शकत नाही. परंतु माझ्या भावा, काही भलतेच होऊ नये. विचार कर, रूक्मिणीच्या बापाने तुला अटक करायला लावली तर ?"

तो ताडकन बोलला, “त्याच्या बापाचा बाप पण नाही करू शकत. कोण स्वतःच्या पोरीला कार्टात घेऊन जाईल. मी तर यावेळी अटक होण्यास तयार आहे. माझ्याकडे तिचे कितीतरी पत्र आहेत.”

शहरभर अशी चर्चा होती की रूक्मिणीचा बाप शेख सलीमला अशी शिक्षा देईल की तो आयुष्यभर लक्षात ठेवील. परंतु असे काहीच झाले नाही. काही दिवस निघून गेल्यावर तो माझ्याकडे गाणे गुणगुणत आला-

थी खबर गर्म कि गालिब के उडेंगे पुरजे,

देखने हम भी गए पर वह तमाशा न हुआ ।

आता मी खऱ्या गोष्टीकडे वळतो, जो यापेक्षाही मजेशीर आणि अर्थपूर्ण आहे. ती स्वतः त्याने मला सांगितली, जी खरी असल्याबद्दल मला शंभर टक्के विश्वास आहे. यामुळे की शेख सलीम कधीही खोटे बोलला नाही. त्याने मला सांगितले, मी इराणमध्ये होतो. ज्या ठिकाणच्या मुली सामान्य युरोपियन मुलीप्रमाणे असतात. तशाच अदा, आकार प्रकार, दिसण्याबद्दल फार वेगळ्या. जितक्या भानगडी तिकडे होतात, कदाचित दुसऱ्या देशात होत असतील. मी तिथे अनेक शेर केले. तिथे माझे एक मोठे ऑफिसर कर्नल उस्मानी होते. असे असले तरी त्यांचे पद जगजाहीर आहे, माझ्यापेक्षा खूप मोठे, परंतु ते माझ्यावर फारच मेहरबान होते. मॅसमध्ये मला पहिल्यावर मोठ्याने हाक मारत, 'इकडे ये शेख' माझ्याजवळ बस.' आणि माझ्यासाठी एक खुर्ची मागवत. व्हिस्की पित पित इकडच्या तिकडच्या गप्पा होत. कर्नल उस्मानीला माझे चिमटे काढण्यात मजा वाटायची. जेव्हा ते एखादे उदाहरण मला लागू केल्यावर त्यांना खूप आनंद वाटायचा. बरंच वय झालं होतं त्यांचं. शिवाय मोठे अधिकारी. मी काय बोलणार ! त्यांना त्या पोलिस्तानी नर्समध्ये खूप रस असायचा ज्या एब्युलंस कोरमध्ये काम करीत होती. या पोलिस्तानी मुली म्हणजे भलत्याच आघाव. मोठ मोठ्या गोऱ्या पिंढऱ्या, सदृढ, उठावदार छाती. अनेकजणी माझ्या दोस्त होत्या. परंतु जेव्हा मी आइरनला भेटलो तर सगळं विसरलो. संपूर्ण इराणला विसरलो. फारच आकर्षक होती. सगळे अवयव लहान लहान होते. तुमची नजर त्यांच्या गोऱ्या पिंढरीवर आणि छातीवर असेल तर कल्पना करा की त्यांचे हात डबल रोटीप्रमाणे असतील. त्यांची बोटे इतकी मोठी असतील की एखाद्या झाडाची फांदी. परंतु नाही मित्रा. त्यांचे हात फारच नाजूक होते आणि बोटे, तुम्ही असे समजा की चुगताईची बनवलेला फोटोची मखरती नाही, पण पातळ होती-मी तर तिच्यावर फिदा झालो. काही दिवसातच तिचे आणि माझे नाते मर्यादेबाहेर गेले.”

इतके सांगून शेख थांबला. आणखी एक पॅक ग्लासामध्ये ओतला आणि सोडा मिसळून गटागट पिऊन टाकला. "आठवण देवू नका मला याची." मी त्याला म्हणालो, लेफ्टिनंट साहेब, तुम्ही स्वतः तर सांगू लागलात."

त्याने कपाळावर आठ्या चढवत माझ्याकडे पाहिले. त्याने आणखी एक पॅक ग्लासात ओतला आणि बिगर पाण्याची पिल्याने खोकलू लागला. खोकून खोकून हाल झाले त्याचे. "काही खरं नाही तुझं."

अरे माझं काही खरं नाही म्हण्याचा इथे काय संबंध होता ?" त्याचा खोकला आता बंद झाला होता आणि तो रूमालाने त्याचे तोंड पुसत होता, काही विचारू नकोस बाबा." दुसऱ्या दिवशी रात्रीच्या वेळी कर्नलसाहेबांची आणि माझी भेट झाली. त्यांनी मोठ्या व्यंगात्मक पद्धतीने म्हटले, बोला राजकुमार, मला म्हतारा म्हणालात. तू ती म्हण ऐकली नाहीस, नया एक दिन पुराना सौ दिन."

मी त्यांना विनंती केली, कर्नल साहेब, तुमची आणि माझी बरोबरी कुठे आहे." परंतु मी मनातली मनात विचार केला की या म्हताऱ्याचा एक पाय मसनवट्यात असताना याला प्रेमाच्या गोष्टी आठवू लागल्यात."

"मी तर देवा शपथ, या वयाचा झाल्यावर आत्महत्या करीन. अशा तोंडासहीत ज्यात अर्धे दात नकली आहेत. माझ्या आइरनवर याची नजर आहे. कर्नल असेल तर त्याच्या घरचा. त्याने पुन्हा तिचं नाव जरी काढलं तरी असा ठोसा मारलील की वाळलेल्या मानेतून मनका बाहेर येईल."

उशीरापर्यंत त्या म्हाताऱ्या खडूस सोबत त्या सुंदर आइरनची चर्चा होत रहायची आणि तो व्यंग करणे काही सोडत नव्हता. व्हिस्कीचा चौथा राउंड चालू होता. मी माझ्या ओठांवर फार वेगळेच हास्य आणले आणि त्याला म्हणालो, कर्नल साहेब, जो तुम्हाला म्हतारा म्हणेल, तो स्वतः म्हतारा आहे. तुम्ही तर अजून धडधाकट आहात."

"ही बैठक संपल्यामुळे मी तर खूप खुश झालो, आइरनने मला शब्द दिला होता की दुसऱ्या दिवशी अमुक अमुक हॉटेलमध्ये रात्री सात वाजता भेटणार असल्याचा. याला फौजियांची परवानगी होती. रविवार होता, म्हणून वर्दी न घालता मी सामान्य सूट परिधान करून गेलो. सात वाजायला अजून नऊ मिनीट बाकी होते. मी डाइनिंगहॉलमध्ये दाखल झालो. तर मी जागच्या जागी थांबले. कर्नल उस्मानी साहेब जवळपास बसलेल्या लोकांची पर्वा न करता आइरनचा दीर्घ किस घेते होते. मला असे वाटले की मी त्या कर्नलपेक्षा अधिक म्हतारा खडूस बनलो आहे."

८.

अनारकली

त्याचं नाव सलीम होतं. पण त्याचे दोस्त त्याला शहजादा सलीम म्हणत असत. कदाचित यामुळे की त्याच पेहराव तशा प्राकरचा होता. रूबाबदार होता. वागण्या-बोलण्यातून श्रीमंती दिसत होती.

त्याचा बाप पी. डब्लू. डी. च्या कार्यालयात नोकर होता. पगार फार तर शंभर रूपये असेल, पण थाठ मोठा. उघडच आहे की वर कमाई करायचा. याचमुळे सलीमच्या अंगावर चांगले कपडे होते. पॉकेटमनी पण त्याला भरपूर मिळत असायची. एकूलता एक असल्याने असेल कदाचित.

राहणीमान नेहमीच ठाकठीक असायची. त्याच्याकडे अनेक पँट आणि शर्ट असायचे. तो दररोज बदलून वापरायचा. बूट कमीत कमी २० च्या आसपास असतील. जेव्हा कॉलेजला होता, त्यावेळी अनेक मुली त्याच्यावर मरायच्या, पण त्याला त्याचं काही नसायचं. शेवटी त्याची नजर सीमा नावाच्या मुलीवर स्थिर झाली. सलीमने तिच्याशी मैत्री करण्याचा प्रयत्न केला. त्याला विश्वास होती की तिच्यासोबत धागे जुळतील. इतकेच नाही तर त्याला असेही वाटायचे की सीमा त्याच्यावर फिदा होईल आणि ती आभार व्यक्त करील की त्याने तिच्याकडे प्रेमभावनेने पाहिले.

एक दिवशी सलीमने सीमाला प्रथमच संवाद साधण्याचा प्रयत्न करीत म्हटले, “किती हे पुस्तकाचं ओझे घे मी घेतो काही त्यातले. माझा तांगा तिकडे उभा आहे. तुला आणि तुझ्या ओझ्याला घरापर्यंत पोहचवतो.

सीमाने तिची पुस्तके बगलेत धरून फारच कोरडया स्वरूपात उत्तर दिले, “तुझ्या मदतीची मला गरज नाही, तरीपण आभार व्यक्त करते.”

शहजादा सलीमला त्याच्या जीवनातला फारच मोठा धक्का मिळाला. काही क्षणासाठी त्याचं ओशाळलेपण कमी करीत राहिला. त्यानंतर तो सीमाला म्हणाला,

"स्त्रीला पुरूषाच्या आधाराची गरज पडते." मला नवल वाटते की तू माझा प्रस्ताव का झिडकावरून टाकलास ?"

सीमा अधिकच कोरड्या शब्दात बोलली, "स्त्रींयाना पुरूषाची गरज असेल, पण मला तरी अशी गरज वाटली नाही." त्याबद्दल तुझे आभार मी व्यक्त केले आहेत. यापेक्षा अधिक तुला काय हवे आहे ?"

असे म्हणून सीमा निघून गेली. शहजादा सलीम जो अनारकलीचे स्वप्न पहात होता, डोळे समोर मारे आले होते त्याच्या. त्याला चांगलाच धडा मिळाला होता.

यापुर्वी त्याच्या जीवनात अनेक मुली आल्या होत्या, ज्या त्याच्या बोटाच्या इशाऱ्यावर चालत होत्या..परंतु ही सीमा स्वतःला काय समजते. यात काही शंका नाही की ती सुंदर आहे. जितक्या मुली मी आजपर्यंत पाहिल्या आहेत, त्यामध्ये सर्वांत अधिक सुंदर आहे. परंतु मला नाकारणे म्हणजे मोठाच अन्याय आहे. मी आवश्य याचा बदला घेईन. मग काहीही झाले तरी चालेल.

शहजादा सलीमने तिचा बदला घेण्याच्या अनेक योजना बनवल्या, परंतु यशस्वी झाल्या नाहीत. त्याने इथपर्यंत विचार केला की तिचे नाक कापावे. त्याने असे केलेही असते पण सीमाच्या चेहऱ्यावर ते शोभून दिसत होते. कितीही मोठा चित्रकार असला तरी तशा नाकाची कल्पना तो करू शकत नव्हता.

सलीमला त्याच्या मनाप्रमाणे काही करता आले नाही. परंतु नशीबाने त्याला साथ दिली. त्याच्या आईने त्याच्यासाठी मुली पहायला सुरूवात केली. शेवटी नजर सीमावर पडली जी तिच्या मैत्रीणीच्या मैत्रीणीची मुलगी होती.

विषय निघाला पण सलीमने नकार दिला. तिचे आई-वडील खूप नाराज झाले. घरात दहा बरा दिवस चांगला हंगामा चालला. सलीमचे वडील थोडे कडक होत. त्यांनी त्याला सांगितले, हे पहा, तुला आमचा निर्णय मान्य करावा लागेल." सलीम हट्टी होता. म्हणाला, "तुमचा निर्णय काही हाईकोर्टाचा निर्णय नाही. शेवटी मी काय अन्याय केला आहे ज्याचा निर्णय तुम्ही माझ्यावर लादत आहात."

त्याचे असे बोलणे ऐकून त्याच्या वडिलाना वैताग आला, तुझा हा गुन्हा आहे की तू आदेश पाळत नाहीस. आपल्या आई-वडीलांचे म्हणणे ऐकत नाहीस. विरोधात वागतो. मी तुला संपत्तीमधून बेदखल करील."

सलीम थोडा नरम पडला, परंतु अब्बाजान, लग्न माझ्या मनाप्रमाणे झाले पाहिजे."

"सांग, तुला कसं करायचं आहे लग्न ?"

फापण शांतपणे ऐकून घेणार असाल तर सांगेल. ?"

मी शांतच आहे. तुला जे काही सांगायचे आहे ते तात्काळ सांगून टाक. माझ्याकडे अधिक वेळ नाही आहे."

"सलीम थांबून थांबून सांगू लागला, मला...मला एक मुलगी पसंत आहे."

त्याचा बाप ओरडलाच, कोण आहे ती ?"

सलीम थोडा वेळ थांबला, एक मुलगी आहे."

"कोण आहे ती ? काय नाव आहे तिचे ?"

सीमा ! माझ्या सोबत कॉलेजमध्ये शिकत होती."

मियां इफ्तखारूद्दीन यांची मुलगी ?"

जी हा. तिचे नाव सीमा इफ्तखार आहे. माझ्या मते ती तिच आहे."

याचे वडील मनसोक्त हसू लागले. अरे बावळटा तुझे लग्न तिच्यासोबतच ठरले आहे, काय ती तुला पसंत करते ?"

सलीम चवताळल्यासारखा झाला. हे कसे घडले. त्याला काही समजेनासे झाले. त्याचे वडील खोटे तर बोलत नव्हते ना ? सलीमला प्रश्न विचारण्यात आला होता, त्याचं उत्तर त्याच्या वडिलाना मिळू लागलं नव्हतं. म्हणून त्यानी दरडावून विचारले, "सलीम, ती मुलगी तुला पसंत करते का ?"

सलीम म्हणाला, नाही जी."

तुला हे कसे माहीत ?"

तिला...तिला एकदा मी माझ्या मनातले बोललो होतो, परंतु तिने मला..."

तुला विश्वासपात्र समजले नाही."

होय, काहीच रस दाखवला नाही."

सलीमच्या वडीलांनी त्यांच्या टकलावरून थोडावेळ हात फिरवल्यानंतर म्हटले, "तर मग हे लग्न नाही व्हायला पाहिजे. मी तुझ्या आईला सांगतो की मुलीकडील लोकांना सांग की मुलगा तयार नाही.

सलीम एकदम भावनीक झाला, "नाही अब्बाजान ! असे करू नका. लग्न झाल्यावर सगळं ठीक होईल. मी तिच्यावर प्रेम करतो आणि कोणाचेही प्रेम असे वाया जात नाही. परंतु तुम्ही त्या लोकांना अर्थात सीमाला हे माहीत होऊ देऊ नका की तिचे लग्न माझ्यासोबत होत आहे. माझ्याबद्दल तिने फारच उदासी दाखवली होती."

त्याच्या बापाने स्वतःच्या टकलावरून हात फिरवला, "मी विचार करतो या संदर्भात." असे म्हणून ते निघून गेले. त्यांना एका ठेकेदाराकडून काही पैसे घ्यायचे होते, मुलाच्या लग्नाचा खर्च करण्यासाठी.

शहजादा सलीम रात्री झोपला त्यावेळी त्याला अनाकरकलीच्या प्रेत्यक अदा आठवल्या. रात्रभर तो तिचे स्वप्नं पहात राहिला.

घोड्यावर बसून बागेत आला-लग्नाचा पेहराव करून. घोड्यावरून उतरून पायवाटेने जात आहे. पहातो तर अनारकली डाळिंबाच्या उंच फांदीवरून एक कळी तोडण्याचा प्रयत्न करीत आहे. तिच्याजवळील जाडजूड पुस्तके जमिनीवर पडली आहे. केस विस्कटले आहेत आणि ती निरर्थकपणे तिचा हात त्या फांदीपर्यंत पोहचविण्याचा प्रयत्न करीत आहे. पण यशस्वी होत नाही.

तो तिच्याकडे सरकला. अनारच्या झाडीच्या मागे उभा राहून त्याने त्या फांदीला पकडले आणि वाकवले. सीमाने ती कळी तोडली जिच्यासाठी इतका प्रयत्न करीत होती. परंतु तिला तात्काळ याची जाणीव झाली की ती फांदी कशी वाकली.

ती असा विचार करीतच होती की शहजादा सलीम तिच्याजवळ गेला. सीमा घाबरली. परंतु स्वतःला सावरत तिने तिची पुस्तके उचलली आणि बगलेत मारली. डाळिंबं तिच्या ओटीत भरली आणि कोरड्या शब्दात असं म्हणत निघून गेली, "तुझ्या मदतीची मला गरज नव्हती. तरीपण आभार व्यक्त करते."

रात्रभर तो अशाप्रकारची स्वप्ने पहात रहिला-सीमा, जाडजुड पुस्तके, अनारची कलीया आणि लग्न आणि धामधूम.

लग्न झाल. शहजादा सलीम या प्रसंगी अनारकलीची एक झलक देखील पाहू शकला नव्हता. तो त्या क्षणासाठी तडफडत होता, ज्या क्षणी सीमा त्याच्या बहुपाशात असेल. तो तिच्यावर इतके प्रेम करील की ती परेशान होऊन रडायला सुरूवात करील.

सलीमला रडणाऱ्या मुली खूप पसंत होत्या. त्यांच हे तत्त्वज्ञानच होतं की स्त्री ज्यावेळी रडते त्यावेळी फार सुंदर दिसू लागते. तिचे अश्रू दवबिंदूप्रमाणे चमकदार असतात, जे पुरूषांच्या भावनीक फुलांवर टपकतात तर त्याला त्यामुळे असे सुख, असे समाधान मिळते जे इतर कोणत्याही वेळी मिळत नाही.

रात्री दहा वाजाता नवरीला नवरदेवाच्या खोलीत दाखल करण्यात आले. सलीमला पण परवानगी मिळाली होती तिच्या कमऱ्यात जाण्याची. मुलींच चिडवणं आणि परंपरा संपल्यावर तो कमऱ्यात दाखल झाला.

फुलांने सजलेल्या सेजवर नवरी घुंघट काढून दगडासारखी बसली होती. शहजादा सलीमने खास अशी सोय केली होती की फूल अनारकलीचे कळया बनाव्यात.

तो धडधत्या ऱ्हदयाच्या स्पंदनाने तिच्याकडे सरकला आणि तिच्याजवळ बसला. खूप वेळ तो तिच्याशी काहीच बोलू शकला नाही. त्याला असे वाटले की तिच्या

जवळपास पुस्तके असतील जे ती उचलू देणार नाही. शेवटी धाडस करून तो म्हणाला, "सीमा..."

हे नाव घेताच त्याची जीभ कोरडी पडली. परंतु त्याने पुन्हा हिंमत केली आणि नवरीच्या चेहऱ्यावरून घुंगट बाजूला केले आणि चकितच झाला-ती सीमा नव्हती, कोणी दुसरीच मुलगी होती. अनारच्या सर्व कळ्या, त्याला असं वाटलं की सुकून गेल्या आहेत.

९.

तमाशा

दोन तीन दिवसापासूनच विमानं गिधाडाप्रमाणे पंख पसरून मोकळया हवेत घिरट्या घालत होते. जणू काही एखाद्या शिकरीवर झडप घालणार आहे. धुळीची हवा अवेळी होणाऱ्या पावसाप्रमाणे काही घडणार आहे, याचे सकेत देत होते. निर्मनुष्य बाजारात पोसिांची गस्त भीतीदायक वातारण पैदा करीत होते.

ते बाजार जे काही काळापुर्वी लोकांच्या गर्दीने फुलून जाते होते, आता ते कोणत्यातरी अज्ञात भीतीने ओस पडली आहेत. शहराच्या वातावरणावर एक रहस्यमयी शांतता पसरली होती आणि भयानक भीती जन्माली आली होती. खालिद घरच्या शांत आणि स्तब्ध वातावरणात घाबरून आपल्या वडिलाजवळ बसून गप्पा करीत होता. अब्बा मला शाळेत का नाही जऊ देत ?"

बेटा, आज शाळेला सुट्टी आहे.'

मास्टर साहाब ने तर आम्हाला सांगितले नाही. ते तर काल सागत होते, की जो कोणी होमवर्क पूर्ण करणार नाही त्याला चांगली शिक्षा दिली जाईल.

ते सांगायला विसरले असतील.

तुमच्या ऑफिसला सुट्टी असेल."

हो, आमचे ऑफिस पण आज बंद आहे."

चला हे बरं झालं आज तुमच्याकडून एखादी गोष्ट ऐकता येईल."

अशी चर्चाच चालू असताना तीन चार विमानं त्यांच्या डोक्यावरून घिरट्या घालून निघून गेले. खालिद त्यांना पाहून चांगलाच घाबरला. तो तीन चार दिवसापासून हे सगळं पहात होतो. पण त्याला काही समजत नव्हतं. त्याला नवल वाटत होतं की ही विमानं अशा उन्हात का घिरट्या घालत आहेत. त्यांच्या रोजच्या या अशा कृत्याला कंटाळून तो बोलला, अब्बा, मला या विमानांची भीती वाटू लागली आहे. तुम्ही त्या

विमान चालकाला सक्त ताकिद द्या की ते आपल्या घरावरून नाही गेले पाहिजेत.

"भीती ? वेडा तर नाही झालास खालिद ?"

अब्बा, हे विमानं फार भीतीदायक आहेत. तुम्हाला माहीत नाही, एक ना एक दिवशी ते आपल्या घरावर बॉम्ब टाकतील. काल सकाळी मामी अम्मीला सांगत होते की या विमानात खूप सारे दारू गोळा असतो म्हणून. अब्बा, लक्षात ठेवा या विमानाने असलं काही केलं तर माझ्याकडे पण एक बंदूक आहे. जी तुम्ही मागच्या ईदला मला दिली होती." खालिदचे वडील मुलाच्या फाजिल धाडसावर हसत म्हणाले, "मामी तर पागल आहे, मी तिच्यासोबत बालतो की तिने घरात असं काही बोलू नये. खात्री बाळग. त्या असं काही बोलणार नाहीत."

आपल्या वडिलावर नाराज होऊन खालिद त्याच्या खोलीत गेला आणि बंदूक काढून निशाणेबाजीचा साराव करू लागला. यामुळे की समजा एखाद्या दिवशी विमानवाल्यांनी गोळा बारूद फेकला तर आपलाही निशाणा वाया जाऊ नये आणि त्यांचा बदला घेतल्या जाईल.

बदला घेण्याची ही छोटी भावना प्रत्येकात निर्माण झाली तर किती बरे होईल !

बदला घेण्याचे निरनिराळे स्वप्न एक बालक पहात असताना, खालिदचे वडील त्याच्या पत्नीजवळ बसून मामीला सल्ला देत होता की घरात अशा काही चर्चा करू नका ज्यामुळे खालिदला भीती वाटेल.

मामी आणि बायकोला एकप्रकारचा सल्ला देऊन ते घराच्या मोठ्या दरवाज्याजवळ आलेच होते, तशात खादिमने एक बातमी आणली की शहरातील लोक बादशहाने मनाई केल्यावरही रात्रीच्या वेळी एक कार्यक्रम करणार आहेत. असा अंदाज वर्तवला जात आहे की कसली न कसाली दुर्घटना आवश्य घडणार आहे.

खालिदचे वडील ही बातमी ऐकून चांगलाच घाबरले. आता त्यांना खात्री पटली की बिघडलेले वातावरण, विमानाच्या घिरट्या, बाजारातील ती पोलिसांचा गस्त, लोकांच्या चेहऱ्यावरील उदासी आणि अवेळी घोगावणारे जीवघेणे धुळीचे वादळ कोणत्यातरी दुर्घटनेचे संकेत आहेत. ती दुर्घटना कसल्याप्रकारची असेल, हे खालिदच्या वडिलांना सोडून दुसऱ्या कोणालाही माहित नव्हतं.

पूर्ण शहर एका अज्ञात भीतीने व्यापले होते. बाजारात जाण्याचा विचार करीत खालिदचे वडील साधे कपडे बदलू शकला नव्हता, तशात विमानाच्या घिरट्याचा आवाज झाला. तो घाबरला. त्याला वाटले, शकडो माणसं एकाचवेळी कसल्यातरी वेदनेने विव्हळत आहेत.

खालिद विमानाचा गोंगाट ऐकून आपल्या बंदुकीसहीत घराबाहेर आला आणि त्यांना पाहू लागला, म्हणजे त्यांचे तिकडून गोळाफेक झाले की हा निशाणा साधून विमानाला खाली पाडणार होता. यावेळी त्या सहा वर्षाच्या मुलाच्या चेहऱ्यावर मजबूत इच्छा आणि दृढ सकंल्प दिसत होता. ते पण बंदूकीचे खेळणे हातात घेऊन खऱ्या सैनिकाचा अपमान करीत होता. असे वाटत होते की तो आज अशा भीतीला जिने त्याला अनेक दिवसापासून घाबरवून सोडले होते, संपवायला निघाला होता.

खालिद पहात असतानाच विमानातून कागदाच्या तुकड्यासमान काही वस्तू पडताना दिसल्या. त्यापैकी काही खालिदच्या घरावर पण पडल्या. खालिद पळत पळत आपल्या वडिलाकडे ते कागदाचे तुकडे घेऊन गेला.

अब्बाजान ! मामी खरोखरच बोलत होती. विमानवाल्याने गोळाबरूद न फेकता ही कागदं फेकली आहेत.

खालिदच्या वडीलांनी ते कागदं वाचायला सुरूवात केली तर चित्र स्पष्ट झालं. काय होणार आहे ते स्पष्ट झालं. या पत्रकावर स्पष्ट लिहिलं होतं, बादशहाने कोणत्याही कार्यक्रमाला परवानगी देऊ नये आणि दिल्यास जे काही होईल त्याला जबाबदार सर्वस्वी जनता असेल.

पत्रक वाचून आपल्या वडिलाना असं परेशान झालेलं पाहून खालिदने घाबरत विचारले, यामध्ये असे तर लिहिले नाही ते आमच्या घरावर गोळा बारूद फेकणार आहेत ?”

खालिदच्या वडीलाने त्याच्या प्रश्नाचे उत्तर देण्याऐवेजी त्यालाच समजावले, ‘खालिद, यावेळी तू जा, तुझ्या बंदूकीसोबत खेळ.’

पण यामध्ये काय लिहिले आहे ?

चर्चा अधिक वाढवू नये म्हणून खोटे बोलत खालिदचे वडील खोटे बोलले, ‘त्यात असे लिहिले आहे की आज रात्री एक तमाशा होईल.

तमाशा होईल, खालिद खूश झाला. तर मग आपणही जाणार ना ?”

“काय म्हणालास ?” खालिदचे वडील दचकले.

‘काय या तमाशाला मला घेऊन जाणार नाहीत ?”

जाणार, आता जा, जाऊन खेळ.”

कोठे खेळू ? बाजारात तर तुम्ही मला जाऊ देत नाहीत. मामी माझ्यासोबत खेळत नाही. माझ्यासोबत शिकणारा माझामित्र देखील आता येत नाही. आता तुम्हीच सांगा, खेळ तू कोणासोबत ? रात्रीच्या वेळी तर तमाशा बघायला चला ?

कोणत्याही उत्तराची वाट न पहात खालिद खोलीच्या आत गेला आणि या खोलीतून त्या खोलीत भटकत वडीलाच्या बैठकरूममध्ये पोहचला, जिच्या खिडकीचे तोंड बाजारच्या दिशेने होते.

खिडकीजवळ जाऊन तो बाजाराकडे पाहू लागला, तर काय दिसले, बाजारातील दुकाने बंद, परंतु ये-जा चालू आहे. लोक कार्यक्रमला जाण्यासाठी निघाले आहेत. त्याला खूप नवल वाटले की दुकाने का बंद आहेत.

हे समजून घेण्यासाठी त्याने त्याच्या लहान मेंदूला ताण दिला, पण तो कसलाच अंदाज लाऊ शकला नाही. खूप विचार केल्यावर त्याने असा विचार केला की तमाशा पहाण्यासाठी, ज्याचे पत्रकं वाटल्या जात आहेत, म्हणून दुकानं बंद असावीत.

त्याला असे वाटले की हा तमाशा फारच वेगळा असावा, ज्यासाठी दुकानं बंद करण्यात आली आहेत. या विचाराने तो त्याला त्याचे वडील तमाशा पहायला घेऊन कधी जात आहेत, याची वाट पाहू लागला.

वेळ निघून चालली होती....ती जीवघेणी वेळ जवळ येत चालली होती.

तिसऱ्या प्रहरची वेळ होती. खालिद, त्याचे वडील आणि आई शांत बसून एकमेकांच्या डोळ्यात पहात होते. हवा आवाज करीत वहात होती.

तड-तड असा आवाज ऐकल्यावर तर खालिदच्या वडीलाच्या चेहऱ्यावरचा रंग कागदाप्रमाणे सफेद झाला. तोंडातून कसेबसे इतकेच बोलू शकले, गोळी !"

खालिदची घाबरलेली आई तोंडातून एक शब्दही काढू शकली नाही. गोळीचे नाव घेताच जणू तिच्या छातीत गोळी उतरली आहे, असं तिला वाटलं. हा आवाज ऐकल्यावर वडीलाचे बोट पकडून खालिद म्हणाला, अब्बा, चला, तमाशा सुरू झाला आहे.'

"कोणता तमाशा ? आपली भीती लपवत खालिदचे वडील म्हणाले"

तो तमाशा ज्याचे पत्रक आज विमानातून वाटले जात होते, तमाशा सुरू झाला आहे. म्हणून तर इतके फटाक्याचे आवाज ऐकू येत आहेत.

अजून खूप वेळ बाकी आहे, तू गडबड करू नकोस.' आता जा. मामीजवळ जाऊन खेळ."

वडिलाचा सल्ला ऐकून खालिद स्वयंपाक घराकडे गेला. तिथे मामी न मिळाल्याने पुन्हा तो खिडकीजवळ आला आणि खिडकीतून बाजाराकडे पहात राहिला. बाजारात आता कोणीही येताना किंवा जाताना दिसत नव्हतं. दूर तिकडे कुत्र्याचे भुंकणे ऐकू येत होते. काही क्षणातच त्या कुत्र्याच्या भुंकण्याच्या आवाजात माणसाचा आवाज मिसळला.

कोणाच्यातरी विव्हळण्याचा आवाज ऐकून खालिद परेशान झाला. आता तो या आवाजाचा कानोसा घेतच होता तशात त्याला एक मुलगा दिसला, जो ओरडत ओरडत चालला होता. खालिदच्या अगदी समोरच्या खोलीसमोर तो लडखडला आणि खाली पडला आणि पडताच बेशुद्ध पडला. त्याच्या पिंढरीवर जबरदस्त जखम होती. ज्यातून रक्त वहात होते.

हे दुष्य पाहून खालिद खूपच घाबरला. पळत आपल्या वडिलाकडे गेला आणि म्हणू लागला, ''अब्बा, अब्बा बाजारात एक मुलगा खाली पडला आहे. त्यांच्या पायातून खूप रक्त वहात आहे.

हे ऐकताच खालिदचे वडील खिडकीजवळ गेले आणि पहातात तर खरंच एक तरूण बाजारात एका अंगावर पडून आहे. बादशहाची दहशतच इतकी होती की कोणी हिंमतच करू शकणार नव्हते की कोणी त्याला उचलून मलमपट्टी करीन.

अब्बा, या मुलाला कोणी मारले आहे ? खालिदचा बाप 'हो' असे म्हणत खोलीच्या बाहेर गेला.

आता खालिद खोलीत एकत्र होता. तो विचार करू लागला की मुलाला त्या जखमेमुळे किती त्रास झाला असेल, एकदा त्याला थोडा चाकू लागल्यामुळे रात्रभर झोप आली नव्हती. त्याचे वडील आणि आई रात्रभर त्याच्या उषाला बसले होते. असा विचार केल्याने त्याला असे वाटू लागले की जखम जणू त्याच्या पायालाच आहे, त्याला भयानक वेदना होत आहेत. अचानक तो रडू लागला. खालिदच्या रडण्याचा आवाज ऐकून त्याची आई धावत आली आणि त्याला कवटाळत विचारू लागली, ''माझ्या लाडक्या का रडू लागला ?''

''अम्मी, त्याला कोणतरी मारले आहे.''

''काहीतरी खोडी केली असेल त्याने.'

''पण शाळेत तर छडी मारतात ज्यामुळे रक्त निघत नाही.'

''छडी जोराने लागली असेल.''

पण या मुलाला अशाप्रकारे का मारण्यात आले आहे. एकदा मास्तरजीने माझा कान पकडला होता तर अब्बाजानने तक्रार केली होती मुख्याध्यापकाकडे.

''या मुलाचा मास्तर खूप मोठा माणूस आहे.''

''अल्लाह मियांपेक्षा मोठा ?''

''नाही, त्यापेक्षा छोटा आहे.''

तर तो अल्लाहमियांकडे तक्रार करील ?

"आज उशीर झाला आहे, चल झोपली जा."

अल्लाह मियां, मी प्रार्थना करतो की तू त्या मास्तरला ज्याने त्या मुलाला मारले आहे, चांगली शिक्षा दे आणि त्याची छडी हिसकावून घे. त्याच्या छडीने रक्त निघते....मी बराखडी पाठ केली नाही, म्हणून मला भीती वाटत आहे की ती छडी माझ्या मास्तरच्या हाताला लागू देवू नकोस. तुम्ही माझे म्हणणे ऐकले नाही तर मी पण तुमच्यासोबत बोलणार नाही. झोपताना मनातली मनात खालिद ही प्रार्थना करीत होता.

१०.

मॅडम डीकॉस्टा

नऊ महिने पूर्ण झाले होते. माझ्यापोटात आता पहिल्यासारखी गडबड नव्हती, पण मॅडम डीकॉस्टाच्या पोटात उदरं धावपळ करीत होती. ती खूप परशान होती. मध्ये येणाऱ्या तमाम अवेळी उद्‌भवणाऱ्या समस्या विसरली होती आणि मॅडम डीकॉस्टाच्या तबियत ठीक होऊ लागली होती. मॅडम डीकॉस्टा माझ्या शेजारी होती. तिच्या बाल्कनीत आणि माझ्या बाल्कनीत लाकडाचा एक आडोसा होता. ज्याला असंख्य छिद्र पडले होते. त्या छिद्रातून मी आणि माझ्या सासू मॅडम डीकॉस्टा सगळ्या लोकांना जेवताना पाहू शकत होतो. जेव्हा तिच्या घरी वाळलेले झिंगे यांची भाजी होत असे, त्यातून सहन न होणारा त्याचा दर्प छिद्रातून आमच्यापर्यंत पोहचत असे, अशावेळी मी आणि माझी सासू बाल्कनीकडे साधं तोंडही करीत नसत.

मी आजपण असा विचार करते की इतकी दर्प देणारा पदार्थ सेवन कसा केल्या जाऊ शकतो. पण काय सांगणार बाबा, माणूस काय खात नाही ! कोणास ठावे त्याना अशा दर्पातच मजा वाटत असेल. मॅडम डीकॉस्टाचे वय किमान चाळीस बेचाळीस असावं. तिचे कापलेले केस, त्यांचा रंग आता अगदीच फिका पडला होता आणि ज्यात असंख्य पांढरे केसाच्या बटा झाल्या होत्या. तिच्या लहानशा डोक्यावर, घासलेली उष्णरोधक टोपी म्हणून शिल्लक होती. कधी कधी ती ज्यावेळी फारच भडक रंगाचा फ्रॉक परिधान करीत असे, अशावेळी डोक्यावर कसलेतरी जाळीचे वस्त्र ओढायची. ज्यामुळे तिचे कापलेले कसे तिच्या डोक्याला चिकटून जायचे. अशा आवस्थेत ती टेलर्सना अशी मॉडल दाखवत असे, जे विक्रीला काढलेल्या घरात पडून आहे. मी अनेकदा तिला अशा केसांमध्ये लहरी उत्पन्न करण्याचा प्रयत्न करीत असताना पाहिले आहे. जेव्हा ती तिच्या चार मुलांना सकाळचा नास्ता देते, त्यापैकी अलिकडेच फौजमध्ये भरती झाला होता आणि स्वतःला हिंदस्थानच्या वैद्यांच्या यादीतला समजत होता.

आणि दुसरा, कडक इस्त्री केलेले कपडे परिधान करून खाली येत असे. लहान लहान ख्रिश्चन मुलीसोंबत गोड गोड बोलत असे.

मुलांना नास्ता दिल्यावर आणि आपल्या वयोवृद्ध पतीला जो रेल्वेत नोकर होता, बाल्कनीमधून हातबाहेर काढत त्याला एकदा बाई बाई केला की तिला सुट्टी मिळाल्याचा आनंद मिळे. त्यांनतर त्या कापलेल्या केसांमधून लहर उत्पन्न करणाऱ्या क्लिपा लाऊन असे समजायची की तिच्या घरी लहान मूल कधी जन्माला येणार आहे. तिला तसे अर्धे डझन मुलं होती. त्यापैकी पाच जिंवत होते. त्यांचा जन्म होणार असल्याच्या अर्विभावात ती अशी दिवस मोजायची किंवा मूलं आपोआप जन्माला येतील म्हणून गप्प रहायची ?

त्याबद्दल मला माहित नाही पण मला एक गोष्ट निश्चित माहित आहे की जे माझ्या पोटात होते, ज्यामुळे मॅडम डीकॉस्टाला, जिचा डावा पाय आणि त्याच्यावरील वरचा भाग, कसल्यातरी आजाराने नेहमी सुजेला असतो, त्यात फार रस होता. ठरवून दिवसातून अनेकदा बाल्कनीत डोकावून मला आवाज देत असायची आणि ग्रामरची पर्वा न करणारी इंग्रजीत, जे न बोलणे म्हणजे तत्कालीन सरकारचा अपमान होता, मला म्हणायची, "मी म्हणते, आज तू कुठे गेला होता..."

ेतेव्हा मी सांगायचे की मी माझ्या नवऱ्यासोबत शॉपीगला गेले होते, तर तिचा चेहरा फिका पडायचा. मग ती इग्रजीत बोलायचं विसरून बॉम्बे स्टाईल हिंदीत बोलायची, तिच्या बोलण्याचा अर्थ असायचा की मला मूल जन्माला येण्यासाठी आणखी किती दिवस बाकी आहेत, हे माझ्याकडून माहित करून घेणे.

मला माहित असतं तर मी तिला निश्चितच सांगितले असते, काय हरकत होती. बिचारीला असं अप्रत्यक्ष कानोसा घ्यावा लागला नसता आणि मला पण नेहमीच अशा प्रश्नांचा सामना करवा लागला नसता. पण समस्या अशी होती की मला मुलाचा जन्म आणि त्यासंदर्भात कसली माहिती नव्हती. मला फक्त इतकेच माहित होते की नऊ महिने झाले की मूल जन्माला येतं.

मॅडम डीकॉस्टाच्या हिशोबाप्रमाणे नऊ महिने पूर्ण झाले होते. माझ्या सासुच्या मते आणखी काही दिवस बाकी आहेत. परंतु हे नऊ महिने मोजायला कधीपासून सुरूवात केली होती, याचा मी खूप विचार केला पण काही समजले नाही. मूल मला होणार होतं, लग्न माझं झालं होतं, परंतु सर्व हिशोब मॅडम डीकॉस्टाजवळ होता. अनेकदा मला असं वाटलं की हे सगळं माझ्यामुळेच आहे. मी जर लहानशा वहीत, जी धोब्याचा

हिशोब ठेवण्यासाठी केली होती, तशीच एक वही यासाठी केली असती तर किती बरं झालं असतं.

इतके तर मला माहित होत आणि आहे की माझं लग्न २६ एप्रिलला झाले होते. म्हणजे २६ च्या रात्री मी माझ्या घरी असण्याऐवेजी माझ्या नवऱ्याच्या घरी होते. पण त्यांनतरच्या घटना अशा काही गोंधळात टाकणाऱ्या होत्या की मला आश्चर्य वाटते, मॅडम डीकॉस्टा माझे दिवस भरले आहेत आणि मुलाला उशीर झाला आहे, असं कसं म्हणत होत्या.

एका दिवशी तिने माझ्या सासुला उताविळ होत विचारले, "तुमच्या सुनेला दिवस भरूनही मूल झालेलं नाही. मागच्या आठवड्यातच जन्माला यायला हवं होतं."

मी आत सोफ्यावर बसले होते आणि आगामी घटनेबद्दल विचार करीत होते. मॅडम डीकॉस्टाचे असे बोलणे ऐकून मला हसायलाच आलं. असे वाटत होते की माझी सासु आणि मॅडम डीकॉस्टा एखाद्या रेल्वे प्लॅटफॉमवर उभ्या आहेत आणि रेल्वेला उशीर झाला आहे.

माझ्या सासुला देवाच वाचवो, तिला प्रतिक्षा करायला इतका वेळ नव्हता, तशी ती अनेकदा मॅडम डीकॉस्टाला बोलली होती, "काळजी करण्यासारखे काही नाही. ईश्वर त्याचा चमत्कार दाखविलच. काही दिवस अधिक पण होतात. पण मॅडम डीकॉस्टा तसं समजत नव्हती. जे दिवस तिने मोजले आहेत, ते चुकीचे कसे असतील ?

ज्यावेळी मॅडम डीसिल्वाला मूल होणार होतं त्यावेळी तिनं दूरवरूनच सांगतलं होतं की जास्तीत जास्त एक आठवडा लागेल. त्यांनतर अवघ्या चार दिवसानेच मॅडम डिसिल्वाला दवाखाण्यात दाखल करावे लागले. स्वतः मॅडम डीकॉस्टाला सहा मूलांना जन्म देण्याचा अनुभव होता, त्यापैकी एकालाही उशीर झाला नव्हता. तशात ती होती नर्स ! बरं झालं तिनं दाईगिरीचं प्रशिक्षण घेतलं नव्हतं. पण सगळेजण तिला नर्स म्हणत. काही ठराविक लोक. बाहेर फ्लॅटच्या छोट्याशा पाटीवर 'नर्स डीकॉस्टा' असे लिहिले होते. तिला मूल जन्माला येण्याचे महित नसेल नसेल तर कोणाला असेल ?

खोली नंबर १७ मध्ये रहाणाऱ्या मिस्टर नजीरचे नाक सुजले होते, अशावेळी मॅडम डीकॉस्टानेच कापसाची पट्टी मागवली होती आणि पाणि गरम करून लावली होती. वारंवर हिच घटना ती पुरावा म्हणून सादर करीत होती. मलाही ठराविक वेळी म्हणावे लागत होते, आपण किती नशीबवान आहोत की आपल्याला अशाप्रकारची शेजारीन मिळाली आहे, जी मनमिळावू तर आहेच शिवाय नर्स देखील."

हे ऐकून ती फार खुश व्हायची. याचा मला इतकाच फायदा झाला होता की 'यांना' एकदा ताप आला होता, तिनं बर्फ लावायची थैली तात्काळ आणून दिली होती. ती थैली एक आठवडा आमच्याकडे पडून होती आणि मलेरियाच्या अनेक पेशंटच्या उपयोगी पडत राहिली.

तशा तर मॅडम डीकॉस्टा फार सेवा करणाऱ्या होत्या पण त्यांच्या या सेवाभावात तिचं नाक खुपसनं मोठीच भूमिका पार पाडीत होतं. सोबतच तिला तिच्या शेजाऱ्यांचे सर्व राज जाणून घेण्यात मोठाच रस होता. मिसेस डीसिल्वा मॅडम डीकॉस्टा दोघी एकाच धर्माच्या होत्या. म्हणून तिच्या अनेक कमजोऱ्या तिला माहित होत्या. उदा. तिला हे माहित होतं की मिसेस डीसिल्वाचे लग्न क्रिसमसमध्ये झाले आणि मूल जुलैमध्ये. याचा स्पष्ट अर्थ होतो, तिचं खरं लग्न यापुर्वीच झालं होतं. तिला हे पण माहित होतं की मिसेस डीसिल्वा नाचकाम करते आणि बराच पैसा कमावते. आणि हे पण तिला माहित होतं की यापुर्वी ती यापेक्षा अधिक सुंदर होती, आज नसली तरी. म्हणून तिचं उत्पन्न पण पहिल्यापेक्षा कमी झाले आहे. आमच्या समोर जे यहुदी रहात होते, त्यांच्याबद्दल मॅडम डीकॉस्टाचे भिन्न भिन्न मत होते. कधी ती म्हणायची जाडी मोजेल, रात्री उशीरा येते, सट्टा खेळते आणि तो ठेंगणासा बुट्टा, छोट्या गल्लीमधून कोट पांघरून सकाळी घरातून निघून जातो आणि रात्री परत येतो, मोजलेचा जुना मित्र आहे. त्या म्हताऱ्याबद्दल तिनं ही माहिती शोधून काढली होती की तो साबून बनवतो, जिची डिझाईन खूप सुंदर आहे.

एका दिवशी तिनं आम्हाला सांगितले होते की मोजेलने तिच्या मुलीला, जी फार सुंदर होती आणि दररोज निळया रंगाची जिन्स घालून शाळेला जात होती, त्या व्यक्तीसोबत लग्न जुळवून ठेवले आहे जो दररोज एक पारसीला मोटारीत बसवून आणतो. मी त्या पारशाबद्दल केवळ इतकेच जाणते की त्याची गाडी नेहमी खाली उभी असते आणि तो मोजलच्या मुलीच्या होणाऱ्या नवऱ्यासहीत रात्र इथेच घालवतो.

मॅडम डीकॉस्टाला असे म्हणायचे होते की मोजेलची मुलगी फ्लोरीचा होणारा नवरा पारशाचा माटार ड्राइव्हरची बहिण लीलीचा प्रेमी आहे आणि जी तिची बहिण वायलेट सोबत त्याच फ्लॅटमध्ये रहात होती. वायलेटच्या संदर्भात मॅडम डीकॉस्टाचे मत अंत्यत खराब होते.

ती सांगायची की ती मुलगी, जिच्याजवळ नेहमी एक लेकरू असतं, फार खराब चारित्र्याची आहे आणि त्या लहान मुलाच्या बाबतीत तिने एक बातमी ऐकवली होती, लोकांना माहित असल्याप्रमाणे ती काही पारशाचे बेवारीस मूल नव्हतं, तर ते होतं खुद

वायलेटची बहिण लीलीचे मूल आहे आणि जी लीली आहे...मला केवह इतकेच माहित आहे, कारण जी वंशावही मॅडम डीकॉस्टाने तयार केली होती, ती इतकी लांब आहे की कदाचितच एखाद्याच्या लक्षात राहील.

केवळ आसपासची मंडळी आणि शेजारी पाजारी यांचीच मॅडम डीकॉस्टा माहिती पुरवत नव्हत्या, तर बाजूच्या गल्लीतल्या भानगडी देखील मॅडम डीकॉस्टा जाणून होत्या. आपल्या पायाला आलेली सूज यावर इलाज करण्यासाठी ज्यावेळी ती बाहेर जात असे त्यावेळी येताना बरीचशी माहिती घेऊनच ती परत येत असे.

एका दवशी मॅडम डीकॉस्टा माझे मूल जन्म घेण्याची प्रतिक्षा करून थकल्यावर, मी तिला बाहेर फाटकाजवळ तिच्या दोन मुलांना एका मुलीसोबत आणि शेजारच्या दोन बायकासोबत गप्पा करताना पाहिले. मला असा विचार करून फार वाईट वाटले की ती मला मूल जन्माला येण्यास उशीर होत असल्याबद्दल चर्चा तर करीत नसेल.

घराकडे निघताना तिने मला पाहिले होते. सरळ वर गेली. मी दरवाजा उघडून तिला बाहेर बाल्कनीतच बसवले. ओट्यावर बसताच तिने बाम्बेची हिंदुस्थानी आणि ग्रामरची वाट लावलेली इंग्रजी बोलायला सुरू केली, 'तू काही ऐकलंस ? मातमा बाईने काय केलं ? साली काँग्रस एक कायदा करू पहात आहे. आमच्या फ्रेडरीकला माहीत झालय की बाम्बेमध्ये प्रोहिबिशन होईल. तुझ्या लक्षात आलय, प्रोहिबिशन काय असतं ?"

मला माहित नाही असं मी दाखवलं, कारण जितकी इग्रजी मला येत होती, त्यात प्रोहिबिशन नव्हतं. पण मॅडम डीकॉस्टाने म्हटले, प्रोहिबिशन दारू बंदीला म्हणतात. मी विचारते, या कॉगेसचे आम्ही काय बिघवले आहे की दारू बंद करून आम्हाला परेशान करू पहात आहे. हे कसलं गौरमेंट आहे. मला हे अजिबात चांगलं वाटलं नाही.

आमचा सण कसा साजरा होईल ? आम्ही काय करणार ? व्हिस्की आमच्या सणाच्या दिवशी लागतेच. तुला समजतयना. क्रिसमस कसा होईल ? खिश्चन लोक तर या कायद्याला माणणार नाहीत. कसा माणू शकतात ? माझ्या घरी चोवीस तास ब्रांडी लागते. इथे कायदा पास झाला आहे तर कसं जमेल. हे सगळं काहीजणी करू लागल्यात. ज्या मुस्लीम लोकांचे एकदम दुश्मन आहेत. साल्यानो तुम्ही तर पित नाहीत आणि इतरांना पिण्यापासून रोखता. आणि तुला माहित आहे, हे आमच्या लोकांचं, मला म्हणायचे आहे, गौरमेंटचा सर्वांत मोठा दुश्मन आहे...

त्यावेळी असे वाटत होते की इंग्लिस्तानचा सगळा भाग मॅडम डीकॉस्टाच्या आत समावला आहे. ती गोव्याची रहाणारी, काळ्या रंगाची खिश्चन स्त्री होती, पण ज्यावेळी

ती असं बोलली त्योवळी कल्पनेने तिच्यावर सफेद रंग चढवला. थोड्या वेळासाठी ती यूरोपवरून आलेली गोरी महिला भासली, जिचा महात्मा गांधी आणि हिंदूस्थानचे काही देणे-घेणे नाही. संमुद्रपाण्यापासून मीठ तयार करण्याचे आंदोलन महात्मा गांधीने सुरू केले होते. चरखा चालवणे आणि खादी परिधान करणे त्यांनीच शिकवले होते. अशाप्रकारची बरंच काही बोलले होते.

कदाचित मॅडम डीकॉस्टाला असे वाटले की बॉम्बेमध्ये दारू यामुळे बंद केल्या जात आहे की इंग्रजांना त्रास व्हावा. ती कॉंग्रेसला आणि महात्मा गांधीला एकच समजत होती, ती म्हणजे लंगोटी.

महात्मा गांधी आणि त्यांच्या सात पिढ्याचा उद्धार केल्यावर मुख्य मुद्याकडे वळली. "आणि हा, तुझे मूल या जगात का येत नाही ? चल, मी तुला एखाद्या डॉक्टरकडे घेऊन जाते.

मी त्यावेळी विषय काढला, पण मॅडम डीकॉस्टाने घरी जाताना पुन्हा विषय काढला, हे पहा, काही उलट सुलट झालं तर पुन्हा मला दोष देवू नकोस.'

याच्यानंतर दुसऱ्या दिवसाची गोष्ट आहे, 'ते' सून काहीतरी लिहित होते. मला आठवण आली, अनेक दिवासापासून मी मिसेस कामिजीला फोन केला नव्हता. तिला पण माझ्या मूल जन्माची फार काळजी आहे. यावेळी वेळ आहे आणि नजीर साहेबाचे ऑफिस, त्यांच्याच घराला जोडून आहे, अगदीच रिकामे असेल, कारण सहा वाजून गेले होते.

फोन करालयला हवा. तसे तर सिडी चढणे आणि उतरणे चांगले असते असे डॉक्टर आणि अनुभवी सांगतात. म्हणजे मूल सहज जन्माला येतं. त्रास होत नाही.

म्हणून ती उठली आणि हळूहळू सिडी चढू लागली. ज्यावेळी पहिल्या माळयावर गेली तर मला 'नर्स डीकॉस्टा' ही पाटी दिसली. तिचा फ्लॅट ओलाडून मी पलिकडे जाणार, मॅडम डीकॉस्टा बाहेर आली आाणि मला तिच्या घरी घेऊन गेली.

मला धाप लागली होती आणि पोटात कळ आल्यासारखे झाले होते. असे वाटत होते की रबराचा गोळा आहे, जो कुठे तरी अडकला आहे. यापेक्षा भावना वेगळीच होती. मी एकदा माझ्या सासुकडे याबद्दल बालले होते, तिने मला सांगितले होते की लेकराचे पाय इकडे तिकडे असते. म्हणजे त्याचे पायच कुठेतरी अडकला असावा. म्हणून मला त्रास होऊ लागला होता.

मी मॅडम डीकॉस्टाला म्हणाले, "मला एक महत्त्वाचा फोन करायचा आहे, म्हणून मी तुमच्या घरी नाही बसू शकत. आणि असेच बरेचसे बहाणे मी सांगितले. पण तिने

काही ऐकले नाही आणि माझे हात पकडून मला जबरदस्तीने अशा सोफ्यावर बसवले, ज्याचा कपडा मळलेला होता.

मला सोफ्यावर बसवून, घाई घाईने तिने दोन लहान मुलांना बाहेर काढून दिले, तिच्या तरूण मुलीली देखील. जी महात्मा गांधीपेक्षा थोडी मोठी लंगोट वापरत होती. त्यांना बाहेर काढून दिलं आणि मला रिकाम्या खोलीत घेऊन गेली. आतून दरवाजा बंद करून माझ्याकडे त्या अफ्रिकन चेटकिनीसारखं पाहिलं. जिने अलादिनचा काका बनून तिला गुहेत बंद केले होते. हे सगळं तिनं इतक्या लगबगीने केले की मला ती जरा वेगळीच स्त्री वाटायला लागली. सुजलेल्या पायामुळे तिच्या चालण्यात थोडा लंगडेपणा जाणवत होता. त्यावेळी मला ती भयानक भासत होती. माझ्याकडे एक नजर टाकल्यावर तिनं तीन खिडक्या बंद करून टाकल्या. प्रत्येक खिडकी बंद करतान ती माझ्याकडे अशा नजरेन पहात होती की मी जणू उठून पळणार आहे. खरं सांगायचं तर त्यावेळी मला उठून पळावं असंच वाटत होतं. तिची शांतता आणि तिचं खिडकी बदं करणं यामुळे मी अधिकच परेशान झाले होते. शेवटी चाललय काय ? तिला करायचं काय होतं ? इतक्या जबरदस्त एकांताची काय गरज होत ? ती लाख शेजारीन असू द्या, तिचे आमच्यार असंख्य उपकार पण असू द्या, होती तर परकीच ना ! आणि तिची मूलं...तो फौजी आणि तो कडक इस्त्रीवाला, जो लहान लहान ख्रिचन मुलींसोबत गोड गोड गप्पा करीत असायचा. ...आपले आपले असतात आणि परके, परके.

मी अनेक प्रेमकथेत कटकारस्थान कसं उधळून लावायचं ते वाचून होते. ज्या पद्धतीने ती इकडे तिकडे फिरत होती आणि दरवाजे बंद करून पडदे ओढत होती, त्यावरून मी अंदाज लावला होती की ती एक नर्स नसून एक कारस्थानी बाई होती. दरवाजा आणि खिडक्या बंद केल्यामुळे खोलीत ज्यामध्ये लोखंडाचे चार पलंग पडलेले होते, फारच अंधार पडला होता, ज्यामुळे मला तर अधिकच भीती वाटायला लागली. पण तिने तात्काळ लाईट लावला. माहित नव्हतं की ती माझ्यासोबत काय करणार होती. मोठ्या विचित्र पद्धतीने तिने एक बॉटल उचलली, ज्यात पांढऱ्या रंगाचा पातळ द्रव होता, आणि माझ्याकडे पहात बोलू लागली, तुझे ब्लाऊज काढ, मला काही पहायचे आहे."

मी घाबरले, "काय पहायचे आहे ?"

वरून तर सगळं स्पष्ट दिसत होतं. मग ब्लाऊज काढण्याचा अर्थ काय होता, तिला काय अधिकार होता की दुसऱ्या स्त्रीला असं घरी बोलावून ब्लाऊज काढायला

विवश करण्याचा. मी स्पष्ट सांगितलं, मी ब्लाऊज अजिबात काढणार नाही.' माझ्या बोलण्यात घबराहट तसेच घाई पण होती.

मॅडम डीकॉस्टाचा रंग पिवळा पडला होता, तर...तर...मला कसे कळणार की तुझ्या घरी मल कधी जन्माला येणार. या बॉटलमध्ये खोबऱ्याचं तेल आहे. हे तुला मी पोटावर झोपून दाखवते. यामुळे माहित होईल की मुलगा होईल की मुलगी.''

माझी भीती दूर झाली. मॅडम डीकॉस्टा मला पुन्हा एकदा मॅडम डीकॉस्टा दिसू लागली. खोबऱ्याचं तेल मोठे विचित्र तेल आहे. पोटावर पूर्ण बाटली जरी पालथी केली असती तर काय होणार होते. पण पद्धत किती मजेशीर होती. शिवाय मी जर विरोध केला असता तर मॅडम डीकॉस्टाला किती मोठ्या निराशेला तोंड द्यावे लागले असते. तसेही मला कोणाला नाराज करायला आवडत नाही. मी तयार झाले. ब्लाऊज आणि कमीज काढायला मला थोडा त्रास झला, पण मी सहन केले. माझ्या पोटावर थंड तेलाची एक लहर नाचून गेली. मॅडम डीकॉस्टा खूश झाली. मी ज्यावेळी कपडे परिधान केले, त्यावेळी समाधान व्यक्त करीत ती म्हणाली, आज काय तारीख आहे...पंधरा तारखेला मुलगा होईल आणि मुलगाच होईल.''

मुलगा २५ तारखेला जन्माला आला, परंतु मुलगाच. आता तो ज्यावेळी माझ्या पोटावर त्याचे इवलुसे हात ठेवतो, मला भास होतो की मॅडम डीकॉस्टाने पूर्ण खोबऱ्याची बॉटल पालथी केली आहे पोटावर.

११.

माझे नाव राधा आहे

हा त्यावेळेचा उल्लेख आहे, ज्यावेळी त्या युद्धाच्या काही खाणा-खुणा नव्हत्या. कदाचित आठ-नऊ वर्षापुर्वीची गोष्ट आहे. ज्यावेळी जीवनात अनेक घटना घडायच्या. आजच्यासारखे नाही की विनाकारण आणि निरर्थक भांडणं आणि घटना घडतात. त्यावेळी चाळीस रूपये महिन्याने एका फिल्म लम कंपनीत नोकर होतो आणि माझे जीवन बर्फासारख्या ठिकाणी स्लेजसारखी मजेत चालली होती. म्हणजे सकाळी दहा वाजता स्टुडिओवर जाणे. नियाज मुहमद वलनच्या मांजरांना दोन पैशाचे दूध पाजले. चालू फिल्मसाठी चालू डायलॉग लिहिले. बंगाली कलाकाराकडून, जिला त्या काळात बंगालची बुलबुल म्हणत, थोडा वेळ गप्पा मारल्या आणि दादा गोर, जो त्याकाळचा प्रसिद्ध फिल्म डायरेक्टर होता, त्यांची थोडी मर्जी सांभाळली आणि निघाले घरी. थोडक्यात काय तर आधी सांगितल्याप्रमाणे जीवनाची गाडी मजेत चालली होती. स्टुडिओचा मालक हरमजरजी फरामजी जो मोठ्या मोठ्या गालाचा गामत्या स्वभवाचा ईराणी होता. वयाने अर्धी झालेल्या एका अभिनेत्रीच्या प्रेमात पडला होता. प्रत्येक नवख्या मुलीचे स्तन तपासून पहाणे त्याचे काम होते, कलकत्याच्या बऊ बाजारातील एक मुसलमान वेश्या होती, जिचे डायरेक्टर, साऊंड रेकॉर्डिस्ट आणि स्टोरी राइटर अशा तिघांसोबतही लफडे चालू होते. या लफड्याचा खरा उद्देश हा होता की या तिघांचीही तिच्यावर खास मेहरबानी राहिल.

'वन की सुंदरी' याचे चित्रिकरण चालू होते. नियाज मुहम्मद वलनच्या जंगली मांजरींना, माहीत नाही स्टुडिओच्या लोकांवर काय परिणाम व्हावा म्हणून पाळण्यात आल्या होत्या, दोन पैशाचे दूध पाजून मी दररोज 'वन की सुंदरी' साठी कठीण प्रकारचे डायलॉग लिहित असायचो.

त्या चित्रपटाची कथा काय होती, प्लॉट काय होता, उघड आहे की यातलं काहीच मला माहित नव्हतं. कारण त्या काहाणीतला मी एक सांग काम्या होतो ज्याचं

काम होतं सांगितल्यानुसार जे काही करायला सांगितले आहे, बरं वाईट ते उर्दूमध्ये डायरेक्टर साहेबांना समजेल अशा भाषेत पेन्सिलने एका कागदावर लिहून ते द्यायचं असायचं. असो, वन की सुंदरी'चं शुटींग चालू होतं आणि अफवा अशी होती की दलीपची भूमिका करण्यासाठी एक नवा चेहरा सेठ हरमजरजी फरामजी हे कोणाला तरी घेत आहेत. हिरोची भूमिका राकजकिशोर यांना देण्यात आले होते. राजकिशोर रावळपिंडीचा एक सुंदर-निरोगी तरूण होता. त्याच्या बांध्याबद्दल लोकांच मत हाते की तो खूप सुडोल आणि रेखीव असा होता. मी अनेकदा त्याच्यावर लक्ष केंद्रीत केलं, परंतु मला त्याचं शरीर जे खरोखरच धष्ठपुष्ठ होतं, पण आकर्षण म्हणून काही नव्हतं त्यात. याचं हे पण कारण असू शकेल की मी फारच दुबळा पतला आहे आणि दुसऱ्याचं शरीर निरखून पहाणे ही माझी सवय नव्हती, हो मन आणि आत्मा पहाण्याची सवय आहे मला. मला राजकिशोरचं काही देणं घेणं नव्हतं, यामुळे की आयुष्यात कधीच कोणासोबत काही देणं घेणं ठेवलं नव्हतं. इतकेच की तो काही मला फारसा पसंत पडला नव्हता. याचं कारण मी हळूहळू सांगेलच. राजकिशोरची भाषा, अंदाज थेट रावळपिंडीची होती, जे मला फारच आवडत असायचे. मला असे वाटते की पंजाबी भाषेत चांगले शेर कुठे असतील तर ते रावळपिंडीच्या भाषेतच मिळतील. त्या शहराच्या भाषेत वेगळाच मर्दपणा आहे, ज्यात भारी आकर्षण आणि गोडवा आहे. रावळपिंडीची एखादी महिला तुमच्यासोबत बोलत असेल तर असे समजा की तुमच्या तोंडात कोणीतरी गोड अंब्याचा रस पिळत आहे. परंतु मी अंब्याबद्दल नाही तर राजकिशोर बद्दल बोलत हातो, जो मला अंब्यापेक्षा फारच कमी प्रिय होता. राजकिशोर, जसे की सांगितले आहे, सुंदर आणि निरोगी तरूण होता. विषय इथे संपला असता, तर मला काही समस्या नव्हती, परंतु परेशानी ही होती की त्याला म्हणजे राजकिशोरला स्वतःच्या निरोगी असण्याचं आणि सुंदर असण्याची माहिती होती, अशी माहिती जी मला तरी मान्य नव्हती.

निरोगी असणे ही चांगली बाब आहे, परंतु आपला निरोगीपणा इतरांवर आजार म्हणून लादणे वेगळी बाब आहे. राजकिशोरला हिच एक वाईट सवय होती की स्वतःच निरोगी असणं धष्टपुष्ट शरीर इतरांना दाखवून त्यांच्यात न्यूनतेची भावना उत्पन्न करणं.

यात काही शंका नाही की मी दम्याचा पेशंट आहे, कमजोर आहे. माझे एक फुफ्फुस काम करीत नाही, परंतु ईश्वर साक्षीला आहे की मी कधी माझ्या कमजोरीचं भांडवल केले नाही. मला हे पण माहीत आहे की माणूस त्याच्या कमजोरचा अशाप्रकारे

फायदा घेऊ शकतो ज्याप्रमाणे तो आपल्या शक्तीचा घेऊ शकतो. परंतु माझे असे मत आहे की असे नाही करायला पाहिजे.

माझ्या नजरेत सौंदर्यता ती आहे, जिचं लोक ओरडून नाही तर मनातली मनात कौतूक करतात. मी अशा निरोगी असण्याला आजार समजतो जो दिखावा करीत फिरतो किंवा इतरांना आव्हान देतो.

ते काहीही असो, परंतु माझ्या मनात हे कधी असणार नाही की राजकिशोरकडे त्या नजरेन पहावं जसं तो इतरांना पहातो. हेच कारण होतं की मी त्याच्याशी बालताना त्याच्यासोबत चर्चा करायचो. माझ्या तबियतीबद्दल तो काहीतरी बोलला आणि मी त्याच्या मागेच लागलो. परंतु अशा लहान मोठ्या चकमकीनंतर त्याच्या चेहऱ्यावर नेहमी हास्य आणि सांगता न येणारा कडवेपणा दिसायचा. मी त्याच्यापेक्षा अधिक गोंधळात असायचो.

राजकिशोरमध्ये ते सगळे सौदंर्य भर भरून होतं, जे एका तरूणात असायला हवं. परंतु मला याचं फार वाईट वाटतं त्याला त्याच्या या दिसण्या-असण्याचा फाजील दिखावा करण्याची वाईट खोड होती. तुमच्या सोबत बोलत आहे आणि दंडावरील कड्यासोबत चाळा करीत आहे आणि स्वतःच खूश होत आहे. फारच गंभीर चर्चा होत आहे, अर्थात स्वातंत्र्याची गोष्ट चालू आहे आणि तो त्याच्या शर्टाच्या गुंड्या खोलून आपल्या भरदार छातीवरून शरीरावूरन नजर फिरवत आहे.

मी खादीचा उल्लेख केला आहे त्यामुळे मला सांगावे लागेल की तो कॉंग्रेसचा समर्थक होता. दुसरे कारणही असेल ज्यामुळे तो खादीचे कपडे परिधान करीत असेल. परंतु मला ही गोष्ट खटकत होती की त्याला देशापेक्षा स्वतःच्या शरीरावर अधिक प्रेम होतं. अनेकांना असे वाटत होते की राजकिशोरच्या संदर्भात मी जे काही मत बनवले होते, ते अगदीच चुकीचे होते. यामुळे की स्टुडिओ आणि बाहेरही प्रत्येकजण त्याच्या शरीराचा आणि विचाराचा समर्थक होता. इतकेच नाही तर त्याची रावळपिंडीची भाषा इतराप्रमाणे मलाही पसंत होती.

इतर कलाकाराप्रमाणे तो एकटा रहात नव्हता. कॉंग्रेस पक्षाचा एखादा कार्यक्रम असेल तर आपल्याला राजकिशोर तिथे हजर असलेला दिसेल. एखादा साहित्य विषयक कार्यक्रम असेल तर तिथेही राजकिशोर आपल्याला दिसेल. आपल्या व्यस्त जीवनातून तो स्वतःची ओळख वाढवणे आणि लोकांच्या सुख-दुःखात सहभागी होण त्याचं चालू असायचं.

सगळे फिल्म निर्माते त्याची इज्जत करीत असत. कारण त्याचं चारित्र्यही फार प्रसिद्ध होतं. फिल्म निर्मात्याचं जाऊ द्या. पब्लिकला देखील ही गोष्ट चांगली माहित होतं की राजकिशोर चांगल्या चारित्र्याचा माणूस आहे. फिल्मसारख्या क्षेत्रात राहून चारित्र्य संपन्न रहाणं मोठीच गोष्ट आहे. तसा राजकिशोर एक यशस्वी कलाकार होता, परंतु चारित्र्याच्या गुणाने त्याला एका उंचीवर नेले होते. नागपाड्यात मी सांयकाळच्या वेळी जेव्हा पानाच्या टपरीवर थांबत असे त्यावेळी कलाकरांचा विषय ठरलेला असायचा. या चर्चेत कोणत्या कलाकाराचे कोणत्या कलाकारासोबत लफडे आहे, याचा समावेश असायचा. परंतु ज्यावेळी राजकिशोरचा विषय निघायचा, त्यावेळी पान टपरीवाला खात्रीनं सांगायचा की मंटो साहाब राजकिशोरच असा एकमेव कलाकार आहे ज्याला आपली लंगोट प्यारी आहे."

माहीत नाही श्यामलाल त्याला राज भाई कधी म्हणू लागला होता, परंतु मला त्याचं इतकं आश्चर्य वाटत नव्हतं, म्हणूनच राज भाईची लहानातली लहान गोष्ट एक महान काम म्हणून लोकांपर्यंत पोहचत असायची. उदाहरण द्यायचे झाले तर बाहेरच्या लोकांना त्याच्या कमाईबद्दल बरंच माहित होतं. त्याच्या बापाला महिन्याकाठी किती देतो, अनाथालयांना किती देणगी देतो, त्याचा स्वतःचा खर्च किती आहे, या सगळया गोष्टी लोकांना अशा माहित असायच्या की जणू त्यांच्याकडून कोणी वदवून घेतल्या आहेत.

श्यामलालने एका दिवशी मला सांगितले की राज भाईचे आणि त्याच्या सावत्र आईचे चांगले संबंध आहेत. त्या काळात ज्यावेही कमाईचे कसलेच साधन नव्हते, बाप आणि त्याची आई त्याला कसला कसला त्रास देत असत. परंतु राज भाईबद्दल बोललं जातं की त्याने त्याचे कर्तव्य पार पाडले, तक्रार करायला जाग दिली नाही. आता दोघे पलंगावर बसून राज करतात. रोज सकाळ-संध्याकाळ राज आपल्या सावत्र आईला भेटायला जातो आणि तिचा आर्शिवाद घतो. आपल्या बापासमोर उभा राहून बाप जे सांगल ते तो गुमान करतो.

तुम्ही वाईट वाटून घेऊ नका पण माझ्यासमोर राजकिशोरबद्दल मारलेल्या बढाया ऐकून बरं वाटत नव्हतं. माहीत नाही का ते ? मी आधी सांगितल्याप्रमाणे मला त्याच्याबद्दल कसली ईर्षा किंवा द्वोष नव्हता. त्याने मला कधी संधी दिली नव्हती आणि त्या काळात माझ्यासारख्या कारकुनासाठी कोणाकडे कशाला इज्जत आणि वेळ असेल. माझ्यासोबत तो तासनंतास बोलायचा. मला माहित नव्हतं का ते, परंतु माझ्या खोल मनात अशी शंका होती की राज काहीतरी बनावट करीत आहे.

राजचे जीवन नकली आहे, परंतु परेशानी ही होती की तो माझ्या विचाराचा नव्हता.

लोक देवाप्रमाणे त्याची पूजा करीत असत आणि मी मनातली मनात घुसमटत असे. राजची बायको होती. राजला चार मुले होती. तो चांगला पती आणि चांगला बाप होता. त्याच्या आयुष्याचे कोणतेही पान उलटून पाहिले असता, कसलाही दाग दिसत नव्हता, हे सगळं असलं तरी माझ्या मनात शंका होती ती होतीच.

देवा शपथ सांगतो, मी माझा धिक्कार केला की अरे कसा आहेस तू ? इतक्या चांगल्या व्यक्तीवर ज्याला सगळं जग चांगलं समजतं आणि ज्याच्याबद्दल तुला कसली तक्रार पण नाही, विनाकारण शंकेच्या नजरेनं पहातोस. जर एखादा पिळदार शरीराचा व्यक्ती त्याच्या शरीराला वारंवार पहात असेल, तर त्यात वावगं ते काय ? माझे स्वतःचे शरीर जर तसे असते तर कोणी सांगावे मी देखील असेच चाळे केले असते. यात काही शंका नव्हती की त्याच्या जीवनात कसले लफडे नव्हते. त्याची बायको वगळता दुसरी स्त्री त्याच्या जीवनात नव्हती. मी हे देखील मानतो की तो सगळ्या महिला कलाकारांना बहिण असं संबोधतो आणि त्या पण त्याला भाई म्हणूनच प्रतिसाद देतात. परंतु माझ्या मनाने नेहमीच माझ्या मेंदूला प्रश्न केला आहे की संबंध कायम ठेवण्याची अशी गरजच काय आहे. बहिण-भाई नाते वेगळे आहे. परंतु एखाद्या स्त्रीला आपली बहिण म्हणणे वेगळे जसे की रस्त्यावर बोर्ड लावलेला आहे 'रस्ता बंद आहे' किंवा 'इथे लगवी करण्यास मनाई आहे' असं लिहिणं वेगळे आहे. तुम्हाला एखाद्या स्त्रीसोबत गाढ संबंध ठेवायचे नसतील तर त्याचा ढिंढोरा पिटवण्याची काय गरज आहे. तुमच्या मनात तुमच्या बायकोशिवाय दुसऱ्या स्त्रीचे आगमण होणार नाही तर तशी जाहिरात करण्याचं काय कारण ? या आणि अशाप्रकारच्या गोष्टी माझ्या डोक्यावरून जातात. म्हणून मला जरा वेगळ्या प्रकारची शंका होती."

"असो !"

'वन की सुंदरी'चं शुटींग चालू होतं. स्टुडिओमध्ये चांगलीच वर्दळ होती. दररोज नव्या नव्या मुली येत असतं, ज्यांच्यासोबत आमचा दिवस गमती करण्यात निघून जात असे. एका दिवशी नियाज मुहम्मद वलनच्या खोलीत मेकअप मास्टर, ज्याला उस्ताद म्हणत, ही बातमी घेऊन आला की दलीपच्या रोलसाठी जी मुलगी येणार होती, आली आहे आणि लवकरच काम सुरू होईल.

ती वेळ चहा पिण्याची होती. त्याचा परिणाम असेल, पण आम्ही उत्साहीत झालो होते. स्टुडिओत नव्या मुलीचं येणं आंनदाची बातमी असायची. म्हणून आम्ही सगळे

नियाज मुहम्मद वलनच्या खोलीतून बाहेर पडलोत तिला पहाण्यासाठी. सांयकाळच्या वेळी सेठ हरमजरजी फरामजी ऑफिसमधून निघून असली चांदीच्या डब्बीतून दोन सुंगधी तंबाखूवाले पान काढून आपल्या रूंद गालात दाबून बिलियर्ड खेळण्याच्या खोलीत जात होते, आम्हाला ती नवी मुलगी तिथे दिसली.

सावळ्या रंगाची होती ती, मी फक्त इतकेच पाहू शकलो, कारण ती सेठच्या हातात हात देत गाडीत बसून निघून गेली. काही वेळांनतर नियाज मुहम्मदने सांगितले की त्या स्त्रीचे ओठ मोठे होते. कादाचित त्याने ओठच पाहिले असतील, उस्ताद, ज्याने तिची झलक देखील पाहिली नाही, मान हलवत म्हणाला, "हूं...कंडम' म्हणजे बकवास. चार पाच दिवस असेच निघून गेले, परंतु ती नवी मुलगी स्टुडिओमध्ये नाही आली. पाचव्या किंवा सहाव्या दिवशी मी ज्यावेळी हॉटेलमध्ये चहा पिऊन बाहेर पडत होतो, अचानक माझी आणि तिची गाठभेट झाली.

मला स्त्रियाकडे नेहमी चार डोळयांनी पहाण्याची सवय आहे. एखादी स्त्री अचानकच समोर आली तर तिच्याबद्दल मला काही सांगता येत नाही. कारण अचानक तिच्याबरोबर माझी गाठभेट झाली होती. म्हणून मी तिचा चेहरा पाहून काहीच अंदाज करू शकत नव्हतो. हो, पण मी पाहिले तर तिने नव्या पद्धतीची स्लीपर घातली होती.

लेबोरेटरीपासून स्टुडिओकडे जो रस्ता जातो, त्यावर मालकाने गालिचा पांघरला आहे. त्या गालिच्याला असंख्य गोल गोल पट्ट्या आहेत, ज्यावरून बूट वारंवार घसरतो. तिच्या पायात तर मोकळे स्लीपर होते, म्हणून चालताना तिला अधिकच कसरत करावी लागत होती.

त्या भेटीनंतर हळूहळू मिस निलमसोबत माझी दोस्ती झाली. स्टुडिओमधील लोकांना कदाचित याची कल्पना नव्हती. परंतु तिचे आणि माझे नाते फारच मोकळे झाले होते. तिचं खरं नाव राधा होतं. मी एकदा तिला विचारले कि तिने या नावाचा त्याग का केला आहे तर तिने उत्तर दिले, "असेच..." परंतु थोड्या वेळानंतर म्हणाली, "हे नाव इतके प्यारे आहे की चित्रपटात वापरले नाही पाहिजे.

तुम्ही विचार कराल की राधा हे धार्मिक स्वभावाची स्त्री असावी. तसे नाही, परंतु धर्म आणि तिचा दूर दूरपर्यंत काही संबंध नाही. परंतु ज्याप्रमाणे मी प्रत्येक नवीन काम करण्यापुर्वी जसे 'बिस्मिल्लाह' म्हणजे जय प्रभू लिहितो, तसेच तिला देखील राधा नावाबद्दल आदर असावा.

म्हणूनच तिला कोणी राधा म्हणू नये असे वाटत होते, यामुळेच मी तिला त्यांनतर निलम असेच संबोधले. निलम बनारसमधील वेश्येची मुलगी होती. तिथली भाषा

आणि जे काही चांगलं वाटत होतं, माझं नाव सआदत असल्याने ती मला सादिक म्हणायची.

एका दिवशी मी तिला म्हणालो, 'निलम, मला माहित आहे तू मला सआदत म्हणू शकते, पण मला समजत नाही की तू तुझी चूक दुरूस्त का करू शकत नाही.'

हे ऐकून तिच्या सावळ्या ओठावर जे फारच पातळ होते, एक हलकेसे हास्य दिसले आणि तिने उत्तर दिले, 'जी चूक माझ्याकडून एकदा झाली, ती चूक दुरूस्त करण्याचा मी प्रयत्न करीत नाही.'

मला खात्री आहे की फारच कमी लोकांना माहित आहे की ती स्त्री, जिला स्टुडिओमधील सगळेजण साधारण कलाकार समजतात, विचित्र प्रकारच्या गुणांची खाण होती. तिच्यात दुसऱ्या कलाकराप्रमाणे नखरे नव्हते. तिची गंभीरता, जिला प्रत्येकजण त्याच्या चुकीच्या चष्म्यातून पहात होते, फारच प्यारी चिज होती. तिच्या सावळ्या चेहऱ्यावर, जिची त्वचा फारच साफ आणि एक सारखी होती, हि गंभीरता, ही साफ तबियत तथा प्रसन्न मुद्रा तिच्या चांगल्यासाठी वाईट बनली होती. यामध्ये काही शंका नव्हती की यामुळे तिच्या डोळ्यात, तिच्या पातळ ओठांच्या कोपऱ्यात दुःखाची नकळत रेषा स्पष्ट झाली होती. परंतु ही एकच गोष्ट होती, ज्यामुळे ती इतर स्त्रीपेक्षा वेगळं भासत होती.

मी त्यावेळी आणि आताही तितकाच चकित आहे की निलमला 'वन की सुंदरी' साठी दिलीपच्या रोलसाठी का निवडले असावे. यामुळे की तिच्यात ताजेपणा आणि करारीपणा अजिबात नव्हता. ज्यावेळी पहिल्यांदा ती तिची वाहियात भूमिका करण्यासाठी तंग चोळी घालून पहिल्यांदा सेटवर आली, त्यावेळी माझ्या डोळ्यांना खूप त्रास झाला. पण इतरांच्या नजरेचा अंदाज बरोबर घेत असायची, म्हणून मला पहाताच ती म्हणाली, "डायरेक्टर साहेब म्हणत होते की तुझी भूमिका सभ्य स्त्रीची नाही आहे, म्हणून तुला अशाप्रकारचे कपडे घालावे लागणार आहेत.' मी त्यांना सांगितले, "जर असे कपडे असतील तर मी तुमच्यासोबत नग्न चलायला तयार आहे."

मी तिला विचारले, 'डायरेक्टर साहेबाने हे ऐकल्यावर ते काय म्हणाले ?"

निलमच्या ओठांवर एक हलकेसे हास्य तरळले, "त्यांनी मला कल्पनेत नग्न पहायला सुरूवात केली. ही माणसं पण काय विचित्र असतात. म्हणजे कपडे मला अशा कपड्यात पहिल्यावर तशी कल्पना करण्याची गरज काय होती ?' निरोगी मानसिक आवस्था असणाऱ्यासाठी निलमचं हे धाडसही काही कमी नव्हतं.

आता मी त्या घटनाकडे जातो ज्यामुळे मला ही कथा पूर्ण करता येईल.

बॉम्बेत जूनच्या महिन्यात पाऊसाला सुरूवात होते आणि सप्टेबंर महिन्यापर्यंत चालू असते. पहिल्या दोन अडीच महिन्यात इतका पाऊस पडतो की स्टुडिओत काम करणे कठीण जाते. वन की सुंदरी' चे शुटींग एप्रिलच्या शेवटी झाले. पहिला पाऊस झाला त्यावेळी आम्ही आमचा तिसरा सेट पूर्ण करीत होतो. एक छोटासा सीन बाकी होता, त्यात फारसे काही नव्हते. म्हणून पाऊसातही आम्ही आमचे काम चालू ठेवले. परंतु ज्यावेळी हे काम पूर्ण झाले, तर आम्ही बराच काळ बेकार झालोत.

याच दरम्यान स्टुडिओमधील लोकांना एकमेकांसोबत बसायला संधी मिळते. मी अधिकवेळ गुलाबच्या हॉटेलमध्ये बसून चहा पित असायचो. जो कोणी आत येईल, ते पूर्ण किंवा अर्धे भिजलेले असायचे. बाहेरच्या सर्व माशा निवारा शोधत आत आलेल्या असायच्या. इतके घाणेरडे दृष्य की आजारी पडावं. एका खुर्चीवर चहा गाळण्याचा कपडा पडलेला आहे, तर दुसऱ्या खुर्चीवर कांदे कापायची दर्प देणारी सुरी झक मारीत पडली आहे. गुलाब साहाब जवळच उभे आहेत आणि आपल्या मास लागलेल्या दाताखाली बॉम्बेचा कापूस वाचवत आहेत.

"तू तिकडे जाऊ शकत नाही...आम्ही तिकडे जाऊन आलो... फारच निपटारा होईल...हो फारच वांदा होईल..."

त्या हॉटेलमध्ये ज्याचे छत कोरोगेटिड स्टीलचे होते, सेठ हरमजरजी फरामजी, त्यांचे साले अँडलजी आणि हिरोईन वगळता सगळेजण येत असत. नियाज मुहम्मदला तर दिवसातून अनेकदा तिथे यावे लागायचे. कारण की त्याने चुन्नी-मुन्नी नावाच्या दोन मांजरी पाळल्या आहेत. राजकिशोर दिवसातून एकदा चक्कर मारायचाच.

जो कोणी उंच देहाचा कष्टाळू शरीरासहित दरवाज्यावर यायचा, मी सोडून सगळे लोक डोळे बाहेर येईपर्यंत पहायचे. एक्स्ट्रा मुलं उठून राज भाईला बसायला खुर्ची देत आणि ज्यावेळी तो कोणी दिलेल्या खुर्चीवर बसत असे त्यावेळी ते सगळे त्याच्याभोवती गोळा होत. त्यांनतर दोन प्रकाच्या चर्चा ऐकायला मिळत.

एक्स्ट्रा पोरांच्या तोंडी जुन्या गाण्यातील राज भाईच्या कामाचे कौतूक असायचं आणि स्वतः राजकिशोरच्या तोंडी त्याच्या शाळा, कॉलेज सोडून चित्रपटात प्रवेश केल्याच्या गोष्टी असायच्या. कारण मला या गोष्टी आता पाठ झाल्या आहेत, म्हणून जसाही राजकिशोर हॉटेलमध्ये दाखल होत असे, त्याला नमस्कार-चमत्कार करून मी बाहेर पडत असे.

एक दिवशी पाऊस थांबला होता आणि हरमजरजी फरामजीचा अल्शीयन कुत्रा नियाज मुहम्मदच्या दोन मांजरींना घाबरून गुलाब हॉटेलकडे धूम ठोकत पळल्या

होत्या, तर मी बकुळाच्या झाडाखाली असलेल्या गोल चबुतऱ्यावर निलम आणि राजकिशोरला गप्पा करताना पाहिले. राजकिशोर उभा राहून त्याच्या नेहमीच्या सवयीनुसार हालचाल करीत होता, ज्याचा अर्थ असा होता की तो त्याच्या विचारानुसार फारच कमी मजेशीर गप्पा करीत होता. मला आठवत नाही की निलम आणि राजकिशोरचा परिचय कधी आणि कसा झाला होता. परंतु निलम तर मला ती या क्षेत्रात येण्याअगोदरपासूनच ओळखत होती. तिने माझ्यासोबत तिच्या आकर्षक बांध्याबद्दल चर्चा पण केली होती. मी गुलाब हॉटेलमधून निघून रेकॉर्डरूममधील सज्जापर्यंत आलो होतो तर राजकिशोरने आपल्या मजबूत खांद्यावर खादीची थैली एका झटक्यात खाली उतरवली आणि ते खोलून एक मोठी कॉपी बाहेर काढली. मी समजलो की ही राजकिशोरची डायरी आहे.

दररोजच्या कामातून बाहेर पडून आपल्या सावत्र आईचा आशिर्वाद घेऊन राजकिशोर झोपण्यापुर्वी डायरी लिहित असे. तशी तर त्याला पंजाबी भाषा जाम आवडते, परंतु तो रोजनिशी इंग्रजीत लिहायचा ज्यात कधी टागोरची तर कधी गांधीजींची स्टाईल असायची. त्याच्या लिखानावर शेक्सपियरच्या नाटकी भाषेचा प्रभाव बराच आहे. परंतु मला त्या स्टाइलमध्ये लिहिलेलं कधी आढळून नाही आलं.

हि डायरी जर तुमच्या हातात पडली तर राजकिशोरच्या दहा पंधरा वर्षापुर्वीच्या जीवनाची माहिती मिळू शकते. त्याने किती रूपये देणगी म्हणून दिले, किती गरिबांना मदत केली, किती कार्यक्रमात भाग घेतला, काय परिधान केलं, काय नाही परिधान केलं, आणि माझा अंदाज ठीक असेल तर तुम्हाला त्या डायरीच्या एखाद्या पृष्ठावर माझ्या नावासोबत पस्तीस रूपये देखील दिसतील, जे मी त्याच्याकडून उसणे घेतले होते आणि या विचारानुसार परत केले नाहीत की तो त्याच्या डायरीत त्याचा उल्लेखही करणार नाही.

असो, तो निलमला त्या डारीचे काही पाने वाचून दाखवत होता, मी दूरवरूनच त्याच्या कोरडे पडलेल्या ओठावरून ओळखले ते शेक्सपियरच्या स्टाइलने प्रभूची प्रार्थना करीत आहे.

निलम बकुळाच्या झाडाखाली गोल सिमेंटच्या चबुतऱ्यावर शांत अशी बसली होती. तिच्या चेहऱ्यावरून असे वाटत होते की डायरी वाचनाचा तिच्यावर कसलाही परिणाम झालेला दिसत नव्हता. ती राजकिशोरच्या फुगीर छातीकडे पहात होती. त्याच्या शर्टाचे बटन उघडे होते आणि पांढऱ्या बटनावर त्याचे काळे केस फारच छान दिसत होते.

स्टुडिओत प्रत्येक वस्तू तिच्या तिच्या हिशोबाने लावलेली होती. नियाज मुहम्मदच्या दोन मांजरी देखील, ज्या खास करून घाणेरड्या रहायच्या, त्या दिवशी फारच चांगल्या दिसायला लागल्या होत्या. ब्लाऊज पांढऱ्या रंगाचा होता, जो तिच्या सावळ्या आणि रेखीव दंडावर फारच उठून दिसत होता. निलम इतकी प्रभावरहित का दिसत होती ? एका क्षणासाठी हा प्रश्न माझ्या मनात आला आणि ज्यावेळी अचानक तिची आणि माझी नजरा नजर झाली, मला तिच्या नजरेत माझ्या प्रश्नाचे उत्तर मिळाले-निलम प्रेमात पडली होती.

तिने हाताच्या इशाऱ्यानेच मला बोलावले. थोडावेळ इकडचे तिकडचे बोलणे झाले, ज्यावेळी राजकिशोर निघून गेला, तेव्हा ती म्हणाली, "आज तुम्ही माझ्यासोबत या."

सांयकाळी सहा वाजेच्या सुमारास मी निलमच्या घरी होतो. जसेही मी आत गेलो, तिने तिची बॅग सोफ्यावर फेकली आणि माझ्याकडे न पहात मला म्हणाली, तुम्ही जो काही विचार केला, चुकीचं आहे."

तिला काय म्हणायचे आहे ते माझ्या लक्षात आले होते. म्हणून मी उत्तर दिलं, "तुला कसं समजलं की मी काय विचार करीत होतो ?"

तिच्या पातळ ओठांवर हलकेसे हसू तरळलं. "यामुळे की आपण दोघांनीही एकच गोष्टीचा सरळ विचार केला होता, "तुम्ही कदाचित नंतरचे लक्षात ठेवले नाही, परंतु मी खूप विचार केल्यावर या निष्कर्षाला आले आहे की आपण दोघे चुकीचे होतो."

'मी जर म्हणालो की आपण दोघेही बरोबर होतो ?"

तिने सोफ्यावर बसत म्हटले, "तर आपण दोघेही मूर्ख आहोत." असे बोलल्यानंतर तिच्या चेहऱ्यावरचे गंभीर भाव अधिकच गडद झाले.

सादिक, असे कसे होऊ शकते. मी लहान आहे का जे मला समजत नाही. तुझ्या मते माझे वय काय असेल ?

"बावीस वर्षे"

अगदीच बरोबर, परंतु तुला माहित आहे का, मला दहा बारा वर्षाची असतानाच प्रेम म्हणजे काय ते माहीत होतं. अर्थच नाहीतर प्रेमातच पडले होते. दहा वर्षापासून सोळा वर्षापर्यंत एका खतरनाक प्रेम बंधनात होते. आता माझ्या मनात कोणाबद्दल कसले प्रेम उत्पन्न होईल....असे बोलत तिने माझ्या चकित चेहऱ्याकडे पाहिले आणि त्याच निराश भावनेने म्हटले, "तू कधी मान्य करणार नाहीस, तुझ्यासमोर मी माझे हृदय जरी काढून ठेवले, तरी तू विश्वास ठेवणार नाहीस. मला चांगले माहित आहे.देवा

शपथ आता माझ्या मनात कोणाबद्दलही प्रेमाचे भाव उत्पन्न होऊ शकत नाहीत. परंतु इतके जरूर आहे की...” असे म्हणत ती अचानक थांबली.

मी तिला काहीच म्हणालो नाही, कारण की ती भारी चिंतेत डुबली होती. ती कदाचित विचार करीत असेल की ‘इतकी गरज’ काय आहे ?

थोड्या वेळानंतर तिच्या पातळ ओठावर हलकेसे हसू आलं, ज्यामुळे तिच्या चेहऱ्यावर शहाणपण दिसत होतं. सोफ्यावरून अचानक उठत तिने सांगायला सुरूवात केली, “मी इतके आवश्य सांगू शकते, हे प्रेम नाही. दुसरे काही असेल तर मी सांगू शकेल. सादिक, मी तुला विश्वास देते.”

मी तात्काळ म्हटले, “म्हणजे तू स्वतःला विश्वास देतेस ?”

तिचा जळफळाट झाला, “तू फार कमीना आहेस. सांगण्याची एक पद्धत असते. शेवटी तुला सफाई देण्याची मला गरजच काय आहे. मी माझी मला विश्वास देत आहे. परंतु परेशानी ही आहे की विश्वास बसत नाही. काय तू माझी मदत करू शकतोस ?”

असे बोलून ती माझ्याजवळ बसली आणि डाव्या हाताची बोटे पकडून मला विचारू लागली, “राजकिशोरच्या बद्दल तुझे काय मत आहे ? मला असे म्हणायचे आहे की तुझ्या मते राजकिशोरमध्ये असे कोणते गुण आहेत जे मला पसंत पडले आहेत?

बोटं सोडून तिनं आता एक एक बोट धरायला सुरूवात केली, “मला त्याचं बोलणं पसंत नाही, मला त्याची ॲक्टिंग पसंत नाही, मला त्याची डायरी पसत नाही. माहित नाही आज काय भलतेच ऐकवत होता.” असे म्हणत वैतागून ती उभी राहिली. “समजत नाही की मला काय झाले आहे. फक्त इतकेच वाटते की एक आवाज व्हावा, मांजराच्या भांडणाप्रमाणे आवाज व्हावा, धुळ उडावी आणि मी घामाने भिजून निघावी, तुला काय वाटतं. मी कसली स्त्री आहे ?”

मी हसत उत्तर दिलं, “मांजरा आणि स्त्रीयां नेहमी माझ्या चांगल्या लक्षात येतात.” तिने आचानक विचारले, “का ?”

मी थोळावेळ विचार करून उत्तर दिलं, “माझ्या घरी एक मांजर असायची. वर्षातून एकदा तिला रडायची सवय असायची. तिचं रडणं पडणं ऐकून कोठूनतरी एक बोका यायचा. मग त्यांच्यात इतकी भांडणं आणि रक्तपात व्हायचा की इलामां...परंतु त्यांनतर ती पिल्लांची आई बनायची.”

निलमच्या मते तिचा मूड खराब झाला होता, “किती घाणेरडा आहेस तू.” मग थोड्या वेळाने इलायची तोंडात ठेवून चव बरी केल्यावर मला म्हणाली, “मला मूलं आवडत नाहीत. असो, बंद करा हा विषय.”

असे म्हणत ती पान विड्याचा डब्बा घेऊन तिच्या बोटांनी माझ्यासाठी एक पान बनवू लागली. चांदीच्या लहानशा वाटीतून तिने मोठ्या चतुराईने एका चमच्याने थोडा चुना आणि कात काढून पानावर पसरवला आणि पानाची घडी करून ते मला दिले. “सादिक, तुला काय वाटतं ?”

असे बोलून ती गप्प झाली.

मी विचारले, “कशाबद्दल ?”

तिने कात्रीतून भाजलेली सुपारी कापत म्हटले, “या बकवास गोष्टीबद्दल जी विनाकारण सुरू झाली आहे. बकवास नाही तर काय आहे, मला तर काही समजत नाही. स्वतःच फाडायचं आणि स्वतःच शिवून काढायचं. हे बकवास असेच चालू राहिले तर माहित नाही काय होईल....? तुला माहित नाही, मी फार बेकार बाई आहे.”

“बेकारचा काय अर्थ काढतोस तू ?”

निलमच्या ओठावर पुन्हा तसलेच तरळलेले हास्य आलं. ‘तू फारच बिनलाजा आहेस, सगळं कळतय तुला, परंतु माझी मजा घेऊन मला उचकावतोस आवश्य...” असे म्हणत तिच्या डोळ्याचा पांढरा रंग गुलाबी झाला. “तुझ्या लक्षात का येत नाही की मी फार...रागीट स्वभावाची स्त्री आहे.” असे बोलून ती उभी राहिली, “आता तू जा, मला स्नान करायचे आहे.”

मी निघून आलो, त्यानंतर अनेक दिवसापर्यंत निलमने राजकिशोरच्या संदर्भात मला काहीच विचारले नाही. परंतु या दरम्यान आम्ही दोघांनी एकमेकांचे विचार समजून घेतले. ती जो काही विचार करायची, मला समजत असायचा आणि मी जे काही विचार करायचो ते तिला समजत होतं. अनेक दिवसापर्यंत हाच मूक संवाद चालू राहिला. एका दिवशी डॉक्टर कृपलानी, जे ‘वन की सुंदरी’ बनवत होते, हिरोईनचा सराव पहात होते. आम्ही सगळे म्युझिक रूममध्ये एकत्र झालो होतो. निलम एका खुर्चीवर बसून आपल्या पायाच्या गतीने हळूहळू तालावर नाचत होती. ते एक बाजारू प्रकारचे गाणे होते. परंतु धून चांगली होती. ज्यावेळी सराव संपला तर राजकिशोरच्या खांद्यावर खादीची थैली ठेवून खोलीत घुसला.

डायरेक्टर कृपालानी, म्युझिक डायरेक्टर घोष आणि साउंड रेकॉर्डिंग पी. एन. बोधा-या सर्वांना तिने इंग्रजीत नमस्कार केला. हिरोईन मिस ईदनबाईला हात जोडून नमस्कार केला आणि म्हटले, "ईदन ताई, काल मी तुम्हाला क्राफर्ड मार्केटमध्ये पाहिले, मी त्यावेळी तुमच्या वहिनीसाठी मोसंबी घेत होतो, तशात तुमची गाडी दिसली..." तिची नजर निलमवर पडली, जी पियोनाजवळ एक महागड्या खुर्चीमध्ये फसली होती. अचानक तिचे हात नमस्कारासाठी वर झाले.

हे पाहून निलम उभी राहिली, राज साहेब, मला ताई म्हणू नका," निलमने हे वाक्य अशापद्धतीने उच्चारले की म्युझिक रूममध्ये बसलेले सगळेजण एका क्षणासाठी अवाक झाले.

राजकिशोर ओरडणार होता, पण इतकेच म्हणाला, "का ?"

निलम उत्तर न देता बाहेर गेली. तिसऱ्या दिवशी नागपाड्यात दुपारच्या वेळी श्यामलाल पानाच्या टपरीवर गेला तर तिथे याच विषयावर चर्चा चालली होती. श्यामलाल मोठ्या ढंगदार पद्धतीने सांगत होता, सालीच्या मनात काही वेगळंच दिसतय, नाहीतर राज भाई एखादीला ताई म्हणतील आणि तिला वाईट वाटेल ?" काहीही असो, तिची इच्छा कधी पूर्ण होणार नाही. राजभाई लंगोटचा फार पक्का आहे." मी राजभाईच्या लंगाटाने फार तंग आलो होतो, परंतु मी श्यामलालला काही म्हणालो नाही आणि त्याची आणि त्याच्या ग्राहकाच्या चर्चा ऐकत राहिलो. त्यात कल्पना अधिक आणि वास्तव फार कमी होतं.

स्टुडिओतील म्युझिक रूममधील त्या घटनेची सर्वांना महिती होती. तीन दिवस चर्चेचा हाच विषय की राजभाईने निलमला बहिण मानण्यास का नकार दिला होता. मी राजकिशोरकडून या संदर्भात काही ऐकले नाही, परंतु त्याच्या एका मित्राकडून माहित झाले की त्याने त्याच्या डायरीत त्यावर फारच मजेशीर रिमार्क केला आहे आणि प्रर्थना केली आहे की मिस निलमचे मन अगदीच पवित्र व्हावे. या घटनेला बरेच दिवस झालेत, परंतु काही विशेष असे घडले नाही. निलम पहिल्यापेक्षा अधिक गंभीर बनली होती आणि राजकिशोरच्या शर्टाचे बटन आता प्रत्येकवेळी उघडे असायचे. त्याच्या फुगीर छातीवर असलेले काळे केस बाहेर डोकावत असायचे. कारण एक दोन दिवसापासून पाऊस आला नव्हता आणि 'वन की सुंदरी' या चवथ्या सेटचा रंग फिका पडला होता. म्हणून डायरेक्टर कृपालनीने नोटिस बोर्डावर शुटिंगची घोषणा केली होती. जे दृश्य आत घेण्यात येणार होते, निलम आणि राजकिशोर या दोघातलाच होता. कारण मी त्याचे संवाद लिहिले आहेत. म्हणून मला माहित होते की राजकिशोर

बोलत बोलत निलमच्या हाताचे चुबन घेईल. या दृष्यात चुंबनाची अगदीच शक्यता होती. प्रक्षकांना उत्तेजित करण्यासाठी चित्रपटात मुद्दामच स्त्रियांना असे कपडे परिधान करायला लावले जातात, म्हणजे त्यांच्या भावना भडकतील, म्हणून डायरेक्टर कृपलानीने पुराने नुस्खे वापरून चुंबनाचे हे दृष्य दाखवले होते.

ज्यावेळी शुटिंग सुरू झाली, मी धडधडत्या हृदयाने सेटवर होतो. राजकिशोर आणि निलमचे हाल काय होईल, या विचाराने माझ्या मनात सनसनीची एक लहर पैदा होत होती. परंतु सर्व दृष्य पूर्ण झाले आणि काहीच झाले नाही. प्रत्येक संवादानंतर थकवून टाकणाऱ्या उदासीसहित आकाशदीप जळत आणि विझत, स्टार्ट आणि कटच्या आवाज ऐकू यायचा आणि सांयकाळी ज्यावेळी दृश्याच्या क्लाइमॅक्सची वेळ आली, त्यावेळी राजकिशोरने मोठ्या भावनिकतेने निलमचा हात धरला, खोलीकडे पाठ करून तिच्या हाताचे चुंबन घेतले आणि तिला वेगळे केले.

मला वाटत होते की निलम तिचा हात काढून घेत राजकिशोरच्या तोंडावर अशी थापड मारील की रेकॉर्डिंग रूममध्ये पी. एन. बोधाच्या कानाचे पडदे फाटून जातील. पण त्याउलट निलमच्या पातळशा ओठावर हलकेसे हास्य दिसले. ज्यात स्त्रिच्या कोमल भावानाचे चिन्ह कोठेही दिसत नव्हते. माझी फारच निराशा झाली. परंतु मी हे निलमला नाही बोललो. दोन तीन दिवस निघून गेले आणि ज्यावेळी ती याबद्दल माझ्याशी काही बोलली नाही, तर मी असा निष्कर्ष काढला की तिला हाताचे चुंबन घेण्याबद्दलच्या गंभीरतेचे काहीच ज्ञान नव्हते. किंवा असे म्हणता यईल की तिच्या बेजबाबदार मनात तसा विचारच आला नव्हता आणि त्याचं कारण हे पण असू शकतं की त्यावेळी राजकिशोरच्या तोंडून ज्या स्त्रिला बहिण ऐकण्याची सवय होती, त्यात ती प्रेमालाप ऐकत होती.

निलमच्या हाताचे चुंबन घेण्याऐवेजी राजकिशोरने स्वतःच्या हाताचे का चुंबन घेतले होते. काय त्याने बदला घेतला होता, काय त्याने स्त्रीचा अपमान करण्याचा प्रयत्न केला होता-असे अनेक प्रश्न माझ्या मनात उत्पन्न झाले, परंतु काही उत्तर नाही मिळाले. चवथ्या दिवशी मी ज्यावेळी नेहमीच्या सवयीनुसार नागपाड्यातील श्यामलालच्या दुकानावर गलो, तर त्याने तक्रारीच्या सुरात म्हटले, मंटो साहाब, तुम्ही तर तुमच्या कंपनीला काही सांगतच नाहीत. तुम्ही सांगत नाहीत किंवा तुम्हाला काही माहित नसतं. माहित आहे राज भाईने काय केलं ?"

त्यांनतर त्योन त्याच्या पद्धतीने ती ते दृष्य सांगायला सुरूवात केली, 'वन की सुंदरी' मध्ये डायरेक्टर साहेबाने राज भाईला निलमच्या ओठांचे चुंबन घ्यायला सांगितले होते.

यावर राज भाई म्हणाले, "नाही साहेब, मी असं काही करणार नाही. मला माझी पत्नी आहे. या घाणेरड्या स्त्रीच्या तोंडात तोंड घातल्यावर तेच तोंड मी माझ्या बायकोच्या तोंडात कसं घालाणार. मग काय डायरेक्टर साहेबाला तात्काळ दृष्य बदलावं लागलं आणि राजभाई देखील काही कच्चा खिलाडी नव्हता. वेळ आली त्यावेळी राजभाईने स्वतःच्या हाताचे असे चुंबन घेतले, पहाणाराला वाटावे की तिच्याच हाताचे चुंबन घतले.

मी याबद्दल निलमसोबत नाही बोलली, यामुळे कि तिला याबद्दल काही माहितच नव्हतं, तर तिच्याशी बोलून काय फायदा.

बॉम्बेमध्ये मलेरिया साधारणपणे पसरतो. माहित नाही कोणता महिना होता, फक्त इतकेच माहीत आहे की 'वन की सुंदरी' चा पाचवा सेट उभा होता आणि पाऊस जोरात होता. निलमला यामुळे सर्दी झाली होती. मला स्टुडिओमध्ये काही काम नव्हतं, म्हणून मी तासन्तास तिच्या मागण्या पूर्ण करीत राहिलो. मलेरियाने तिच्या सावळया रंगावर एक विचित्र दुःखी प्रकारचा पिवळेपणा आला होता. तिचे डोळे आणि तिच्या पातळ ओठांच्या कोपऱ्यात ज्यात अवर्णणीय हास्य दिसत होतं, आता त्यात विवशता दिसत होती. मलेरियाचा डोस घेऊन तिचे शरीर फारच कमजोर झाले होते, म्हणून तिला बोलताना जरा आवाजावर जोर देऊन बोलावे लागत होते. तिचा विचार होता की कदाचित तिचे कानच खराब झाले आहेत.

एक दिवशी तिचा ताप एकदम बरा झाला आणि बिस्तरवर पडून ती ईदन बाईच्या आजारात मदत झाल्याबद्दल धन्यवाद देत होती, तितक्यात खालून मोटारीचा आवाज ऐकू आला. मी पाहिले की तो आवाज ऐकून तिच्या शरीरावर एक थंड अशी लहर उठली.

थोड्यावेळाने खोलीचा सागवानी दरवाजा उघडल्या गेला आणि राजकिशोर खादीचे पांढरे कपडे आणि तंग पायजम्यात आपल्या जुन्या पुराऱ्या बायकोसोबत खालीत आला. ईदन बाईला ईदन ताई म्हणत त्याने सलाम केला.

माझा हात हातात घेतला आणि त्याची पत्नी जी घरेलू टाइपची होती, आमच्यासोबत तिचा परिचय करून दिल्यानंतर तो निलमच्या पलंगावर बसला. काही क्षणापर्यंत असाच हसत राहिला, नतर त्याने निलमच्या डोळयाकडे पाहिले. पहिल्यांदा तिच्या डोळयात जबरदस्त भावनीकता झळकताना दिसत होती.

माझ्या अजून लक्षातही आले नव्हते. तशात क्षमायाचनेच्या भावनेतून सांगायला सुरूवात केली, "तुझ्या तबियतेची विचारपूस करायला मला बऱ्याच दिवसापासून

यायचे होते, परंतु या हरामखोर गाडीचे इंजिन असे बंद पडले की दहा दिवस ती गॅरेजमध्ये होती. आज आल्यावर मी (त्याच्या पत्नीकडे बोट करीत) म्हटले, आताची आता चल, स्वयंपाकाचे काम कोणी दुसरा करील. आज योगायोगाने रक्षाबंधनाचा सण देखील आहे, निलम बहिणीची विचारपूसही करता येईल आणि तिच्याकडून राखी पण बांधता येईल."

असे म्हणत त्याने त्याच्या खादीच्या कुर्तीमधून एक रेशमी टवटवीत गजरा काढला. निलमच्या चेहऱ्यावरचा पिवळेपणा अधिकच गडद झाला.

राजकिशोर मुद्दामच निलमच्या चेहऱ्याकडे पहात नव्हता, म्हणून तो ईदन बाईला म्हणाला, "परंतु असे नाही, आनंदाचा दिवस आहे, आजारी बहिण राखी नाही बांधणार. शांती, चल उठ. हिला लिपिस्टक आदी लाव. मेकअप बॉक्स कुठे आहे ?

समोर मेंटल पीसवर निलमचा मेकअप बॉक्स पडलेला होता. राजकिशोर लांब लांब ढांगा टाकत गेला आणि ते आणलं. निलम गप्प होती. तिचे पातळ ओठ ओले झाले होते. जणू ती तिचे रडू मोठ्या कठीणपणे रोखू पहात होती.

जेव्हा शांतीने प्रतिव्रता स्त्रीप्रमाणे निलमचा मेकअप करण्याचा प्रयत्न केला, निलमने कसलाही प्रतिवाद केला नाही. ईदन बाईने एका बेजान मृतदेहाला आधार देऊन उठवलं आणि शांतीने फारच बेढंगपद्धतीने ओठावर लिपिस्टीक लावणे सुरू केले, तशी ती माझ्याकडे पाहून हसली. निलमचे ते हास्य म्हणजे एकप्रकाचे रडू होतं.

मला वाटले, नाही विश्वास होता कि निलमचे भिजलेले ओठ एका धमाक्यासहित बंद होतील आणि ज्याप्रमाणे पाऊसात डोंगरी नाले मजबूत बांध तोडून बेभान गतीने आपला मार्ग काढतात, अगदी त्याप्रमाणे निलम तिच्या रोखून ठेवलेल्या भावना तुफानाच्या आवेगाने आम्हाला सगळ्यांना बाजूला करील पण आश्चर्य होते की ती अगदीच गप्प होती. तिच्या चेहऱ्याचा पिवळेपणा गजरा आणि लालीच्या ढीगात लिप्त झाला आणि ती दगडाच्या मूर्तीप्रमाणे विवश राहिली. शेवटी ज्यावेळी मेकअप पूर्ण झाला, तेव्हा तिने राजकिशोरजीला आश्चर्यजनक पद्धतीने आणि खंबिरपणे विचारले, "आणा इकडे मी राखी बांधते." रेशमी टवटवीत गजरा थोड्याच वेळात राजकिशोरच्या मनगटावर होता आणि निलम, जिचे हात थरथर व्हायला हवे होते, मोठ्या धैर्याने आणि शांतपणे त्याला गाठ मारत होती.

या दरम्यान मला पुन्हा एकदा राजकिशोरच्या डोळयात एक कोमल अशी भावनीक झलक दिसली, जी लवकरच त्याच्या हास्यात विरघळून गेली. रितीरिवाजाप्रमाणे

राजविशोरने तिला एका पॉकेटात काही पैसे दिले तिने ते धन्यवाद देवून तिच्या गादीखाली ठेवले.

ते सगळे निघून गेले. ती आणि मिच उरल्यावर तिने माझ्याकडे एक उदास नजर टाकली, नंतर उशीवर डोकं ठेवून आडवी झाली. पलंगावर राजकिशोर त्याची थैली विसरला होता. निलमने त्याकडे पाहिल्यावर पायानेच ती एका बाजूला केली.

मी किमान दोन तास तिच्याजवळ बसून दैनिक वाचत होतो. ती काहीच बोलत नाही म्हटल्यावर मी तिचा निरोप न घेताच परत आलो.

या घटनेच्या तीन दिवसानंतर मी नागपाड्यातील माझ्या नऊ रूपये भाड्याच्या खोलीत बसून दाढी करीत होतो आणि दुसऱ्या खोलीत रहाणाऱ्या माझ्या शेजारीन मिसेस फर्नांडीसच्या शिव्या ऐकत होतो तितक्यात कोणीतरी आत आले. मी वळून पाहिले, ती निलम होती.

काही क्षणासाठी वाटलं की दुसरे कोणी असेल. तिच्या ओठावर लाल लिपिस्टक अशाप्रकारे लागलेली होती की जणू तिच्या ओठांतून रक्त वहात आहे, जे पुसल्या गेले नाही.

डोक्याचा एक केसही ठिकाणावर नव्हता. ब्लाऊजचे तिन चार हुक उघडे होते आणि तिच्या सावळ्या छातीवर ओरखडे दिसत होते.

तिला अशा आवस्थत पाहून मी विचारू शकलो नाही की तुझी ही आवस्था कशी झाली आणि माझ्या कोठीचा पत्ता तुला कसा सापडला.

पहिले काम मी हे केले की दरवाजा बंद केला. खुर्ची ओढून ज्यावेळी मी तिच्याजवळ बसलो, तिने तिचे लिपिस्टकने भरलेले ओठ उघडले आणि म्हणाली, ''मी सरळ इकडे आले आहे.''

मी हळू आवाजात विचारले, कोठून ?''

माझ्या घरून... आणि मी तुम्हाला हे सांगायला आले आहे की ती जी बकवास सुरू झाली होती, संपली.''

''कसली ?''

''मला माहित होतं की तो पुन्हा माझ्या घरी येईल. अशावेळी येईल ज्यावेळी कोणी असणार नाही...त्याची थैली घेण्यासाठी.'' असे म्हणत तिच्या पातळ ओठांवर, जे लिपिस्टकने भरलेले होते, हलकेसे हास्य आले.

''तो त्याची थैली घेण्यासाठी आला होता. मी म्हटले, चला दुसऱ्या खोलीत आहे. माझा भाव कदाचित बदलला होता, कारण तो काहीस घाबरला होता. मी म्हणाले,

घाबरू नका. जेव्हा मी दुसऱ्या खोलीत गेले, त्यावेळी मी थैली देण्याऐवेजी ड्रेसिंग टेबलसमोर बसले आणि मेकअप करायला सुरूवात केली." असे बोलून ती गप्प झाली. समोर माझ्या तुटलेल्या मेजवर काचेचा ग्लास पडलेला होता. तो उचलून निलम गटागट पिली. नंतर साडीच्या कोपऱ्याने तिचे ओठ पुसून तिने पुढे सांगायला सुरूवात केली, "मी एक तास मेकअप करीत राहिले. तितकी लिपिस्टीक ओठावर बसेल तितकी बसवली, तो गुमान एका कोपऱ्यात उभा राहून माझ्याकडे पहात होता. ज्यावेळी मी अगदीच चुडैल बनले तेव्हा मजबूत पायाने चालून मी दरवाजा बंद केला..."

मी विचारले, "पुढे काय झाले ?"

माझ्या प्रश्नाचे उत्तर मिळवण्यासाठी ज्यावेळी मी निलमकडे पाहिले त्यावेळी ती दुसरीच कोणी होती. साडीने तोंड पुसल्यावर तिचे ओठ काही वेगळेच दिसत होते. त्यावेळी तर ती चुडैल दिसत नव्हती. परंतु मेकअप केला त्यावेळी खरोखरच दिसत असेल.

माझ्या प्रश्नाचे उत्तर तिने लगेच दिले नाही. बाजावरून उठून ती माझ्याजवळ बसली आणि सांगू लागली, मी त्याच्याशी झोंबले. जंगली मांजरीप्रमाणे मी त्याला बिलगले. त्याने माझे तोंड चुरगाळले मी त्याचे...बराच वेळ आम्ही एकमेकांसोबत कुस्ती खेळत राहिलो...माझी कमजोरी...माझे शरीर गरम झाले होते...परंतु... परंतु जसे की एकदा तुम्हाला सांगितले आहे. मी फारच जबरदस्त स्त्री आहे. माझी कमजोरी...माझे शरीर गरम झाले होते. माझ्या डोळ्यातून चिनगारी निघत होती. माझी हाडे कडक होऊ लागली होती. मी त्याला पकडले. मी त्याच्यासोबत मांजरीप्रमाणे लढायला सुरूवात केली. मला माहीत नाही कशासाठी...कसलाही विचार न करता त्याला भिडले होते. आम्ही दोघं शब्दाने काहीच बोललो नाहीत, म्हणजे त्याचा अर्थ काढण्याचा विषयच नाही...मी ओरडत राहिले...तो केवळ हुं हुं करीत राहिला... त्याच्या खादीच्या अनेक चिंध्या मी या बोटांनी केल्या....त्याने माझे केस...अनेक बटा त्याने उपटून काढल्या...त्याने सगळी ताकद लावली. परंतु मी ठरवले होते की माझाच विजय होईल...तो गालिचावर मुडद्याप्रमाणे पडला होता....आणि मला इतकी धाप लागली होती जणू जीव जाईल...इतकी धाप लागली असतानाही मी त्याचा कुर्ता कुरतडून टाकला होता. ज्यावेळी मी त्याची रूंद छाती पाहिली त्यावेळी वाटलं की ती बकवास काय होती...ती बकवास ज्याबद्दल आम्ही दोघं विचार करीत होतो आणि काय करावं ते समजत नव्हतं....

असे म्हणत ती पटकन उठली आणि आपले विस्कटलेले केस एका बाजूला करीत म्हणाली, "सादिक, हरामखोराचे शरीर खरोखरच सुंदर आहे. माहीत नाही मला काय झाले आहे, अचानक मी त्याच्यावर वाकले आणि त्याने चावा घ्यायला सुरूवात केली आणि तो सी सी करीत राहिला. परंतु ज्यावेळी मी त्याच्या ओठावर माझे ओठ टेकवले आणि त्याला एक जबरदस्त चुंबन दिले. तसा तो फळ विकणाऱ्या स्त्रीप्रमाणे थंड पडला आणि मी उठले. मला त्याची किळसच आली. मी पूर्ण शरीरावर एक नजर टाकली, त्याच्या सुंदर शरीरावर मी रक्त आणि लिपिस्टकची लालीने सगळे अंगं भरले होते. मी माझ्या खोलीत नजर टाकली तर प्रत्येक वस्तू बनावटी दिसायला लागली. मी तात्काळ दरवाजा यामुळे उघडला की माझा जीव गुदमरू नये. त्यानंतर सरळ तुमच्याकडे आले." असे बोलून ती शांत झाली, मुडद्याप्रमाणे शांत. मी घाबरलो. तिचा हात तर बाजाच्या खाली लोबकळत होता, मी स्पर्श केला, तो आगीप्रमाणे गरम होता.

निलम..निलम..."

मी अनेकदा तिला हाक मारली, परंतु तिने उत्तर नाही दिले. शेवटी ज्यावेळी मी मोठ्याने निलम असा आवाज दिला त्यावेळी ती दचकली आणि उठून जाताना केवळ असे म्हणाली, "सआदत, माझे नाव राधा आहे."

१२.

रिकाम्या बॉटल्स, रिकामे डब्बे

मला या गोष्टीचं आजही आश्चर्य वाटतं की अविवाहीत तरूणांना रिकाम्या बॉटल्स आणि रिकाम्या डब्बे यात इतका रस का असतो ? तरूणाचा अर्थ त्या तरूणांना, ज्यांना खास करून विवाहामध्ये ज्यांना काही रस नसतो.

या प्रकारचे तरूण सनकी आणि जरा विचित्रच असतात. परंतु मला हे नाही समजले की त्यांना रिकाम्या बॉटल्स आणि रिकामे डब्बे इतके का प्यारे असतात. अशा तरूणांनी पक्षी आणि जनावरं पाळणं आपण समजू शकतो, कारण एकटेपणा घालविण्यासाठी काहीतरी करणे गरजेचे असते, परंतु रिकाम्या बॉटल्स आणि रिकामे डब्बे कशासाठी हे काही समजलं नाही.

सनक आणि कसल्या कसल्या सवयीचे कारण शोधणे काही कठीण काम नसते. याबद्दल आपण असे म्हणू शकतो की नैसर्गीक ईच्छांच्या विरोधात गेल्यास असे बिघाड पैदा करू शकते. परंतु यामागच्या मानसिक कारणांचा शोध घेणे अर्थातच त्यासाठी चांगलाच अभ्यास करावा लागेल.

माझे एक प्रिय आहेत. वयाने पन्नासच्या आसपास. कबूतर आणि कुत्रे पाळण्याचा शौक आहे. यावर एक नाही, अनेक सनक स्वार होत असत. हे महाशय दररोज बाजारातून दुधाची मलाई विकत घेतात. चुलीवर ठेवून त्याचे रोगन बनवतात. आणि रोगनमध्ये सवत:साठी वेगळे असे सालन तयार करतात. त्यांना असं वाटतं की असे केल्याने शुद्ध तूप तयार होते. पाणि पिण्यासाठी वेगळे भांडे ठेवतात. यांच्या तोंडावर नेहमी मलमलचा कपडा असतो, म्हणजे एखादा कीडा आत जाऊ नये. पण हवा बरोबर मिळावी. आराम करायला जाताना सगळे कपडे काढून एक छोटासा टॉवेल बांधतात. आणि लाकडाचा खडाऊ पायात घालातात. आता कोण यांच्या बालाईचे रोगन, भांडयातले पाणी, मलमलचा कपडा, अंगाचा टॉवेल आणि लाकडाचा खडाऊ यांचे मानसिक विश्लेषण करील ?

माझे आणखी एक अविवाहीत मित्र आहेत. दिसायला फारच नॉर्मल व्यक्ती. हाईकोर्टात रिडर आहेत. यांना प्रत्येक ठिकाणचा दर्प येतो. त्यांचा ठरलेला रूमाल नेहमी त्यांच्या नावाच्या पाटीजवळ पडून असतो. यांना खारूताई पाळण्याचा शौक आहे.

आणखी एक अविवाहीत आहेत. ते वेळ मिळेल तेव्हा नमाज अदा करू लागतात. हे जर सोडले तर बाकी ते अगदीच नॉर्मल आहेत. जगाकडे पहाण्याची नजर फारच तीक्ष्ण आहे. पोपटाला भाषा शिकविण्यात पटाईत आहेत.

मिलिटरीचे एक मेजर आहेत-वय झालेले. मेजर साहेबांना हुक्के गोळा करण्याचा छंद आहे. गुडगुडे, पेचवान, चमोडे, म्हणजे प्रत्येक प्रकारचे हुक्के त्यांच्याकडे आहे. अनेक घरांचे मालक आहेत मेजर. परंतु रहातात हॉटेलमध्ये एक खोली भाड्याने घेऊन. बटेरें यांचा जीव कि प्राण आहे.

एक कर्नल साहेब आहेत रिटायर्ड. एका फार मोठ्या कोठीत एकटेच दहा बरा कुत्र्यांसोबत रहातात. प्रत्येक प्रकारची दारू यांच्याकडे तुम्हाला पहायला मिळेल. प्रत्येक सायंकाळी चार पेग घेतात आणि सोबत आपल्या एखाद्या कुत्र्याला पण पाजतात.

मी आतापर्यंत जितके विवाहविमुक्त असणाऱ्यांचा उल्लेख केला आहे, या सगळ्यात एक समान धागा आहे. हे सगळे रिकाम्या बॉटल्स आणि रिकामे डब्बे गोळा करून ठेवण्यात रस घेतात. दुधाच्या मालाईपासून शुद्ध तूप तयार करणारे माझे प्रिय घरात एखादी रिकामी बॉटल पहातात, तिला स्वच्छ करून आपल्या अलमारीत ठेवून देतात म्हणजे गरजेच्या वेळी उपयोगी पडतील.

हाईकोर्टाचे रिडर, ज्यांना प्रत्येक ठिकाणी दर्प येतो, केवळ अशा बॉटल्स जमा करतात आणि इतके स्वच्छ करतात की त्यातून कसलाच दर्प येणार नाही.

वेळ मिळालाच तर नमाज पढनेवाली बॉटल्स आबदस्तसाठी आणि टीनसाठी रिकामे डब्बे वजूसाठी डझनच्या संख्याने जमा करून केलेले आहेत. त्यांच्या मतानुसार या वस्तू स्वस्त आणि पवित्र आहेत.

कसले कसले हुक्के जमा करणारे मेजर साहाब रिकाम्या बॉटल्स आणि रिकामे डब्बे गोळा करून विकण्याचा शौक पाळतात.

अर्थातच रिटायर्ड कर्नल यांचा केवळ व्हिस्कीच्या रिकाम्या बॉटल्स गोळा करण्याचा छंद आहे. तुम्ही जर कर्नल साहेबाच्या घरी गेलात, तर एक छोटे साफ-स्वच्छ खोलीत काचेच्या अनेक अलमरीत तुम्हाला व्हिस्कीच्या रिकाम्या बॉटल्स सजवलेल्या दिसतील. जुन्यातल्या जुन्या व्हिस्कीच्या बॉटल्स देखील तुम्हाला या अनोख्या खजिन्यात बघायला मिळतील. ज्याप्रमाणे लोकांना नाणे आणि तिकिटे गोळा करण्याचा शौक असतो,

अगदी त्याप्रमाणे त्यांना व्हिस्कीच्या रिकाम्या बॉटल्स गोळा करणे आणि त्यांची जपणूक करण्याचा शौक आहे.

माझ्या माहितीप्रमाणे कर्नल साहेबांचा कोणी जवळचा नातेवाईक नाही आहे.

या जगात एकदम एकटे आहेत. अर्थातच दहा बरा कुत्र्यासोबत राहिल्याने त्यांना एकटेपणा जाणवत नाही. कुत्र्यांची देखभाल ते अशी करतात जसा एखादा बाप आपल्या मुलांची करीत असतो. तसा तर त्यांचा पूर्ण वेळ त्या गैर व्यक्तीसोबत व्यतीत होतो. यामधून वेळ मिळालाच तर अलमारीतल्या बॉटल्स ठीक ठाक करण्यात वेळ घालवतात.

तुम्ही म्हणाल रिकाम्या बॉटल्सचे समजले पण ह्या रिकाम्या डब्याचे काय मध्येच ? काय हे गरजेचे आहे की अविवाहीत पुरूषांना रिकाम्या बॉटल्समध्ये रस आहे तसा रिकाम्या डब्बयातही आहे ? मग बॉटल्स असो किंवा डब्बे रिकामी का ? भरलेली का नाही ?

कदाचित मी पहिल्यांदा सांगितले आहे की मी सवत; याबद्दल चकित आहे. हे आणि अशाप्रकारेच अनेक प्रश्न माझ्या मनात उत्पन्न होतात. परंतु प्रयत्न करूनही या प्रश्नांचे उत्तर नाही मिळत.

रिकाम्या बॉटल्स आणि रिकामे डब्बे रिकामं असल्याची लक्षणं आहेत. कारण अविवाहीत पुरूषांच्या जीवनातही असाच एक रिकामेपणा असतो. म्हणून कदाचित होऊ शकतं की या व्यस्त त्यांना त्यांच्यासारख्या वाटत असाव्यात, म्हणून त्यांना त्या पसंत असतील. पण प्रश्न असा निर्माण होती की काय मग एक रिकामेपणा दुसऱ्या रिकाम्यांचा रिकामपणा भरून काढू शकते ? कुत्रे, मांजरी, खारूताई आणि माकडे यांचं आपण समजू शकतो की ते रिकामेपणा काही मर्यादेपर्यंत भरून काढू शकतात पण रिकाम्या बॉटल्स आणि डब्बे कोणते रिकामेपणा भरून काढतात ?

शक्य आहे की तुम्हाला पुढे जे सांगण्यात येणार आहे, त्या घटनेत या प्रश्नांचे उत्तर मिळू शकतं.

दहा वर्षापुर्वी मी जेव्हा बॉम्बेला गेलो होतो, तिथे एका प्रसिद्ध चित्रपट कंपनीचा चित्रपट वीस आठवड्यापासून चालू होता. होरोईन जुनी होती, परंतु हिरो नवीन होता, जो छापलेल्या जाहिरातीत तरूण दिसत होता.

दैनिकात चित्रपटाबद्दल चांगल लिहून आल्यानं मी तो चित्रपट पाहिला. चित्रपट चांगला होता. कथा लक्षवेधक होती. त्या नव्या हिरोचं काम देखील कौतूकास्पद होतं. कारण त्यानं पहिल्यांदाच कॅमेऱ्याचा सामना केला होता.

पडद्यावरील कलाकाराच्या वयाचा अंदाज करणे तसे कठीणच. कारण मेकअप करून तरूणाला वयोवृद्ध आणि वयोवद्धाला तरूण केले जाते. परंतु हा नवीन हिरो तरूणच होता. कॉलेज विद्यार्थ्याप्रमाणे ताजातवाणा आणि टवटवीत. तो देखना नव्हता पण त्यांच जागोजागी असलेलं पिळदार शरीर आकर्षक आणि ठीक होतं.

या चित्रपटानंतर त्या कलाकारचे मी अनेक चित्रपट पाहिले. आता त्याचं वय झालं. होतं. चेहऱ्यावरचा लाडीकपणा आणि तरूणाचा भाव जाऊन वय आणि अनुभवाने जागा घेतली होती. त्याची गणना आता महत्त्वाच्या कलाकारात होत होती.

चित्रपटासारख्या क्षेत्रात स्कॅंडल सामान्य बाब आहे. दररोज बातम्या ऐकायला मिळतात अमूक कलाकाराचे तमक कलाकारासोबत चक्कर आहे. अमूक कलाकार तमूक कलाराला सोडून तमूक डायेरक्टरच्या चित्रपटात गेली. जवळ जवळ सर्वच कलाकारांच्या नावामागे कोणाचे तरी नाव लवकर किंवा उशीर चिटकवले जाते. परंतु या हिरोचे जीवन ज्याबद्दल मी सांगितल होते, तो यापासून दूर होता.

परिणाम असा झाला की दैनिकात याची चर्चा जोरात होती. चुकूनही कोणी याचा उल्लेख केला नाही की चित्रपट दुनियेत राहूनही रामस्वरूपचे जीवन कामवासनेपासून दूर राहिले. खरं सांगायचे तर यावर मी कधी लक्ष दिले नाही. यामुळे की मला कलाकरांच्या खाजगी आयुष्यात कसलाही रस नव्हता. चित्रपट पाहिला, चांगला होती कि वाईट इतकी चर्चा केली झालं.

ज्यावेळी रामस्वरूप आणि माझी गाठभेठ झाली त्यावेळी फारच मजेशीर गोष्टी बोहर आल्या. ही भेट त्याचा चित्रपट पाहिल्यांनतर आठ वर्षानी झाली होती. सुरूवातील तर तो बॉम्बेपासून दूरच्या गावात रहायचा. चित्रपटात पदार्पण झाल्यावर त्याने शिवाजी पार्कमध्ये सागरी किनाऱ्यावर एक फ्लॅट घेऊन ठेवला. त्याच्यासोबत माझी भेट त्याच्या या घरी झाली, ज्यात एक किचन सहित चार रूम्स होत्या.

या रूम्समध्ये आठ प्राणि वास्तव्य करीत होते. स्वतः रामस्वरूप, त्याचा नोकर जो खानसामाचे काम करीत असे. तीन कुत्रे, दोन माकडे आणि एक मांजर.

रामस्वरूप आणि त्याचा नोकर दोघे अविवाहीत होते. तीन कुत्र्यासाठी कोणी कुत्रा होता ना मांजरीसाठी कोणी बोका. अर्थातच या परिवारात एक माकड आणि एक माकडीन होती. दोघे फार तर जाळीत असायचे.

या अर्धा डझन गैरव्यक्तींवर रामस्वरूप यांना खूप प्रेम होते. नोकरासोबतही त्याचं वागणं ठीक होतं. परंतु भावनीक नातं फार कमी होतं. संबंध कमी होते, ठरलेली कामं सवयीप्रमाणे ठरलेल्या वेळी करायची असत. ती कामं आपोआप होत असत.

याशिवाय असे वाटत हाते की रामस्वरूपने त्याच्या नोकराला त्याच्या जीवनाच्या सगळ्या सवयी कागदावर लिहून दिल्या आहेत, जे नोकराकडून जसेच्या तसे पाठ झाले असावे, त्यानुसार वागतोही.

समजा रामस्वरूप कपडे काढत असेल तर नोकरा लगेच तीन चार सोडे आणि बर्फाचे फ्लास्क काचेच्या स्टुलवर ठेवायचा. याचा अर्थ असा की साहेब रम पिल्यावर कुत्र्यासोबत खेळतील. अशावेळी कोणाचा टेलिफोन आला, तर सांगण्यात येईल की साहेब घरी नाहीत.

रमची बोतल किंवा सिगारेटचा डब्बा रिकामा असेल तर फेकल्या किंवा विकल्या जाणार नाही, तर स्वाभिमानाने त्याला खोलीत ठेवल्या जाई जिथे रिकाम्या बॉटल्स आणि रिकामे डब्बे आहेत.

एखादी स्त्री भेटायला आलीच तर तिला असे सांगून परत पाठवले जाई की साहेब रात्रभर शुटिंग करून आले आहेत आणि झोपले आहेत. भेटायला कोण रात्री किंवा सायंकाळी आलेच तर सांगितले जायचे की साहेब शुंटिंगवर आहेत.

रामस्वरूपचे घर अगदी तसेच होते जसे अविवाहीत पुरूषाचे असते. म्हणजे तिच पद्धत आणि ठेवण गायब असायची. जे त्या घरामध्ये पहायला मिळतं जे अविवाहीत तरूण नाही, विवाहीत जोडपे रहाते. साफसफाई होती पण त्यात एक प्रकारचा कोरडेपणा होता.

पहिल्यांदा ज्यावेळी मी त्याच्या फ्लॅटवर गेलो, मला असे वाटले की जणू मी चिडीया घराच्या अशा भागात आलो आहे, जिथे वाघ, चित्ते आणि इतर प्राण्यासाठी बनवलेलं असतं. याचं हे कारण होतं की तिथे तशाच प्रकार दर्प येत होता.

एक झोपण्याची खोली होती, दुसरी बसण्याची, तिसरी बॉटल्या आणि डब्ब्याची. त्यात रमच्या असंख्य बॉटल्स आणि सिगारेटचे असंख्य डब्बे होते, जे रामस्वरूपने रिकाम्या केल्या होत्या. काही पद्धत नव्हती. बॉटलवर डब्बे, डब्ब्यावर बाटल्या उलट्या सुलट्या पडलेल्या होत्या. एक कोपऱ्यात रांग आहे तर दुसऱ्यावर ढीग. गर्द गोळा झालेली आहे आणि शिळया तंबाखू आणि शिळया रमचा दर्प येत आहे.

मी पहिल्यांदा ज्यावेळी ती खोली पाहिली, तर फार चकित झालो. असंख्य बॉटल्स आणि डब्बे होते-सगळे रिकामे. मी रामस्वरूपला विचारले, ‘काय बाबा, ही काय भानगड आहे ?”

रामस्वरूप म्हणाला, “हा कबाडखाना आहे.”

“गोळा झाले आहे” इतके सांगून गप्प झाला. मी विचार केला की हा इतका

कचरा गोळा होण्यासाठी सात-आठ वर्षे तर लागतीच असतील. माझा अंदाज चुकिचा निघाला. मला नंतर माहीत झाले की या कचऱ्याला दहा वर्षे झाली होती.

तो शिवाजी पार्कमध्ये रहायला आला होता, तर ते सगळया बॉटल्स घेऊन सोबत आले होते. आता ती त्याच्या कबाडखाण्यात पडून होती.

एकदा मी त्याला म्हणालो, "रामसवरूप, तू ही बॉटल्स आणि डब्ब विकून का टाकत नाहीत ? मला असे म्हणायचे आहे की, नवीन नवीन लगेच विकून टाकायला हवे. पण आता इतका ढीग झाला आहे आणि गंज लागल्यामुळे किंमतही चांगली येईल, मला वाटते की तुम्ही कबाडखाना विकून टाकला पाहिजे."

उत्तर म्हणून तो केवळ इतके म्हणाला, "जाऊ दे राव, प्रत्येकवेळा कचऱ्यावर काय बोलायचं."

याच्या बोलण्यावरून तर असेच वाटत होते की त्याला बॉटल्स आणि डब्ब्यात काही रस नव्हता. परंतु मला नोराकडून समजले होते की त्या कबाडखाण्यातील इकडची वस्तू तिकडे णाली तर ते डोकयार आभाळ घेतात.

रामस्वरूपला स्त्रीयांमध्ये अजिबात रस नव्हता. मी आणि तो फारच सहजपणे आलो होतो. बोलता बोलता मी अनेकदा त्याच्याकडून ही माहिती काढण्याचा प्रयत्न केला, "अरे बाबा, लग्न कधी करणार ?"

याच्याकडून अनेकदा याप्रकारचे उत्तर आले होते, "लग्न करून काय करू ?"

मी त्याच्यासोबत लग्नाचा विषय तर अनेकदा काढला होता पण इतके करूनही त्याला कोणा स्त्रीमध्ये रूची असल्याचे आढळले नाही.

रामस्वरूपला भेटून अनेक वर्षे झाले होते. या दरम्यान अनेकदा एक बातमी माझ्या कानावरून गेली की तो कोण्या शीला नावाच्या अभिनेत्रीच्या प्रेमात पडला आहे. माझा या अफवेवर अजिबात विश्वास बसला नाही. पहिल्यांदा तर रामस्वरूपकडून अशाप्रकारची कोणतीही अपेक्षा नव्हती. दुसरे म्हणजे कोणत्याही समजदार तरूणासोबत तिचे प्रेम होऊ शकत नव्हते. कारण एखाद्या आजारी व्यक्तीप्रमाणे ती कोमेजून गेली होती.

सुरूवातील तिने ज्यावळी एकदोन चित्रपटातून पदार्पण केले होते, तर ती तशी भरदार होती. परंतु नंतर ती इतकी कोमजलेली, सुकलेली आणि बेरंग झाली होती की तिसरा चित्रपट येईपर्यंत बारीक झाली होती. मी फक्त एकदा शीलाच्या संदर्भात रामस्वरूपसोबत बोललो होतो, तर तो हसून बोलला होता, "माझ्यासाठी काय तिच उरली होती."

या दरम्यान त्याचा आवडता कुत्रा स्टॅलिन निमोनियाचा शिकार झाला. रामस्वरूपने त्याच्या इलाजात कसलीच कसर ठेवली नाही परंतु बरा होऊनही तो जगू शकला नाही. स्टालिन कुत्र्याच्या मृत्यूने त्याला चांगलाच धक्का बसला होता. अनेक दिवस त्याच्या डोळयात पाणी होतं. त्यानंतर रामस्वरूपने एक दिवशी बाकी कुत्रे कोण्या मित्राला देवून टाकले, माझ्या मनात विचार आला की त्याने स्टालिनच्या मृत्यूमुळे असे केले असेल, नाहीतर तो असे करू शकला नसता.

काही दिवसाने त्याने माकडाच्या जोडीला देखील देवून टाकल्यावर तर फारच आश्चर्य वाटले. मग मी असा विचार केला की त्याला आता कोणाचाही मृत्यू पहायचा नसेल.

आता त्याच्या घरातून सडलेल्या वस्तूसारखा दर्प येत नव्हता. स्वच्छतेच्या बाततीत बरीच सुधारणा झाली होती आणि पद्धतीमध्येही. त्याच्या चेहऱ्यावर हलकेसे तेज आले होते. हा बदल हळूहळू कसा झाला आणि याची सुरूवात कशी झाली होती याचा शोध घेणे कठीण होते.

दिवसामागून दिवस जात होते. रामस्वरूपचा नवा चित्रपट आला, त्यात मी मला तो अधिकच ताजातवाणा वाटला. मी त्याला शुभेच्छा दिल्या तर तो हसला, 'घे व्हिस्की पि."

मी चकित होऊन विचारले, "व्हिस्की ?"

व्हिस्कीवर चकित होण्याचं कारण हे होतं की त्याला केवळ रम पिण्याची सवय होती. हासू ओठात दाबत तो म्हणाला, 'रम पिऊन कंटाळलो आहे.'

मी त्याला आणखी काही विचारले नाही. दुसऱ्या दिवशी सांयकाळी मी त्याच्याकडे गेलो तर तो कमीज पायजमा परिधान करून रम नाही तर व्हिस्की पित होता. उशीरापर्यंत आम्ही पत्ते खेळत राहिलो आणि व्हिस्की पित राहिलो. या दरम्यान माझ्या लक्षात आले की व्हिस्की पिताना तो असे तोंड करीत आहे की जणू त्याला न आवडणारा पदार्थ तो खात आहे.

मी मुद्दामच म्हणालो, 'तुझे आणि व्हिस्कीचे काही जमू नाही लागले.'

त्याने हसून उत्तर दिले, "हळूहळू सवय लागेल."

रामस्वरूपचा फ्लॅट दुसऱ्या मजल्यावर होता. एक दिवशी मी त्या ठिकणाहून चाललो होतो तर पाहिले की खाली गॅरेजजवळ रिकाम्या बॉटल्स आणि डब्ब्याचा ढीग पडला आहे. रस्त्यावर दोन तांगे उभे आहेत. तीन चार कबाडी त्यात बाटल्स भरीत आहेत, मला अमर्याद नवल वाटत होते.

रामस्वरूपसोडून हा खजिना कोणाचा बरं होऊ शकेल ? विश्वास ठेवा, हा खजिना रामस्वरूपपासून दूर जाताना पाहून मला एकप्रकारचे दु:ख होत आहे.

धावतच वर गेलो. घंटी वाजवली. दरवाजा उघडा होता. मी आत जाण्यास निघालो तर पहिल्यांदाच नोकराने माझ्यासाठी सवयीनुसार रस्ता आडवत म्हटले, साहेब रात्री शुटिंला गेले होते, यावेळी झोपले आहेत. मी एकदाचा चकित आणि रागावलो. काहीतरी बडबड केली आणि परतलो.

त्याच रात्री रामस्वरूप माझ्या घरी आला. त्याच्यासोबत शीला होती. नवी बनारशी साडीमध्ये सजलेली. रामस्वरूपाने तिच्याकडे बोट करीत मला म्हटले, "माझ्या धर्मपत्नीला भेट." मी जर व्हिस्कीचे चार पेग मारले नसते तर खात्रीनं मी चक्कर येऊन खाली पडलो असतो.

रामस्वरूप आणि शीला थोडा वेळ बसले आणि नतर निघून गेले. मी बराच वेळ विचार करीत राहिलो की बनारशी साडीमध्ये कोणासारखी दिसत होती ? पातळ देहावर हलक्या बादामी रंगाची पातळ साडी. काही ठिकाणी दबलेली काही ठिकाणी फुगलेली. अचानक माझ्या डोळ्यासमोर एक रिकामी बॉटल आली-बारीक कागदात लपेटलेली.

शीला स्त्री होती-अगदीच रिकामी स्त्री होऊ शकते, एका रिकाम्यापणाने दुसऱ्या रिकाम्यापणाला भरून टाकले असावे.

१३.

घुबड

मुलांच्या आणि मुलींच्या प्रेम प्रकरणाची चर्चा होत होती.

प्रकाश, जो बऱ्याच वेळापासून शांत बसला होता आणि आतली आत कुढत होत, अचानक बोलला, “सगळं बकवास आहे, शेकडोपैकी नव्यान्नव प्रेमकथा अगदीच टपोरी, बावळट आणि बकवास पद्धतीवर अवलंबून आहेत....एक गोष्ट उरते, ज्यात तुम्ही तुमच्या कवितेची भर घाला किंवा आपली बुद्धिमत्ता आणि प्रतिभा ठासून भरा...मला नवल वाटतं, तुम्ही सगळे अनुभवी आहात, लोकांच्या प्रमाणात बरेच हुशार आहात...जे वास्तव आहे, तुमच्या डोळया आड देखील नाही, मग काय हिमत आहे की तुम्ही बरोबर या गोष्टीवर जोर देत आहात की मुलीला आकर्षित करण्यासाठी नरम नाजूक शायरी, सुंदर चेहरा, चांगल्या पद्धतीचे कपडे, अत्तर, लॅवंडर आणि माहित नाही कसल्या कसल्या गोष्टींची गरज आहे...आणि माझ्या मते ह्या गोष्टी अगदीच बिनकामाच्या आहेत की मुलीवर प्रेम करण्यापुर्वी या तमाम गोष्टी विचारपूर्वक करण्याची गरज आहे...”

चौधरीने उत्तर दिले, “प्रत्येक काम करयापुर्वी माणसाला विचार करावा लागतो.”

प्रकाश तात्काळ उत्तरला, “मान्य आहे पण अशाप्रकारचं प्रेम करणं माझं काम नाही. इथे एक गोष्ट...तुम्ही लक्षात का घेत नाहीत. कथा लिहिणे एक काम आहे, ते सुरू करण्यापुर्वी विचार करणे गरजेचे आहे. परंतु प्रेम करण्याला तुम्ही काम कसं म्हणू शकता. ते एक...ते एक...मला असे म्हणायचे आहे, प्रेम करणे म्हणजे घर बांधणे नाही, ज्याचा आधी नकाशा काढावा लागतो. एक मुलगी किंवा स्त्री तुमच्यासमोर असते, तुमच्या मनात गडबड होते. मग अशी इच्छा उत्पन्न होते की ती तिने तुमच्यासोबत झापावे...याला तुम्ही काय म्हणार ? ही एक सैतानी तलब आहे, जी पूर्ण करण्यासाठी सैतीनी पद्धतीचा वापर करावा लागतो. एक कुत्रा कुत्रीसोबत प्रेम करण्यासाठी एका ठिकाणी बसून योजना तयार करीत नाही. अगदी याप्रमाणे ज्यावेळी विशिष्ट प्रकारचा

गंध आल्यावर बैल गायीच्या मागे लागतो, त्यावेळी तो काही शरीरावर कसले अत्तर नाही शिंपडत. खरे सांगायचे तर आपण एक सैतान आहोत, म्हणून प्रेमात जगातील सर्वात जुन्या तलबमध्ये माणसाचे उदाहरण नसायला हवे.

मी म्हणालो, याचा अर्थ असा की शेर ओ शायरी, चित्रकारी, मुर्ती तयार करणे या सगळ्या गोष्टी बेकार आहेत."

प्रकाशनं सिगारेट पेटवली आणि आपला जोश धुरात उडवत म्हटले, फक्त बेकारच नाही...माझ्या लक्षात आले, तुला काय म्हणायचे आहे. तुला असे म्हणायचे आहे की ललित कलांचे अस्तिव स्त्री आहे तर मग ते बेकार कसं ? खरी गोष्ट ही आहे की याच्या अस्तित्त्वाचे खरे कारण स्त्री स्वतः नाही, तर पुरूषांची स्त्रीच्या संदर्भात मर्यादेपलिकडे असलेला भोंगळ आशावाद आहे.

पुरूष स्त्रीच्या संदर्भात विचार करताना सगळं काही विसरून जातो. त्याला वाटते की स्त्रीला ज्ञानी समजू नये. स्त्रीला कवेळ एक स्त्री समजल्याने त्याच्या भावना दुखावतात. त्याला तिला अधिक अधिक सुंदर अंदाजामध्ये पहायचे आहे. युरोपियन देशात जिथे स्त्रीया मनासारख्या फॅशन करतात, जरा त्यांना जाऊन विचारा की त्यांचे केस, त्यांचे कपडे आणि त्यांचे बूट यांचे रोज नव्याने फॅशन कोण करतं ? चौधरीने आपल्या मुळमुळीत अंदाजामध्ये प्रकाशच्या खाद्यांवर हळूच एक चापट मारली, "तू बहकलास राव.. बूटाचे डिझाईन कोण बनवतं ? सांड गायीजवळ जातो त्यावेळी त्याला लॅवंडर लावावे लागत नाही. इथे चर्चा चालू होती की मुले आणि मुलीच्या बाबतीत असेच फंडे यशस्वी होतात, जे सभ्य पद्धतीने सुरू होतात.

प्रकाशचे ओठ बोलताना अंकुचित झाले, "चौधरी साहेब ! तुम्ही अगदीच बकवास करीत आहात. सभ्यपणाला तुम्ही तुमच्या सिगारेटच्या पॉकेटात ठेवा. आणि इमानदारीने सांगा, त्या मुली ज्यांच्यासाठी तुम्ही तुमच्या रूमालांना भारीतला भारी अत्तर लाऊन योजना तयार करता, काय तुम्हाला मिळाली होती ?

चौधरीने याचे वैतागून उत्तर दिले, 'नाही'

"का ?"

"ती दुसऱ्यावर प्रेम करीत होती."

"कोणावर ? एका उल्लुच्या पठ्यावर."

एका फेरीवाल्या बजाजसोबत ज्याला ना गालिबचे शेर येत होते ना कृष्णचंदच्या कथा. ज्याच्याकडे तुमच्यासारखे अत्तरातले रूमाल नाही तर मळकट असा रूमाल आहे नाक पुसायला. प्रकाश हसला, "चोधरी साहेब मला चांगले माहित आहे, तुम्ही भारीच

कष्ट घेऊन त्याला पत्र लिहित होता. त्या पत्रात आजूबाजुचे असणारे नसणारे सर्व तारे तोडून लावले होते. सर्व चादंण्या गोळा केल्या होत्या. पण त्या फेरीवाल्या बजाजने तुमच्या सुसंस्कृतपणाला प्राधान्य दिले होते. डोळा मारून आपल्या जवळच्या गाठोड्यात बांधले होते आणि निघून गेला होता. याचे उत्तर आहे तुमच्याकडे ?"

चौधरी अडखळला, "मला वाटते, ज्या मार्गावरून मी चाललो होतो, चुकीचा होतो. त्याचा मानसिक अभ्यास देखील मी केला होता. बरोबर सिद्ध झालं नव्हतं.

प्रकाश हसला, चौधरी साहेब का, ते ज्या रस्त्यावरून चालले होते, रस्ते चुकीचे होते. त्याचं मानसिक विश्लेषण जरी तुम्ही केलं असेल, अगदीच चुकीचं होतं आणि आता जे काही तुम्ही सांगणार आहात, ते पण बरोबर नाही आहे. तुम्हाला पत्रलेखन आणि मनसिक अभ्यासाच्या भानगडीत पडण्याची गरज नव्हती. तुमच्याकडील नोटबुकवर लिहून ठेवा, शंभरपैकी नव्यान्नव माशा मधाकडे धावतील आणि मुली साधेपणाला आकर्षित होतील.

चौधरीने मान हालवली आणि म्हटले, "तुमचे तत्त्वज्ञानच कधी लक्षात येत नाही."

प्रयत्न करा आणि समजून घ्या, ही अशी कठीण गोष्ट नाही आहे. विषय असा आहे की तुम्ही एका सोप्या गोष्टीला कठीण करून टाकले आहे. तुम्ही कलाकार आहात. नोटबुक काढून हे पण लिहू घ्या की कलाकार एक नंबरचे बावळट असतात. मला त्यांची फार दया येते...बावळटांच्या मुर्खपणातही ठामपणा असतो. जगाचे प्रश्न सोडवतील, परंतु एखाद्या स्त्रीसोबत संबंध आला तर महाशय इतके घाबरतील की हातभर अंतरावर असलेल्या स्त्रीला भेटण्यासाठी पिशावरचे तिकीट घेतील आणि तिकडे जाऊन विचार करतील. ती स्त्री डोळयाआड कशी गेली. चौधरी साहेब काय झाले ? काढा नोटबुक आणि लिहून ठेवा की तुम्ही एक नंबरचे उल्लू आहात.

चौधरी शांत राहिले.

मला आणखी एक बाब लक्षात आली की प्रकाश मुद्दामच चौधरीचा आरसा म्हणून वापर करीत आहे आणि स्वतःला पहात आहे आणि स्वतःला दोष देत आहे. मी त्याला म्हणालो, प्रकाश असे वाटते की चौधरीला सोडून तुम्ही स्वतःला दोष का देत आहात."

आशेच्या विपरीत त्याने उत्तर दिले, "तुझे अगदीच बरोबर आहे. यामुळे की मी एक कलाकार आहे, म्हणजे मी पण, ज्यावेळी दोन आणि दोन चार होतात, त्यावेही खुश नसतो. मी देखील चौधरी साहेबाप्रमाणे अमृतसरच्या कंपनी बागेतल्या स्त्रीला

भेटण्यासाठी पेशावरला जातो आणि तिथे डोळा चोळत विचार करतो ती स्त्री कुठे गायब झाली. असे बोलून प्रभाकर खूप हसला. नतंर तो चौधरीला उद्देशून बोलला, चौधरी साहेब, हात द्या...आपण दोघे आळशी घोडे आहोत. या खेळात तोच यशस्वी होईल ज्याला केवळ इतकेच माहित असेल की फक्त पहायचे आहे. हेच नाही तर त्याने काम आणि वेळेचा प्रश्न सोडायला बसावं. इतक्या पाऊलात इतके अंतर कापले जात असेल तर इतक्या पाऊलात किती अंतर कापले जाईल. प्रेमात ना भूमिती असते ना बिजगणित. फक्त बकवास आणि बकवास असते. म्हणून यामध्ये फसलेल्या लोकांनी तसल्याच बकवासची मदत घ्यायला हवी."

चौधरीने कंटाळलेल्या ढंगात म्हटले, "काय बकवास करतोस यार."

तर ऐक ! प्रकाश खाली बसला. "मी तुम्हाला एक खरी घटना सांगतो. माझा एक मित्र आहे, त्याच नाव नाही सांगणार मी...दोन वर्षे झाले. तो एक महत्त्वाच्या कामासाठी चंबळला गेला. दोन दिवसानी त्याला डलहौसीला यायचं होतं परत आणि त्यांनतर तात्काळ अमृतसरला जायचं होतं. परंतु तो तीन महिने गायब होता. त्याने ना घरी एक पत्र लिहिलेना मला. ज्यावेळी तो परत आला त्यावेळी त्यानेच सांगितले की तो चंबळ या ठिकाणच्या एका मुलीच्या प्रेमात पडला होता.

चौधरीने विचारले, "एकतर्फी असेल."

प्रकाशच्या चेहऱ्यावर अर्थपूर्ण हसू आलं, "नाही-नाही, तिचंही होतं. जीवनात त्याला एक सुंदर अनुभव मिळाला. तीन महिने तो त्या चंबळच्या खोऱ्यात त्या मुलीवर प्रेम करीत राहिला. झाले असे की तो परत डलहौसीला निघालाच होता, तितक्यात पहाडातील एका पायवाटेवर माझ्या मित्राची एका अंत्यत सुंदर मुलीसोबत ओळख झाली आणि तमाम पृथ्वी छोटी होऊन त्या मुलीमध्ये वास्तव्य करू लागली. अर्थात माझा मित्र प्रेमात पडला होता...किबला चौधरी साहेब ऐका... पंधरा दिवस तो गरीब त्याच्या प्रेमाला लपून लपून चंबळच्या बर्फ गोठवून टाकणाऱ्या थंडीत दुरवरून पहात राहिला, परंतु तिच्या जवळ जाऊन तिला बोलण्याची त्याची हिंमत काही झाली नाही...दिवस मावळल्यावर त्याला वाटू लागलं की अंतर किती चांगली गोष्ट आहे, उंच पहाडीवर ती शेळ्या चारते आहे आणि खाली इकडे याचे ह्रदय धडधड करीत आहे. डोळ्यासमोर जरा हे काव्यात्मक दृश्य आणा, आणि स्मरण करा. या पहाडीवर एक खरा प्रेमी आहे आणि त्या पहाडीवर त्याची सुंदर प्रेमिका. दोघांच्या मधून एक पाण्याचा झरा वहात आहे. सुब्बनाअल्लाह, किती सुंदर दृश्य आहे, चौधरी साहेब किबला !"

चौधरीने मध्येच टोकले, बकवास नका करू, जे आहे ते सांग."

प्रकाश हसला, तर ऐका, ! पंधरा दिवस माझ्या मित्राने तिच्या प्रेचाच्या प्रभावाला कमी करण्याचा प्रयत्न केला आणि विचार करीत राहिला की त्याला लवकर परत जावे लागेल. या पंधरा दिवसात त्याने कागद आणि पेन हातात घेऊन नाही, परंतु मनातली मनात मी त्या मुलीच्या प्रेमाचा अंदाज घेतला. मुलगी त्याला प्रत्येक अंगाने पसंत होती आणि प्रश्न असा होता की तिला कसे प्राप्त करायचे. काहीच ओळख नसताना अचानक बोलायला सुरूवात करायची ? हे बरोबर नाही, असे कसे करता येईल ? का नाही असं होऊ शकत ? पण विचार करा, तिने तोंड वेंगाडले आणि जवळून न बोलता बकऱ्या घेऊन निघून गेली, अशी घाई काही कामाची नाही. परंतु तिला सांगितल्याशिवाय कसं होणार होतं ते. होय, एक मार्ग आहे, ज्या मार्गाने तिच्या मनात जागा निर्माण केल्या जाऊ शकेल. हो ठीक आहे, परंतु आकर्षित कसे करायचे, हाताच्या इशाऱ्याने ? नाही, नाही, अगदीच हलकट प्रयत्न आहे हा, ..असो किबला चौधरी साहेब, ते पंधरा दिवस आपल्या हिरोचे विचार करण्यातच गेले. सोळाव्या दिवशी ती त्याला पाहून हसली. आपल्या हिरोच्या हृदयात तर बाग फुलला. परंतु त्याचे पाय थरथर करायला लागले. त्याने त्याच्या पायाच्या बाबतीत विचार करायला सुरूवात केली. ज्यावळी त्याला त्या मुलीचं हसणं आठवलं त्यावेही त्याने त्याच्या पायाचा नाही तर तिच्या पिंढऱ्यांचा विचार करायला सुरूवात केली. जे त्याला तिचा घागरा वर झाल्यावर दिसल्या होत्या. किती सुडौल आहेत ! ते दिवस दूर नाहीत ज्यावरून तो हळूहळूवारपणे हात फिरवील. आणखी पंधरा दिवस निघून गेले. इकडे ती हसत जवळून निघून जायची, तिकडे आपले हिरो काय बोलावं याचा सराव करीत होता. सव्वा महिना झाला पण त्यांच प्रेम फक्त ओठांवरच हसत होतं. शेवटी एका दिवशी त्या मुलीनेच ही समस्या सोडवली आणि मोठ्या लाडीकपणे एक सिगारेट मागितली. मग काय सिगारेटचे पॉकेटच तिच्या स्वाधीन केले आणि रात्रभर तिच्या कंपनीचे स्वप्नं पहात राहिला. दुसऱ्या दिवशी आपले हिरोने एका व्यक्तीला डलहौसिला पाठवले आणि सिगारेटचे पंधरा पॉकेट मागवून एका छोट्याशा मुलाच्या हस्ते तिच्याकडे पाठवून दिले. पूर्ण पॉकेटच मिळाल्यावर तिला अमर्याद आनंद झाला. येता येता तो दिवसही आला, आता ते जवळजवळ बसून बोलू लागले होते. कसलं बोलणं ? किबला चौधरी साहेब, सांगा आपला हिरो तिच्यासोबत काय बोलत असेल ?"

चौधरी कंटाळल्या ढंगात म्हणाला, "मला काय माहित !" प्रकाश हसला, मला माहित आहे. किबला साहेब घरातून निघताना तो काय बोलायचं याची एक लांबलचक

यादीच तयार करायचा. मी तिला हे बोलणार, मी तिला ते बोलणार, ती ज्यावेळी झऱ्याजवळ कपडे धुत असेल तेव्हा मी हळूच मागून जाऊन तिचे डोळे बंद करील. मग तिच्या बगलेत गुदगुल्या करील परंतु ज्यावेळी तो तिच्याजवळ जायचा, डोळे बंद करण्याच्या आणि गुदगुल्यांच्या कल्पनेनेच त्याला लाज वाटायची. काय बालीशपणा आहे ! तो तिच्यापासून काही अंतरावर बसायचा आणि शेळ्या मेंढींच्या संदर्भात बोलायचा. अनेकदा तर वाटलं की शेळ्या मेंढ्यासोबत आपल्या प्रेमाला किती दिवस चारायचं, दोन महिन्यापेक्षा अधिकचा काळ लोटला होता, अद्याप त्याने तिला साधा स्पर्शही केला नव्हता. तो विचार करी की स्पर्श करायला काही बहाणा तर पाहिजे. तिने पण प्रतिसाद द्यायला हवा की तिच्या शरीराच्या कोणत्याही भागाला हात लावता आला पाहिजे. त्याला प्रतिसाद म्हणता येईल, पण तिचा प्रतिसाद आहे हे कसं समजावं. किबला चौधरी साहेब, याचा शोध घेण्यातच पंधरा दिवस निघून गेले.

चौधरी शांत राहिला.

प्रकाशने सिगारेट पेटवली आणि तोंडातून धूर काढत म्हणाला, या दरम्यान ती आणि मी चांगलेच मित्र बनलो होतो. या दरम्यान आपल्या हिरोनं अनेकदा तो मोठ्या घराण्यातला असल्याचा उल्लेख केला होता, मित्रांना दोष दिला की ते कसे डोंगरी भागातील गरीब मुलीकडे जाऊन त्यांना खराब करतात. कधी प्रत्यक्ष- अप्रत्यक्ष स्वतःचे कौतूक पण केले. या सर्व गोष्टींचा परिणाम आपल्या हिरोच्या बाबतीत काही चांगला झाला नाही. आता त्याला तिच्यासोबत कामवासनेसंदर्भातल्या चर्चा करता येईना. उघड आहे की प्रकरण थोडे किचकट आणि गंभीर झाले. पण त्याची प्रेमभावना कायम होती. त्याला आशा होती की एक दिवशी मुलगी स्वतः त्याच्या स्वाधीन होईल. काही दिवस असेच निघून गेले. एका दिवशी मुलीनं कपडे धुता धुता, तिचे हात साबनाने भरलेले होते, त्याला म्हणाली, 'तुझे माचिस संपले आहे, माझ्या खिशातून घे. खिसा मुलीच्या डाव्या छातीच्या वर होता, आपला हिरो ओशाळला, मुलीनं पुन्हा सांगितले, काढून घे,' थोडीसी हिंमत करून त्याने थरथरत हात पुढे केला आणि दोन बोटे मुलीच्या खिशात टाकली. माचिस तळाला होतं. तो घाबराला बोट जर वरच्या भागाला लागले तर. त्याने हात बाहेर काढला आणि मुलीला म्हणाला, "तुझ्या खिशातले माचिस नंतर कधीतरी काढील." मुलीने सभ्य नजरेनं त्याच्याकडे पाहिले आणि हसली. आपल्या हिरोनं विचार केली की अर्धे युद्ध तो जिंकला आहे आणि तो उर्वरीत युद्ध जिंकण्याच्या योजना तयार करीत राहिला. प्रकाश गप्प होता.

चौधरी त्याच्याकडे पहात होता.

प्रकाशने सांगायला सुरूवात केली, एका दिवशी तो झऱ्याच्या एका काठावर बसला होता तिकडे दुसऱ्या बाजूला तिला बकऱ्या चारताना पहात होता आणि मुलीच्या खिशाच्या खाली असलेल्या उठावदार छातीचा विचार करीत होता. तितक्यात खाली बावडीजवळ एक लॉरी थांबली. लॉरीतून एक शिख ड्राइव्हर बाहेर आला आणि बावडीतले पाणि पिल्यावर वर मुलीकडे पाहिले. हे पाहिल्यावर माझ्या मनात जळफळाट झाला. विहिरीच्या काठावर उभा राहून आपल्या मळकट कपडयातल्या त्या शिख ड्राइव्हरने पुन्हा एकदा सावित्रीकडे पाहिले आणि आपल्या गलिच्छ हाताने तिला इशारा केला. मला असे वाटले की वरूनच एक दगड त्याच्या अंगावर ढकलावा, इशारा केल्यांनतर त्याने त्याचे दोन्ही हात तोंडावर इकडे तिकडे ठेवून अगदिच विचित्र पद्धतीने हाक मारली, "ओए जानी, मैं सदके जाऊं !' मला तर भयंकर राग आला. शिख ड्राइव्हरने वर यायला सुरूवात केली. काही मिनीटातच तो हरामजादा तिच्याजवळ उभा होता, पण मला विश्वास होता की त्याने जर काही छेडछाड केली तर ती त्याला तिच्याजवळच्या छडीने चांगलीच चोपून काढील. मी त्याला मारण्याच्या संदर्भात विचारच करीत होतो, तोच ते दोघे माझ्या नजरेआड गेले. मी खाली रस्त्याकडे पळालो, विहिरीजवळ जाऊन मी विचार केला, काय धाडस आहे ? आणि चिंता कसली ? तरीपण माझ्या मनात विचार आला, तो उल्लूचा पठ्ठा तिच्यावर जबरदस्ती तर करीत नसावा, म्हणून मी डोंगरावर चढायला सुरूवात केली. चढायला कठीण होतं, जागोजागी दाट झाडी होती, त्यांना पकडून वर चढावं लागत होतं. मी खूप वर चढलो, पण ते दोघे कुठेही दिसले नाहीत, धापा टाकत मी समोरची झाडी पकडून उभा रहाण्याचा प्रयत्न केला, तशात काय पाहिले, झाडीच्या दुसरीकडे सावित्री दगडावर झोपली आहे आणि त्या घाणेरड्या शिख ड्राइव्हरची दाढी सावित्रीच्या चेहऱ्यावर फिरते आहे. माझ्या शरीरावरचे सर्व केस जळाल्यारसारखे वाटले. एक करोड शिव्या त्या दोघांसाठी माझ्या तांडून निघाल्या...एका क्षणासाठी मी विचार केला तर मला जाणीव झाली की जगातला सगळयात मोठा उल्लू तर मी आहे. तसाच खाली उतरलो सरळ लॉरीच्या अड्ड्याच्या दिशेने निघालो.

प्रकाशच्या माथ्यावर घामाचे लहान लहान थेंब होते.

१४.

गुरमुख सिंहचे ईच्छापत्र

आधी चाकुने वार केला. अशा घटना कधीतरी घडायच्या, आता वारंवार अशा बातम्या कानावर पडत आहेत, ज्यात चाकु सुरेच नाहीतर, किरपानें, तलवारी आणि बंदूकांचा देखील खुलआम वापर होत होता, कधी कधी तर देशी बॉम देखील फुटायचे.

अमृतसरमध्ये बहुसंख्य लोकांची खात्री होती की अशाप्रकारचे धार्मिक दंगे फार काळ टिकणार नाहीत. वातावरण थंड झाले आणि परिस्थिती पुन्हा पहिल्यासारख्यी झाली. यापुर्वी अशाप्रकारचे दंगे अमृसरमध्ये झाले होते जे अधिक काळ चालले नव्हते, दहा पंधरा दिवस दंगेखोर वातावरण रहायचं. म्हणून लोकांना वाटले की ही दंगल पण काही काळाने थंड होईल आणि पहिल्यासारखे वातावरण निर्माण होईल. परंतु असे काही झाले नाही. हिंदूच्या गल्लीत जे मुसलमान रहात होते, पळायला लागले. अगदी असेच जे मुसलमानाच्या गल्लीत होते, ते आपलं घरदार सोडून सुरक्षित स्थळी निघाले होते. ही काही कायमची सोय नव्हती त्यांची, तात्पुरती सोय होती जोपर्यंत वातावरण पहिल्यासारखे होत नाही.

मियां अब्दूल हई, रिटायर्ड सब-जज यांना शंभर टक्के माहित होते की वातावरण पहिल्यासारखे शांत होईल. यामुळेच ते अधिक परेशान नव्हते. त्यांना एक मुलगा होता, आकरा वर्षाचा. एक मुलगी होती-सतरा वर्षाची. एक जुना नोकर होता ज्यांच वय झालं होतं. छोटासा परिवार होता. दंगे सुरू झाले असताना मियां साहेबांनी पुरेसे धान्य घरात भरून ठेवले होते. या बाबतीत ते अगदीच समाधानी होते की ईश्वर ना करो पण काही बरे वाईट झालेच तर दुकानं बंद झालीच तर तशी सोय असावी. पण त्यांची तरूण मुलगी सुगरा फार काळजीत होती. त्यांचे घर तीन मजली होते. दुसऱ्या घरांच्या तुलनेत फार उंच. त्याच्या वरून शहराचा तीन तृतिअंश भाग दिसत असायचा. सुगरा आता अनेक दिवसापासून पहायची की दूर किंवा जवळ कुठेतरी आग लागलेली

असायची. सुरूवातीला तर फायर ब्रिगेडची घंटी ऐकायला यायची, पण आता ती पण बंद झाली होती, यामुळे की जागोजागी आग लागलेली असायची.

रात्रीच्या वेळी वेगळेच चित्र असायचं. काळोख्या रात्री, आगीचे मोठे लोळ उठायचे, जणू देवाच्या तोंडातून आगीचे फवारे निघत आहेत. नंतर विचित्र असे आवाज यायचे जे हर हर महादेव आणि अल्लाह-हू-अकबर'च्या घोषणेसोबत अधिकच भयानक बनायचे.

सुगरा आपल्या वडिलासोबत घर आणि घबराहटबद्दल काही सांगत नसायची, यामुळे की त्यांनी घरात एकदा सांगून ठेवले होते की घाबरण्यासारखे काही नाही.

सगळं काही पहिल्यासारखे होईल. मियां साहाबचं बोलणं नेहमीच बरोबर असायचं. यामुळे सुगरा थोडी निवांत होती. पण ज्यावेळी वीजपुरवठा खंडीत केल्या गेला आणि सोबतच नळाचे पाणिही बद करण्यात आले, तेव्हा तिने मियां साहाबाला तिची चिंता सांगितली आणि घाबरत घाबरत सल्ला दिला की काही दिवसासाठी शरीफपुरा याठिकाणी रहायला जावे, जिथे आसपासचे सगळे मुसलमान हळूहळू चालले आहेत. मियां साहेबाने आपला निर्णय बदलला आणि म्हणाले, "विनाकरण घाबरण्याचे कारण नाही, वातावरण लवकरच पहिल्यासारखे होईल." परंतु वातावरण काही ठीक झाले नाही आणि दिवसेंदिवस बिघडत गेले. ती गल्ली जिथे अब्दूल हई यांचे घर होते, पूर्ण रिकामी झाली आणि अल्लाहची अशी कृपा झाली की मियां साहेबंना एक दिवशी आजाराने गाठले आणि त्यांनी बिछाना धरला. मुलगा बशारत देखील, आधी जो घरात वर खाली कसले तरी खेळात रमलेला असायचा आता बापाजवळ बसून असायचा आणि परिस्थितीचे गांभीर्य पाहू लागला.

तो बाजार जो त्यांच्या घराला लागून होता, निर्मनुष्य होता. डॉक्टर गुलाम मुस्तफा यांचा दवाखाना, कधीपासून बदंच होता. थोड्या अंतरावरच डॉ. गुरांदित्ता होते. सुगरा फारच चिंतेत होती. सुगरा इतकी परेशान होती की काय करावं हे तिला सुचत नव्हतं. बशारतला एकट्याला गाठून ती म्हणाली, "तुलाच आता काही करता आलं तर कर बाबा." मला माहित आहे बाहेर निघणे म्हणजे किती धोक्याचे आहे. पण तू जा आणि कोणालाही बोलावून आण. अब्बाजानची तबियत फारच गंभीर आहे."

बशारत गेला, परंतु लगेच परतला. त्याचा चेहरा हळदीसारखा पिवळा पडला होता. चौकात त्याने एक मृतदेह पाहिला होता-रक्ताने माखलेला आणि जवकळच एक गर्दी दुकान लुटत होती. सुगराने तिच्या घाबरलेल्या भावाला गळ्याशी धरले आणि धीर धरून, आभार व्यक्त करून बसली, पण तिच्याकडून तिच्या बापाची हालत पाहिल्या

जात नव्हती. मियां साहेबाचा डावा भाग अगदिच बधीर झाला आहे. बोलण्यातही फरक पडला होता आणि काही सांगायचं असेल तर इशारा करूनच सांगायचे, त्याचा अर्थ असायचा सुगरा घाबरण्याचं काही कारण नाही. अल्लाहच्या कृपेनं सगळं ठीक होइल.

काहीच ठीक झालं नाही. रोजे संपत आले होते. मियां साहेबांचे म्हणणे होते की ईदच्या अगोदर वातावरण अगदीच ठीक होईल. पण आता तर असे वाटत होते की ईदचा दिवसच कयामतचा दिवस होईल कारण की आता शहराच्या प्रत्येक कोपऱ्यात धुराचे लोळ उठताना दिसत होते. रात्री बॉम्ब फुटण्याचे असे भयानक आवाज येत असत की सुगरा आणि बशारत थोडा वेळ देखील झोपत नसत. सुगराला तसेही बापाची देखभाल करण्यासाठी जागीच रहावे लागत असे. पण आता असे वाटत होते की ते आवाज आता तिच्या मनात होत आहेत. कधी ती तिच्या लकवा झालेल्या बापाकडे पहायची, कधी घाबरलेल्या भावाकडे. सत्तर वर्षाचा वयोवृद्ध नोकर अकबर असून नसल्यासारखा होता. तो रात्रभर त्याच्या कोठीत पडून खोकत आणि अनेकदा थुकत असायचा.

एक दिवस परेशान होऊन सुगरा त्याच्यावर पडली-कोण्या जगात आहेस तू. पहात नाहीस मियां साहेबांची काय हालत आहे. खरं तर तू एक नंबरचा नमकहराम आहेस. आता सेवा करण्याची संधी आली आहे तर दम्याचा बहाणा करून इथे पडून आहेस ते पण खादिम होते, जे मालकासाठी आपलं सर्वस्व द्यायचे."

सुगराने तोंड सुख घेतले आणि निघून गेली. नंतर तिला वाईट वाटले की ती विनाकारण त्या गरीब माणसाला बोलून गेली. रात्रीचे भोजन घेऊन त्याच्या कोठीत गेली, पहाते तर तिथे कोणीच नाही. बशारतने इकडे तिकडे शोध घेतला पण तो मिळाला नाही. बाहेर दरवाज्याची कडी उघडी दिसली. याचा अर्थ असा होता की तो मियांसाहेबासाठी काहीतरी करायला गेला आहे. सुगराने प्रार्थना केली की खुदाने त्याला मदत करावी, परंतु दोन दिवस निघून गेल्यावरही तो परत आला नाही.

सायंकाळची वेळ होती. सुगरा आणि बशारतने अशा अनेक रात्री पाहिल्या होत्या ज्यावेळी ईदचे वातावरण असायचे. आकाशात चंद्र पहाण्यासाठी त्यांच्या नजरा रोखून असायच्या. दुसऱ्या दिवशी ईद होती, फक्त चंद्राचे दिसणे बाकी होते. दोघे चंद्र पहाण्यासाठी किती उतावळे असायचे. आकाशात चंद्राच्या आड एखादा ढग आला तर किती परेशान व्हायचे ते, पण आता सगळीकडे धुराचे ढग आहेत. सुगरा आणि बराशत, दोघे घराच्या गच्चीवर चढले. दूर, कुठे कुठे घरावर लोकांच्या सावल्या

डागासारख्या दिसायच्या, माहित नव्हतं ते चंद्र पहात होते की जागोजागी लागलेली आग.

चंद्र पण इतका धाडसी की धुरामधूनही तो दिसू लागला. सुगराने हात वर करून प्रार्थना केली की अल्लाहने सर्व काही ठीक करावं आणि त्यांच्या अब्बाजानला बरं करावं. बशारत मनातली मनात नाराज होती की एका थोड्याशा गडबडीने इतका चांगला ईदचा सण खराब केला. दिवस अजून बाकी होता. म्हणजे रात्र होण्यास थोडा वेळ बाकी होता. सडा टाकलेल्या अंगणात मियां साहेबांची बाज टाकलेली होती. ते त्यावर पडून होते आणि दूर आकाशात नजर रोखून माहित नाही काय विचार करीत होते. ईदचा चंद्र पाहिल्यावर सुगरा जवळ आली आणि त्यांना सलाम केला, तर त्यांनी ईशाऱ्यानेच उत्तर दिलं. सुगराने मान हालवल्यावर त्यांची जी बाजू चांगली होती, तिच्यावरून प्रेमाने हात फिरवला. सुगराच्या डोळयातून अश्रू वाहू लागले, तर मियां साहेबांचे डोळेही ओले झाले. परंतु त्यांनी तसं वाटून न देण्यासाठी कसे बसे असे म्हणाले, "अल्लाह सगळं ठीक करील."

अगदी त्याचवेळी दरवाज्यावर टकटक झाली. सुगराचे हृदय धडधड करू लागले. तिने बशारतकडे पाहिले ज्याचा चेहरा कागदाप्रमाणे पांढरा झाला होता. दरवाज्यावर टकटक झाल्यावर मियां साहेब म्हणाले, "पहा कोण आहे ?"

सुगराला वाटले की तो वयोवृद्ध अकबर असेल. याच विचाराने तिच्या डोळयात चमक दिसली. बशारतचा आधार घेत ती म्हणाली, जा आणि पहा, अकबर असेल कदाचित."

हे ऐकून मियां साहेबाने नकारात्मक मान हालवली, जणू त्यांना म्हणायचं होतं,' नाही, अकबर नाही."

सुगरा म्हणाली, "तर मग कोण असू शकतं अब्बाजान ?"

मियां अब्दुल हईने बोलण्यावर जोर देत काही सांगण्याचा प्रयत्न केला, तोच बशारत आला. तो खूप घाबरलेला होता एक श्वास वर, एक खाली. सुगराला मियां साहेबाच्या खाटावरून बाजूला करीत हळू आवाजात तो म्हणाला, "एक शिख आहे."

सुगरा तर ओरडलीच-"शिख ! काय म्हणतो ?"

बशारत म्हणाला, "दरवाजा उघडायला सांगतोय.'

सुगराने थरथरणाऱ्या बशारतला ओढून त्याचा एक चिमटा काढला आणि बापाच्या खाटावर बसली आणि आपल्या बापाच्या चेहऱ्याकडे विरान नजरेने पाहू लागली.

मियां अब्दुल हईच्या पातळ, निर्जिव ओठांवर एक विचित्र असे हसू आलं, "जा गुरमुख सिंह आहे."

बशारतने नकारार्थी मान हालवली, "दुसरा कोणी ?"
मियां साहेबाने आदेशयुक्त स्वरात म्हटले, "जा सुगरा तोच आहे."
सुगरा उठली ती गुरमुख सिंहाला ओळखत होती. पेशंन घेण्यापुर्वी तिच्या वडिलाने या शिखाचे कसलेतरी काम केले होते. सुगराला चांगले आठवत नाही. कदाचित त्याला एका खोट्या केसमूधन वाचवले असावे, तेव्हापासून तो छोट्या ईदच्या आधी रूमाली शेवयाचा डब्बा घेऊन येत असतो. तिच्या बापाने अनेकदा त्याला सांगितले होते, 'सरदारजी, तुम्ही हा त्रास घेऊ नका. "पण ते हात जोडून उत्तर देत असत.,"मियां साहेब, वाहे गुरजीच्या कृपेने सगळं काही ठीक आहे. ही एक तर भेट आहे मी जनाबच्या सेवेत दरवर्षी घेऊन येतो. माझ्यावर आपण जो उपकार केला होता, त्याची परतफेड तर करताच येणार नाही, वाहे गुरू आपणास सुखी ठेवो."
सरदार गुरमुखसिंहला दरवर्षी शेवयाची थैली घेऊन येत असलेल्या गोष्टीला इतके वर्षे झाले होते की सुगराला नवल वाटले की दारावरची टकटक ऐकून तिला याची का आठवण झाली नाही. बशारत पण त्यांना अनेक वर्षापासून पहात आलेला आहे. मग त्याने का असं म्हटलं, दुसरा कोणी आहे, दुसरे कोण असू शकतं, असा विचार करीतच सुगरा दरवाज्याजवळ दरवाजा उघडण्यासाठी गेली. विचारून उघडावा कि न विचारता उघडावा असा ती विचारच करीत होती. तशात दरवाज्यावर जोराने टकटक असा आवाज आला. सुगराचे हृदय जोराने धडकू लागले. मोठ्या हिमतीने तिने विचारले, 'कोण आहे ?" बशारत जवळच उभा होता, त्याने दरवाज्याच्या एका कोपऱ्याकडे इशारा केला आणि सुगराला म्हणाला, "यातून पहा."
सुगराने सापटीतून पहिले. गुरमुख सिंह नव्हता. तो तर फार वयस्क होता. पण हा जो बाहेर दरवाज्यात उभा होता, तरूण होता. सुगरा दरवाज्याच्या सापटीतून पहात होती. अंदाज करीतच होती तितक्यात त्याने पुन्हा दरवाज्यावर टकटक केलं. सुगराने पाहिले की त्याच्या हातात कागदाची थैली होती, तशीच अगदी गुरमुखसिंह आणत होता.
सुगराने सापटीतून नजर बाजूला केली आणि जरा माठ्या आवाजात विचारले,' कोण आहे ?'
बाहेरून आवाज आला, "जी मी ...सरदार गुरमुखसिंहचा मुलगा संतोख."
सुगराची बरीच भीती दूर झाली. औपचारीक पद्धतीने विचारले, "कसे काय येणे केले ?"
बाहेरून आवाज आला, "जी जज साहेब कसे कुठे आहेत ?"

सुगराने उत्तर दिले, "आजारी आहेत."
सरदार संतोख सिंहने खेदजनक स्वरात उत्तर दिले, "ओह ! मग त्याने कागदाची थैली वाजवली, "जी यात शेवया आहेत. सरदारजी नाहीत आता. त्यांचा देहांत झाला आहे."
सुगराने लगेच विचारले, "देहांत झाला आहे ?"
बाहेरून आवाज आला, होय, एक महिना झाला, मरण्यापुर्वी त्यांनी मला सांगून ठेवले आहे की बेटा, जज साहेबांच्या सेवेत मी दहा बारा वर्षापासून छोट्या ईदला शेवया घेऊन जात असतो, हे काम माझ्यानंतर आता तुला करावे लागेल. मी त्यांना शब्द दिला आहे म्हणून पूर्ण करायला आलो आहे. शेवया घ्या."
सुगरावर याचा इतका परिणाम झाला की तिच्या डोळ्यात पाणि आले. तिने थोडासा दरवाजा उघडला. सरदार गुरमुख सिंहच्या मुलाने शेवयाची थैली पुढे केली. थैली हातात घेत सुगरा बोलली, "खुदा, सरदारजींना स्वर्गात जागा देवो."
गुरमुख सिंहचा मुलगा थोडा वेळ थांबून बोलला, "जज साहेब बिमार आहेत ?"
सुगराने उत्तर दिले, "जी हां.'
"काय आजार आहे ?"
"पक्षाघात."
"ओह ! सरदाजी असते तर त्यांना हे ऐकून खूप दुःख झाले असते. मरेपर्यंत त्यांना जजसाहेबांचे उपकार आठवत होते. म्हणायचे की ते व्यक्ती नाही तर देवता आहेत...अल्लाहमियां त्यांना सलामत ठेवो. त्यांना माझा सलाम सांगा." असे म्हणून तो ओट्यावरून खाली उतरला. सुगरा विचार करीत राहिली की त्यांने थांबावे आणि सांगावे की तो एखाद्या डाक्टरचा बंदोबस्त करील. सरदार गुरमुखसिंहाचा मुलगा संतोख सिंह, जज साहेबाच्या ओट्यावरून उतरून काही अंतरच गेला असेल, तोच तोंड बांधलेल्या चार व्यक्ती त्याच्या जवळ आल्या.
दोघांच्या जवळ पेटलेली मशाल होती आणि दोघांच्या जवळ रॉकेलचा डब्बा आणि इतर आग लावण्याची साधनं.
एकाने संतोखला विचारले, काय सरदारजी काम झालं ?"
संतोख सिंहाने मान हलवून उत्तर दिले, "होय, करून आलो."
या व्यक्तीने बांधलेल्या चेहऱ्याच्या आतून हसून विचारले, तर मग करायचा मामला थंड जज साहेबांचा ?"
"होय, जशी आपली इच्छा ! असे म्हणून गुरमुख सिंहाचा मुलगा निघून गेला.

१५.

आणि कबीर रडला

बंधूनो, स्त्रीयांची समस्या आपली सर्वांत मोठी समस्या आहे. तिचं काहीतरी करण्याचा काम आधी केलं पाहिजे. आपण जर गाफिल राहिलोत तर या स्त्रीया गिरणीत दळाव्या तशा दळल्या जातील. तुमचे कर्तव्य आहे की तुम्ही त्यांना खतरनाक भविष्यापासून वाचवावं आणि आपल्या घरात त्यांना जागा द्यावी. स्वतःचं, आपल्या बंधूचं किंवा आपल्या बेटीचं लग्न करण्यापुर्वी तुम्ही या स्त्रीयांना अजिबात विसरले नाही पाहिजे.

कबीर मोठ मोठ्याने रडत होता. बोलणारा थांबला. कबीराकडे इशारा करीत त्याने बुलंद आवाजात त्या व्यक्तीला म्हटले, 'हे पहा, या व्यक्तीच्या मनावर किती परिणाम झाला आहे !" कबीरने रडक्या स्वरात म्हटले, "शब्दाच्या बादशहा ! तुझ्या तकरीरने माझ्या मनावर कसलाही परिणाम केला नाही. मी ज्यावेळी विचार केला की एखाद्या श्रीमंत स्त्रीसोबत लग्न करण्यासाठी आतापर्यंत बिनलग्नाचा राहिलास तर माझ्या डोळयात पाणि आलं."

भागातला नेता मृत झाल्याने सगळीकडे शोकमग्न वातावरण आहे. अनेकजण आपल्यां दंडावर काळे बिल्ले बांधून फिरू लागले. कबीराने हे पहिले तर त्याच्या डोळयात पाणि आले. काळ्या बिल्लेवाल्याने त्याला विचारले, "कशाचं दुःख झालं ?"

कबीराने उत्तर दिले, "या काळ्या रंगाच्या चादरी जमा केल्या तर, शेकडेंची बरोबरी करू शकतो."

काळ्या बिल्लेवाल्याने कबीराला मारायला सुरूवात केली, "तू कम्यूनिस्ट आहेस. पाकिस्तानचा गद्दार आहेस."

कबीराला हसू आलं, "परंतु मित्रानो ! माझ्या दंडावर तर कोणत्याच रंगाचा बिल्ला नाही !"

शिस्तबद्ध सैनिकांच्या समोर जनरलने भाषण देत म्हटले, "धान्य कमी आहे,

काही काळजी नाही. पीकं नष्ट झाली आहेत, काही फरक पडत नाही. आपले सैनिक उपाशी पोटानेच लढतील."

सैनिकांनी जिंदाबादच्या घोषणा द्यायला सुरू केल्या.

कबीर ओरडून ओरडून रडू लागला. जनरलला राग आला आणि तो बोलला, "ए माणसा ! सांगू शकशील तू का रडतो आहेस ?"

कबीराने रडवेल्या स्वरात म्हटले, "हे माझ्या विरानो ! उपाशी कोण लढतं का ?'

दोन लाख लोकांनी 'कबीर मुर्दाबाद'च्या घोषणा दिल्या.

१६.

किर्चे आणि किर्चिया

हिंदूस्तानच्या प्रसिद्ध धाडसी नेत्याच्या प्रवेशाला काश्मीरमध्ये बंदी घातली.

आणि हा पण एक तमाशा आहे की प्रसिद्ध आणि धाडसी नेता त्याच भागातला म्हणजे काश्मीरमधला आहे.'

"सआदत हसन मंटो देखील काश्मीरी आहे."

आणि त्यांच्यावर तीन खटले अश्लीलतेच्या संदर्भात चालू आहेत."

राजकारण देखील अश्लील असेच आहे.'

हिंदूस्तानचे प्रसिद्ध आणि धाडसी नेत्यावर कलम २९२ अन्वे मुकदमा चालवला पाहिजे.

आणि सेशनमध्ये निर्दोष म्हणून जाहीर करायला हवे.

म्हणूनच आजपर्यंत अश्लीलता म्हणजे नेमकं काय हे ठरलेलं नाही.

हिंदूस्तानचे प्रसिद्ध आणि धाडसी नेते जे काश्मीरी आहेत.

जिंदाबाद.

सआदत हसन मंटो.

हिंदूस्तानचे प्रसिद्ध धाडसी आणि भावनीक नेत्यांनी त्यांच्यावर बंदी घातली असली तरी हल्लाबोल केलाच.

डोगरा सरकार होशियार बाश.

बा अदब, बा मुलाहजा, होशिया-निगाहे रूबरू.

राष्ट्रपतीची सवारी येते.

आम्ही डोगरे नाहीत, दोन गुरे आहोत, आम्हाला दोन गुर आहेत.

तू दोन गुरे आहेस, पण गोरे नाही जे हजार गोरे होते, तू मला रोखू शकत नाही.

आम्ही तर नाही रोखू शकत, परंतु ही हत्यारं आणि मी रोखू शकतो. त्यासाठीच तर बनवल्या आहेत.

ते कशासाठी बनवले आहेत ?

माहीत नाही, ज्यांनी तयार केल्यात त्यांना विचारा.

तुम्ही काश्मीरी आहात.

आम्हाला माहित नाही, आम्ही फक्त किर्चे आहोत, आम्ही केवळ ते आहोत, जे आम्ही नाहीत, परंतु आम्हाला तुमच्या अस्तित्त्वाने जन्म दिला आहे, तुम्ही निघून जा, परत इलाहाबदला परत जा जिथे पेरू खूप प्रसिद्ध आहेत, आम्ही आमची तेज तेज किर्चे कापून कापून खातो, जा परत, परत जा. असे होऊ नये की आम्ही तुम्हाला इलाहबादी पेरू समजून खाऊ नये.

मी फार भावनीक व्यक्ती आहे, मी पेरू देखील बनेल, पण इथे पेरूचे चांगलेपण पहाणार नाही, इलाहबादचा पेरू होण्याचा गर्व त्याला कधी प्राप्त होणार नाही. मी काश्मीरी आहे, मी बगुगोशा आहे, ग्लास आहे, सफरचंद आहे, मी मोठी मोठी गोष्ट आहे. इथून बाहेर पडून तमाम हिंदूस्तनला विचारा की मी कोण आहे. माझा बाप मोती होता, मोठा नायाब मोती, काय तुम्ही त्याचा थाट बाट विसरलात ?

जो बिंध बया सो मोती-क्या वह बिंध गया था ?

तो बिंध नही था, अनेकदा बांधला होता, त्याला मारले पण होते."

तर तो मोती नव्हता-आम्ही त्याची ज्योति कधी नाही पाहिली.

तू त्याची चप्पल नाही पाहिलीस आणि तू त्या लायकही नाहीस की त्याला पहावं.

"धरा"

"धरा"

नाही तलवारीच्या टोकावर धरा.

मी त्याची पर्वा करीत नाही.

उचला, या माथेफिरूला, गाडीत टाका आणि काश्मीरच्या सीमेच्या बाहेर सोडून द्या.

होय, माणूस वाईट नाही, पण बोलतोय फार वाईट.

जे आम्हाला शिकवलं नाही.

धरा

गाडीत टाका.

आणि सोडून द्या सीमेच्या पलिकडे.

हिंदूस्तानचे प्रसिद्ध, धाडसी आणि भावनीक नेत्याला पकडा, मोठ्या सावधपणे, लहान मुलांना पकडतात तसे. आणि असे समजा की तुम्ही त्याला गाडीत नाही, तर एका झोक्यात बसवत आहात, झोका झुलवत झुलवत त्याला अशा ठिकाणी सोडून या ज्याने आपली झोप खराब करायचे ठरविले होते-आपण डोगरे आहोत.

आम्ही दोन गुरे आहोत.
आम्ही हरीसिंह आहोत.
आम्ही रम पिली आहे.
म्हणून अपण बा-आदब है-बा-मुलाहजा है-होशियार है ।
राष्ट्रपतीची सवारी परतवून लावा.
अरे बाबा फाळणी झाली.
फाळणी झाली ?”
बर्रे सगीर ?
बुर्रे सगीर ?
कोणी फाळणी केली ?
माफ करा, मी हिंदू आहे-माझा देश आता हिंदूस्तान आहे.
कोणता हिंदूस्तान ?
ज्याला रेड क्लिफने आमच्या खात्यावर लिहिले आहे ?
मग त्यात माझी काय गरज होती ?
गरज होती...”
आता तुम्ही म्हणाल, आता तुम्ही हिंदू आहात-तुमची भाषा हिंदी असायला हवी.
पण आमच्या देशात लंगोटीवाला नेता कुठे होता...
तो मारल्या जाईल.
त्याला कोण मारील ?
आम्ही मारू.
तुम्ही ?”
तुमच्या जातीतील कोणीही माणूस उठेल आणि अशा परक्या लोकाला अधिकार देईल.
हे आवश्य व्हायला हवे.
कधी ?
होईल योग्यवेळी.
ती कधी येईल ?
वेळ येण्यावर आणि जाण्यावर अनेकदा चर्चा झाली आहे.
असे ऐकले आहे की हे सरकार अधिकाऱ्यांना अधिकार देण्याबद्दल बोलत नाही-ऐकण्यात आले आहे की एक महाशय आहेत जे या विभागाचा मोठा अधिकारी आहे.
तो कोणालाच कसली परवनगी देत नाही आणि सवतःची मनमानी करतो.

त्याला शिक्षा करायला पाहिजे.

त्यासाठी आपली ताजीरात-ए-हिंद कुचकामी आहे.

हे काय होऊ लागले आहे भाऊसाहेब ?"

अलस्सलाम वालेकम ।

वालेकुम अस्सलम ।

जगातील सर्वात मोठी शक्ती उदयास येत आहे."

ऐकण्यात आले आहे की बिगूल वाजले होते-फटाके पण फुटले होते.

उत्साह होता.

प्रत्येक क्रांती एक शबरात असते.

परंतु प्रत्येक शबरात नसते.

तुम्ही बकवास करता असे वाटते की आता साम्राज्ञी बंधनात बांधावी.

तुम्ही बुर्जुआ आहात-तुम्ही पऱ्यांची बरोबरी नाही करू शकत.

चः निस्बत खाक राबा आलम-ए-पाक ।

हे सआदत हसन मंटो नाही बोलत.

नाही जी, त्याला तर मरून जमाना झाला. त्याचा मुडदा बालत आहे.

कोठून ?

कबरीतून.

असे कसे होऊ शकते-त्याच्या विरोधात तर फतवा काढला आहे की तो काफीर आहे, काफीराची कबर कशी बनू शकते.

आपोआप बनली.

चुकीचं आहे-सगळीकडे कळवा की ही त्या खबीसची कबर नाही-कोणतरी अनोळखी व्यक्तीची आहे. जो केवळ आतून अश्लील होता आणि गूप्त पद्धतीने त्याच्या या मर्जवर इलाज करीत होता.

ठीक आहे.

ठीक आहे.

फारच मोठ्या प्रमाणात ठीक आहे.

खुदा बक्षीस देणारा आहे.

देवाने मंटोला पण या न्यायाने न्याय द्यावा.

आमीन

आमीन ।

हे तर जहन्नुम नाही जन्नत आहे.

अगर फिरदोस वर जमीं अस्त।

हमी अस्त व हमी अस्त व हमी अस्त ।

दगादर डरा ।

याचा काय अर्थ आहे ?

याचा तोच अर्थ आहे आपल्या सगळ्याना वाटतं.

तर आपण जरूर काश्मीर घेतल्याशिवाय रहाणार नाही.

"जरूर..."

"कोणाचा ?"

आपल्या किस्मतकडून.

आधी तर असले निर्णय खुदा घ्यायचा.

आता जमिनीवरील निर्णय जमिनीरील 'खुदा' घेतील.

तो जमिनी खुदा कोण आहे ?"

त्याचं काही नाव आहे-त्याचं नाव रहीम असू शकतं. ग्राहक देखील असू शकतं. म्हणजे ग्राहक झाले-जर दोन्ही कामाने-दोन्ही देशांनी याला मान्यता दिली तर..."

"नाहीतर ?"

"नाहीतर सगळं बकवास आहे."

महरबा

महरबा

जिंदाबाद ।

जन्नतचे आपण हक्कदार आहोत."

निश्चितच-याचा हिंदी अर्थ काय आहे-ते नेताजी ऑल इंडिया रेडिओला विचारून सांगतील-याचा अर्थ त्यांच्या लाक्षात येईल किंवा नाही-या संदर्भात त्यांनी आतापर्यंत विचारले नाही.

जन्नतला आम्ही स्वर्ग म्हणतो, नेताजी.

मी तर हा शब्द आजच ऐकला आहे.

हे मोठे आश्चर्य मी आज ऐकले.

हि रेडिओची भाषा आहे, जे तुम्ही आसताना या ठिकाणी बोलल्या जाते.

मी फार काळ्या जिभेचा आहे. मला या भोषेचं काही देणे घेणं नाही.

हे देणं घेणे काय असतं ?

याचा सरकारसोबत कसलाही संबंध नाही. याच्याशी माझा संबंध राहिलेला आहे परंतु तुम्ही या सर्वांवर नाराजी व्यक्त करा.

परंतु मी तुम्हाला स्पष्ट शब्दात सांगतो आहे की मला काश्मीर पाहिजे आहे.
मंटो या ठिकाणी जन्मलेला नाही.
जगातील कोणताही व्यक्ती तिथे जन्मलेला नाही.
एखादा व्यक्ती जन्मलाच तर तो काश्मीरच्या बाहेर जन्मला येतो.
याचं कारण ?
का ?
काश्मीरलाच विचारा.
स्वतः पैदा करणाऱ्याला विचारा.
ही मोठीच विचित्र गोष्ट आहे.
या विचित्र गोष्टी दुसरा यू. एन. ओ. आहे.
हे पण फारच विचित्र नाव आहे.
विचित्र नावच सत्ता आहे.
आणि त्याचं दुसरं नाव सआदत.
ई सआदत बजोरे बाजू नीस्त
तानाह बख्शाद-खुदा-ए-काश्मीरी ।
परंतु दुर्देव असे की ते नाही."
डॉ. ग्राहम जिंदाबाद ।
मुर्दाबाद.
साला काही करतच नाही.
नाही राव ! रिपोर्ट लिहितो-आणि हे मोठेच कठीण काम आहे."
अडचणी जिंदाबाद."
"आजाद काश्मीर जिंदाबाद."
"जन्नतचे पण तुकडे झाले आहेत."
अर्धा आमचा, अर्धा तुमचा.
साबुत आणि सालिम जन्नत."
हक्का कि वा अकूब-ए-दोजख बराबर अस्त
रफ्तान बपाये मरवे हमसाया दर बहिस्त.
हे काय आहे ?
मंटो."
नाही-शेख सादी-जो त्याकाळातला मंटो होता.

१७.

शेजारच्या गल्लीतून

दंगे जोरावर होते. एका दिवशी मी अशोक बॉम्बे टॉकीजपासून परत येत होतो. रस्त्यात त्याच्या घरी उशीरपर्यंत बसून राहिलो. रात्री तो म्हणाला, "चला, मी तुला सोडून येतो. शॉर्टकट मार्गे आम्ही गाडीला खालिस इस्लामी गल्लीतून घेऊन गेलो. समोरून एक वरात येत होती. ज्यावेळी बँडचा आवाज ऐकला तर चकितच झालो. अचानक अशोकचा हात धरून मी ओरडलो-दादामुनी, तुम्ही इकडे कुठे ?'

मला काय म्हणायचे आहे ते अशोकला समजलं.

हसून तो म्हणाला-'काळजीचं कारण नाही.'

का नको काळजी करू. गाडी अशा मुस्लमी भागात होती ज्या ठिकणाहून कोणी हिंदूमनुष्य जात येत नव्हता. अशोकला कोण ओळात नव्हतं, कोणाला माहित नव्हतं की तो हिंदू होता-एक महत्त्वाचा हिंदू ज्याची कत्तल महत्त्वाची ठरली असती. अरबी भाषेतली कोणतीही प्रार्थना मला माहित नव्हती. कुराणातली एखादी तशा अर्थाची ओळ पण आठवत नव्हती. मनातली मनात मी स्वतःला दोष देत होतो आणि धडधडत्या हृदयाने मी कशी बशी प्रार्थना करीत होतो की हे खुदा, मला सुखरूप ठेव. असे होऊ नये की एखाद्या मुस्लीमाने अशोकला मारून टाकावं आणि आयुष्यभर हे पश्चातापाचं ओझं वहात राहावं. ही मान माझी स्वतःची आहे कोण्या जातीची नाही. परंतु ती अशा गुन्ह्यासाठी दुसऱ्या जातीसमोर झुकण्याची इच्छा ठेवत नव्हती.

गाडी वरातीजवळ गेल्यावर लोकांनी ओरडायला सुरूवात केली, "अशोक कुमार !" मी अगदीच घाबरलो. अशोकचे हात स्टेरिंगवर तसेच होते. मी भीतीतून आणि हरासच्या यखबस्तगीतून निघून गर्दीला असे म्हणणार होतो की हे पहा, भानावर या. मी मुसलमान आहे. हा मला घरी सोडायला आला आहे तशात दोन तरूणांनी पुढे येत म्हटले, "अशोक भाई, पुढे रस्ता नाही. इकडून शेजारच्या गल्लीतून जा."

अशोक भाई ? अशोक त्यांचा भाऊ होता, मग मी कोण होतो. त्याच वेळी मी माझ्या खादीच्या कपडयाकडे पाहिले. माहीत नाही त्यांनी मला काय समजले असेल. होऊ शकतं की अशोक असताना त्यांनी माझ्याकडे पाहिलेच नसेल.

गाडी ज्यावेळी मुस्लीम गल्लीतून निघाली, त्योवळी माझ्या जिवात जीव आला. मी ज्यावेळी अल्लाहचे आभार मानले तर अशोक हसायला लागला. ''तू विनाकारण घाबरलास. कलाकारांना हे लोक काही करीत नाहीत.

काही दिवसानंतर बॉम्बे टॉकिजमध्ये नजीर अजमेरीची कथा (जी 'मजबूर'च्या नावाने चित्रपट बंद पडला) पण ज्यावेळी मी कठोर टीका केली आणि त्यात काही बदल करायला सांगितले तर नजीर अजमेरीने अशोक वाचाला म्हटले, ''मंटोला तुम्ही असं मुबाहसोच्या दरम्यान बसून ठेवू नका. कारण ते स्वतःच कथाकार आहेत म्हणून पूर्वाग्रही आहे.

मी खूप विचार केला. काही समजलं नाही. शेवटी मी स्वतःला म्हटले, ''मंटो भाई-पुढे रस्ता नाही मिळणार, गाडी थांबव, इकडून शेजारच्या गल्लीतून निघून जा.

आणि मी गुपचुप शेजारच्या गल्लीतून पाकिस्तानला आलो, जिथे माझ्या 'शिळे मटन' या कथेवर मुकदमा चालविण्यात आला.

१८.

एक पत्र

तुमचे दीर्घ असे पत्र मिळाल, ज्याला मी दोन वेळा वाचले. ऑफिसमध्ये त्यातील शब्दा शब्दावर मी विचार केला आणि यामुळे मला त्या दिवशी रात्री दहा वाजेपर्यंत काम करावे लागले. पत्रावर विचार करण्यातच मी माझा बराच वेळ घालवला होता. तुम्हाला माहित आहे, या भौतिक जगात कामगार जर ठरलेल्या वेळेचा एक एक मिनिटाच्या बदल्यात, आपल्या जिवाची पर्वा केली नाहीतर त्याला त्याच्या कामाचा पगार मिळत नाही. परंतु हे रडगाणं गाण्यात काय फायदा ?

कामाच्या वेळी अजिज साहेब (ज्यांच्याकडे मी अलिकडे थांबलो आहे) ऑफिसात आले आणि खोलीची चावी देत म्हणाले, "मी कामाच्या निमित्ताने जरा बाहेर चाललो आहे, कदाचित उशीर होईल. म्हणून माझी प्रतिक्षा न करता घरी जा. परंतु लगेच त्यांनी चावी खिशात टाकली आणि म्हणाले, "नाही तू माझी प्रतिक्षा कर. मी दहा वाजेपर्यंत येईल."

ऑफिसचे काम सपंले त्यावेळी दहा वाजले होते. खूप झोप आली होती. डोळ्यात प्यारी अशी गुदगुदी होऊ लागली होती. वाटत होतं की खुर्चीतच झोपी जावं.

झोपेच्या अशा तंद्रीत मी अजीज साहेबांची आकरा वाजेपर्यंत प्रतिक्षा केली, पण ते काही आले नाहीत. शेवटी कंटाळून मी घराचा रस्ता धरला. माझा विचार होता की इकडून तिकडे गेले असतील आणि आरामात झोपले असतील. हळूहळू अर्धा रस्ता पार केल्यावर, मी तिसऱ्या मजल्यावर चढलो आणि अंधारात दरवाजा उघडायला गलो तर घराच्या कुलूपाने मला सांगितले की अजीज साहेब अद्याप आले नाहीत.

पायऱ्या चढताना मी झोपेची कल्पना केल्याने माझे पाय अधिकच रेंगाळले होते आणि तशातही मला निराशेचा सामना करावा लागल्यावर तर ते पेंगाळूनच गेले.

उशीरपर्यंत एका पायरीवर मांडीत डोके घालून अजीज साहेबांची प्रतिक्षा करीत राहिलो. पण ते आले नाहीत. शेवटी मी पायऱ्या उतरून खाली बाजारात आलो आणि

उगीच फिरायला सुरूवात केली. फिरत फिरत पुलावर येऊन पोहोचलो, ज्याच्याखालून रेल्वे जातात. या पुलाजवळच मोठा चौक आहे. इथे किमान एका वीजेच्या खांब्याला टेकून मी उभा राहिलो. आणि माझ्या समोरच्या नीम रेशीम बाजाराकडे या आशेनं पहात राहिलो की अजीज साहेब घराच्या दिशेनं येताना दिसतील. अर्ध्या तासाच्या प्रतिक्षेनंतर मी अचानक वर मान करून खांब्याकडे पाहिले. लुकलुकणारा बल्ब माझी टिंगल करीत असल्याचे भासले, माहित नाही का ?

थकवा आणि झोपेमुळे माझी कंबर मोडते की काय असे झाले होते आणि मला वाटत होते, थोड्या वेळेसाठी बसावं. बंद दुकानाचे ओटे मला बोलावत होते. परंतु मी त्यांचे निमंत्रण स्वीकारले नाही आणि चलता चलता दगडाच्या ढीगावर चढून बसलो. मोठा बाजार अगदीच शांत होता. येणे-जाणे अगदीच बंद होते. तथापि कधी कधी गाडीच्या हॉर्नचा रडका आवाज शांतपणे वातावरणात कंपन पैदा करीत वरून जात होता. माझ्या समोरून रस्त्याच्या दोन्ही बाजूने वीजेचे खांब दूरपर्यंत पसरत गेले होते, झोप काय असते हे त्या बिचाऱ्या खांबांना काय माहीत. त्यांना पाहून मला रशियाचे प्रसिद्ध कवी म्यातलफ यांची कविता आठवली. हि कविता 'चिराग-ए-राह' या नावे समर्पित आहे. म्यातलफ रस्त्याच्या किनारी मिणमिणत्या दिव्यांना पाहून म्हणतो-

ये नन्हे दीप, ये नन्हे सरदार,
सिर्फ अपने लिए चमकते है,
जो कुछ ये देखते है, जो कुछ ये सुनते है
किसी को नही बताते ।

रशियन कवीने बरोबच म्हटले आहे. माझ्यापासून काही अंतरावरच वीजेचा खंबा होता आणि त्याच्यावर एक दिवा खाली वाकून लटकलेला होता. प्रकाश तीव्र होता त्याचा. त्याला काय माहीत, माझ्यावर काय बेतली आहे.

सिगारेट पेटविण्यासाठी मी खिशात हात घातला तर तुमच्या वजनदार पॉकिटावर हात पडला. मनात तुझे पत्र होते. तू लिहिले आहे, कधी तू सैतान बनतोस आणि कधी देवदूत भासतोस." इथे पण दोन तीनजण मला असेच म्हणाले आणि माझी खात्री झाली आहे की खरोखरच दोन सीरतों मालक आहे. यावर मी चांगला विचार केला आणि जो निष्कर्ष निघतो, तो अशाप्रकारे सांगितल्या जाऊ शकतो.

बालपणी आणि नासमज वयात मला ज्याची इच्छा होती ते काही मिळालं नाही. असे समजा की माझ्या इच्छा अशा तरळेने पूर्ण केल्या की ज्यांची पुर्तता माझे अश्रू आणि माझे हुंदके यात दडलेली आहेत. मी सुरूवातीपासूनच उतावीळ, भावनीक

आणि चीडचीडा होतो. मला जर वाटले की मिठाई खावी आणि त्यावेळी मला ती मिळाली नाही, तर माझ्यासाठी नंतर त्या मिठाईचा स्वाद संपलेला असायचा. यामुळे मी नेहमी माझ्या गळ्यात एक कडवेपणा बाळगला की या कष्टाचा कठोरपणा वाढवण्यात या कमजोरीने जबरदस्त गैरफायदा देखील उठवला. ते माझ्यासोबत छळ कपट करीत राहिले आणि त्या तमाम धोकेबाजांची पर्वा न करता प्रेम करीत राहिलो. मला चांगले माहीत आहे की ते त्यांचा प्रत्येक सल्ला नवीन चालीच्या यशावर खूप खुश असायचे की त्यांनी मला मूर्ख बनवले आणि माझा मुर्खपणा पहा की मला सगळं माहित असतानाही, मूर्ख बनत होतो.

नेहमीच असे झाल्याने मला सगळीकडे निराशाच दिसली-म्हणजे ज्या कोणाला मी मनापासून आपलं समजलं, त्याने मला धोकाच दिला, मग माझे मन विझल्या गेले आणि मला जाणवले की वाळवटांतील एखाद्या वादळाप्रमाणे मी आहे, ज्याला रसपान करण्यासाठी दूर दूरपर्यंत एखादे फुल दिसत नाही. परंतु इतके असतानाही, मी प्रेम करणे टाळले नाही आणि बेजबाबदारपण लक्षात आल्यावर माझ्या मनात एक सणक येऊन गेली. माझ्या अस्तित्त्वाच्या भावनीक, कायम आणि बोलक्या भागात एक प्रकारचे युद्ध छेडल्या गेले. माझं बोलकं अस्तित्त्व या लोकांना एक प्रकारचे घृणीत समजतं आणि मागील घटनांचे त्रासदायक चित्र पहाता, अशी मागणी करत होतो की मी इतरांसाठी माझे हृदय दगडासारखे बनवावे आणि प्रेमाला कायमचे माझ्या मनातून काढून बाहेर फेकावे. परंतु भावनीक अस्तित्त्व या त्रासदायक घटनेचे दुसरे रूपसमोर करून, मला फरक करायला विवश करतो की मी जीवनाचा हाच मार्ग अवलंबविला आहे. त्याच्या नजरेत पराभव ही पराभव होता. त्याची इच्छा होती की प्रेम करीत रहावे हिच निसर्गाची आत्मा आहे. अचेतन मन या झगड्यापासून अगदीच दूर राहिले. असे वाटते की त्याच्या डोळ्यातून एक फारच गुंगी चढलेली होती.

हे युद्ध माहीत नाही कोणत्या मनहुस दिवशी सुरू झाले होते की जे माझ्या जीवनाचे एक भाग बनून राहिले आहे. दिवस असो किंवा रात्र, ज्यावेळी मला थोडा निवांत वेळ मिळतो, माझ्या मनाच्या सपाट मैदानावर माझे बोलकं आणि भावनीक अस्तित्त्व हत्यारबंद उभे रहाते आणि लढायला सुरू करते. त्या काळात ज्यावेळी दोघांची लढाई जारोत असते, अशावेळी माझ्यासोबत कोणी संवाद साधला तर माझा लहजा खात्रीनं वेगळ्या प्रकारचा असतो. माझ्या गळ्यात एक नको असलेले विधान कठोरपणे मिसळलेले असते. डोळे लाल होतात आणि शरीराचा एक एक अंग बधीर होतो. मी खूप प्रयत्न करतो माझ्या पद्धतीला कडू होऊ देऊ नये आणि कधी कधी मी

या प्रयत्नात यशस्वी होतो परंतु माझ्या कानांना काही अप्रिय असं ऐकायला मिळालं, जे माझ्या मनाविरोधात असेल तर मी काही नाही करू शकत. माझ्या मनाच्या तळातून जे काही ऐकू येतं, ते तोंडावाटे बाहेर निघतं, मग अशावेळी माझ्या तोंडून जे काही शब्द बाहेर पडतात, अत्यंत तल्ख असतात. त्यांच्या तीक्ष्ण आणि कठोरतेची जाणीव मला त्यावेळी कधी नाही झाली, यामुळे की मी माझ्या मिजाजनुसार नेहमी आणि प्रत्येकवेळी बेखबर असतो आणि मला माहीत असते की कधी कोणाला दुःख नाही दिल्या जाऊ शकत. मला जे कोणी भेटतात त्यापैकी मी जर किंवा एखाद्या मित्राला नाराज केले तर त्याचं कारण मी नसतो तर ती खास वेळ असते, ज्यावेळी मी पागलपेक्षा चांगला नसतो किंवा तुमच्या शब्दात 'सैतान' असतो. अर्थातच हा शब्द जरा ठीक नाही आणि माझ्या वेडेपणाला लागू नाही होऊ शकत.

जेव्हा तुझे या अगोदरचे पत्र मिळाले होते, त्यावेळी माझा बोलका स्वभाव माझ्या भावनीक अस्तित्त्वावर स्वार होतो आणि मी माझ्या नरम नाजूक तबियतिला दगडामध्ये रूपातंरीत करण्याचा प्रयत्न करीत होतो. मी आधीपासूनच माझ्या ह्यातील आगीत जळत होतो तशात वरून तुझ्या पत्राने तेलच ओतले. तू अगदीच बरोबर बोललास, ''तुझे ऱ्हदय दुःखाने व्यापलेले असते, असे असले तरी यासाठी चांगले समजत नाही.' मी याला चांगलं का दिसत नाही ? या प्रश्नाचे उत्तर, माणुसकीला चिरडून टाकणारा निजाम आहे, ज्यात लोकांच्या तारूण्यावर म्हातारपणाचा शिक्का मारला जातो.

माझे ऱ्हदय दुःखाने व्यापलेले असते आणि हेच कारण आहे की मी आजारी आहे आणि आजारी असतो. जो पर्यंत माझ्या हृदयात दुःख आहे, मी नेहमी बैचेन राहिल. तू कदाचित याला अतिशयोक्ती समज, पण हे वास्तव आहे की दुःख माझ्या रक्तातून पाणी खुराक मिळवत आहे. आणि एक दिवस असा येईल, ज्यावेळी केवळ दुःखच दुःख उरेल आणि तुझा दोस्त जगाच्या नजरेत गायब होऊन जाईल. मी नेहमी विचार करतो की दुःखाच्या या भावनेने मला कसले कसले दुःख पोहचवले आहेत. हे काय कमी आहे की माझ्या तारूण्याचे दिवस वृद्धाच्या रात्रीत बदलले आहेत आणि ज्यावेळी मी याचा विचार करतो त्यावेळी असा निर्णय घेण्यास विवश होतो की मी माझे हृदय दगडाचे बनवावे. परंतु दुर्दैव असे की या दुःखाने मला इतके कमजोर केलले आहे की माझ्याकडून तसे होणार नाही याचे कारण असे की यामुळेच माझी तबियत तक्रारखोर बनली आहे.

मी अजूनही शेर ठीक वाचू शकत नाही, यामुळे की मला फारच कमी आवड उरलेली आहे. परंतु मला या गोष्टची पूर्ण जाणीव आहे की माझी तबियतीचा कल

शायरीकडे आहे. शहरातील लोकांची 'वजनदार शायरी' मला आवडत नाही. गावाकडचे हलके अलके गाणे मला फार आवडते. ते इतके चांगले असते की त्यांच्या मागे हृदयाची धडधड दिसून येईल. तुम्हाला नवल वाटेल की मी 'रोमँटिक ट्रॅजिडी' का लिहू लागलो आणि मला स्वतःलाच याचं नवल वाटतं.

काही लोक असे आहेत, जे आपल्या जाणीवेला दुसऱ्याच्या तोंडून सांगतात आणि आपलं मन हलकं करतात. ते मनाने कठोर आहेत आणि मला त्यांच्यावर दया येते. ही मनाची गरिबी अधिक त्रासदायक आहे. मी कंगाल आहे, माझ्यासाठी हे किती आरामाचं आहे की मला जे काही वाटतं ते तोंडाने व्यक्त करू शकतो.

मी माझ्या कथवेर कधी लक्ष दिले नाही. जर त्यात एखादी गोष्ट तुमच्या कथेप्रमाणे 'जगजाहीर' आहे तर ते माझे निष्पाप जग आहे माझे इमान ना अहिंसेवर आहे ना हिंसेवर नाही, दोन्हीवर आहे आणि दोन्हीवर नाही. मौजूदा, बदलत्या वातावरणात रहाताना माझ्या इमानमध्ये स्थिरता राहिली नाही. आज मला एक गोष्ट चांगली माहीत आहे, परंतु दुसऱ्या दिवशी सूर्याच्या किरणाबरोबर त्या गोष्टीचं रूप बदलून जातं. त्याच्या तमाम इच्छा, वाईट बनतात. व्यक्तीचं डोकं ठिकाणावर आहे आणि माझे डोके ठिकाणावर असूनही विखूरलो देखील आहे. अशा परिस्थितीत, तुझ्या या प्रश्नाचं उत्तर मी कसं देऊ शकतो ?

माझ्यावर लेख लिहून काय करणार प्यारे ! मी माझ्या लेखनीच्या कात्रीतून माझी पद्धत आधीच तुकडे तुकडे केली आहे. देवासाठी मला उघडे पाडण्याचा प्रयत्न करू नको. माझ्या चेहऱ्यावरून तू जर पडदा बाजूला केलास, तर जगाला फारच भयानक चेहरा पहायला मिळेल. मी हाडांचा एक सापळा आहे, ज्यावर माझी लेखनी कधी कधी पातळ पडद्याआड दडून आहे. पातळ पडद्यांचा हा करार नाकारला तर मला वाटतं, जी भयानक बाजू तोंड उघडल्यावर समोर येईल, तिला पहाण्याची हिंमत तू करणार नाहीस.

माझे काश्मीरचे जीवन...! अरेरे माझे काश्मीरचे जीवन ! मला माहित आहे, तुला माझ्या जीवनाच्या या सुखी भागाच्या संदर्भात वेगवेगळ्या प्रकारच्या गोष्टी माहीत होत रहातील. ज्या गोष्टी तुमच्यापर्यंत आल्या आहेत, त्यांना मी चांगल्या प्रकारे ओळखतो. म्हणून तुमचे हे म्हणणे योग्य होईल की त्यांच ऐकून, आतापर्यंत कोणी योग्य सल्ला बनवू शकले नाही परंतु मी हे आवश्य सांगेल की असे सांगण्याशिवाय तू मत बनवले आहे आणि असे करण्यात फारच घाई केली आहे. जर तू माझ्या तमाम लेखनाला

समोर ठेवलेस तर तुझा हा अजिबातच गैरसमज झाला नसता की मी काश्मीरमध्ये एका भोळ्या भाबड्या मुलीला भेटत असतो. माझ्या मित्रा तू मला धक्का पोहचवला आहेस.

वजीर कोण होता ? याचे उत्तर थोडक्यात असे होऊ शकते की ती एक खेडूत मुलगी होती. एकदम तरूण ! त्या खेडूत मुलीच्या संदर्भात, जिने माझ्या जीवनाचे काही पानांवर काही सुंदर चित्र रेखाटले आहे, मग बरंच काही सांगितिले आहे.

मी वजीराला 'बर्बाद' नाही कले. बर्बादी तुझा अर्थ जर 'शारीरिक बर्बादी' आहे तर ती आधीच बर्बाद झाली होती आणि ती या बर्बादीमध्ये तिचं सुख शोधत होती. तारूण्यात धूंद होऊन मस्त, तिने या विचाराला जागा दिली होती की जीवनाचा खरा आनंद आणि मजा आपलं रक्त सळसळ करण्यात आहे की तिला तिची शिकार मिळेल. हा बर्बादीयुक्त विचार तिच्या मनात कसा आला, या बद्दल बरंच काही बोलल्या जातं. आमच्या समाजात अशा लोकांची कमी नाही ज्यांचं काम फक्त भोळ्या भाबड्या मुलीसोबत खेळणे असते. मला जितके समजते त्यानुसार वजीर याच गोष्टीची शिकार होती, जिला सभ्यता आणि संस्कृतीचे नाव दिल्या जातं. एक छोटसं डोंगरी गाव आहे, जे शहरातील गर्दी आणि गोंगाटापासून खूप दूर, हिमालयाच्या कुशीत आबाद आहे आणि आता संस्कृतीच्या कृपेने तिची ओळख शहरासोबत झाली आहे. दुसऱ्या शब्दात शहराचे जीवन त्या ठिकाणी पोहचायला सुरूवात झाली आहे.

रिकाम्या स्लेटवर तू जे काही लिहिणार ते स्पष्टपणे दिसेल आणि वाचता पण येईल. वजीर मनाने अगदीच रिकामे होते. वाईट विचारापासून दूर आणि स्वच्छ, परंतु संस्कृतीच्या नखाने त्यावर निहायत भद्दे चित्र काढले होते, जी मला त्याच्या नाराजीचे कारण दिसते.

वजीरचे घर किंवा झोपडी, रस्त्याच्यावर, पहाडाच्या पायथ्याशी होती आणि मी तिच्या आईच्या सांगण्यावरून दररोज थोडे वर चीड वृक्षाच्या सावलीत, जमिनीवर चटई अंथरून काही लिखापडी करायचो आणि वजीर माझ्याजवळच म्हैस चारायची. कारण की दररोज चटई उचलून इथे आणणे आणि परत तिला घेऊन जाणे, माझ्यासाठी तर हि एक समस्याच होती. म्हणून मी ते तिच्या घरीच ठेवत होतो. एका दिवशी काय झाले, मला स्नान करायला उशीर झाला आणि मी फिरत फिरत पहाडाच्या खराब रस्त्याने ज्यावेळी तिच्या घरी गेलो आणि चटई मागितली तर तिच्या मोठ्या बहिणीला माहीत झाले की वजीर चटई घेऊन वर गेली आहे. हे ऐकून मी आणखी वर गेलो

आणि ज्यावेळी दगडाजवळ गलो, जिला मेजप्रमाणे वापरत होतो, माझी नजर वजीरवर पडली. चटई रोजच्या जागेवर अंथरली होती आणि ती तिच्याकडील हिरवा, नक्षीकाम केलेला दुपट्टा बांधून झोपी गेली होती.

मी कितीतरी वेळ दगडावर बसून रहिलो. मला माहित होतं, ती झोपण्याचं सोंग करून पडली आहे. कदाचित तिला असे वाटत होते की मी तिला जागे करण्याचा प्रयत्न करील. परंतु मी शांतपणे बसून राहिलो, उलट कातडी बॅगमधून पुस्तक काढले आणि तिच्याकडे पाठ करून वाचत बसलो. अर्धा तास असाच निघून गेल्यावर विवश होऊन ती उठली. आळेपिळे दिले आणि तोंडातून विचित्र असा आवाज काढला.

मी पुस्तक बंद केलं आणि तिच्याकडे वळून म्हणालो, मी आल्याने तुझी झोपमोड तर झाली नाही ना ?' वजीर डोळयाना चोळत झोपेतून जागी झाल्याचे भासवत म्हणाली, "तुम्ही कधी आलात ?

आताच येऊन बसलो आहे. झोपायचे असेल तर झोपी जा.

नाही, आज बिनलाज्या झोपेला काय झाले आहे माहित नाही. कंबर बरी नव्हती म्हणून थोडे आडवे झाले होत इतकेच. दोन तासापेक्षा कमी झोपले असेल. तिच्या ओल्या ओठांवर हसू तरळत होतं आणि तिच्या डोळयातून जे व्यक्त होत होते, त्याचं वर्णन माझी लेखनी करू शकत नाही. मला वाटतं, त्यावेळी तिच्या मनात ही खळबळ चालली होती की तिच्यासमोर एक मर्द बसला आहे आणि ती स्त्री आहे. तरूण स्त्री-जोबन की उमंगो का उबलता हुआ चश्मा.

थोड्या वेळानंतर ती गैर-मामूली स्वरूपात बोलकी बनली आणि बहकल्यासारखी झाली. तिला गाय आणि बकऱ्याबद्दल निरर्थक बोलून झाल्यावर मी तिला एक मजेशीर गोष्ट सांगितली. एक पिल्लू आणि बकरी यांची ताटातूट झाल्याची कथा.

यामुळे तिच्या डोळयातले ते भाव कमी झाले. जे आधी तिच्या डोळयात दिसत होते. मी संसारापासून विरक्त नाही आणि मी कधी तसा दावा केला आहे. गुनाह आणि सवाब, सजा आणि ज्या संदर्भात माझे विचार जरा वेगळे आहेत आणि निश्चितच तुमच्या विचारापेक्षाही अगदीच वेगळे. अशाप्रकारे स्त्रीबद्दल माझे विचार फारच विचित्र आहेत. यावेळी त्या चर्चेत नाही पडू इच्छित कारण की यासाठी मनाची शांती आणि वेळ पाहिजे. पण विषय निघालाच आहे तर सांगतो, ज्यावरून तुम्हाला माझ्या विचाराचा अंदाज येईल.

बोलता बोलता एकदा मी एका मित्राला म्हणालो की तारूण्य ऐन भरात असेल तर त्याची मजा गमावून बसतं. मला आता देखील या विचारावर विश्वास आहे, पण

माझ्या मित्राने याला एक बिनबुडाचा युक्तीवाद म्हटलं. होऊ शकतं की तुमच्या नजेरत मी तुम्ही समजता तसा बिनबुडाचा असावा. पण मी तुम्हाला माझ्या मनातले सांगतो, तिच्या तारूण्याने मला कधी तिच्याकडे ओढले नाही. ती अगदी तरूण असली तरी. तिला पाहून माझे डोळे स्तब्ध होतील. पण याचा अर्थ असा नाही की ते तारूण्य माझ्या मन आणि मेंदूवर स्वार झाले आहे. शोक आणि भडक रंग कधी डोळयांना त्या ठिकाणापर्यंत नाही घेऊन जाणार, जे नरम आणि नाजूक रंग आणि रेषांना प्राप्त आहे. ते तारूण्य निश्चितच इज्जतीच्या लायक आहे, जे हळूहळू डोळयात भरून मनात उतरल्या जातं. प्रकाशाचा दिपवून टाकणारा उजेड, हृदयाच्या ठिकाणी, नसांवर परिणाम करतो, परंतु या फिजूल चर्चेत पडून काय फायदा ?

मी म्हणत होतो की मी जाहिद नाही आणि असे म्हणताना मी दबक्या आवाजात बऱ्याच गोष्टी मान्य देखील करतो, परंतु त्या पहाडी मुलीसोबत जे शारीरिक आकर्षणावर मोहित होते, माझे संबंध फक्त भावनीक आणि आत्मीक होते. मी कदाचित तुमहाला हे नाही सांगितले की मी या गोष्टीला मानणारा आहे की जर स्त्रीसोबत दोस्ती केली तर तिच्यात वेगळेपण असायला हवं. तिला अशा प्रकारे भेटायला हवे की तिने तुम्हाला इतरापेक्षा वेगळं समजायला मजबूर व्हावं. तिला तुमच्या हृदयाच्या स्पंदनात अशी हाक ऐकायला मिळावी, जी तिच्या कानासाठी नवी असावी.

स्त्री आणि पुरूषातले नाते वयात आलल्या प्रत्येकाला माहीत असतात. परंतु माफ करा, हे नाते माझ्या दृष्टीने जुने झाले आहे. यात अगदीच सैतानीपणा आहे. मी विचारतो, पुरूषाला त्याच्या प्रेमाचे केंद्र जर एखाद्या स्त्रीला समजायचे असेल तर तो माणुसकीच्या या पवित्र भावनेत सैतानीपणाला का जागा देतो ? काय तसे केल्याशिवाय प्रेम होऊ शकत नाही ? काय शारीरिक आकर्षणाचे नाव प्रेम आहे ?

वजीरला हा भ्रम होता की शारीरिक आकर्षणाचे नाव प्रेम आहे आणि मला असे वाटते की तो प्रेमाचा अर्थ याच शब्दात व्यक्त करीत होता. मी त्याला भेटलो आणि त्याच्या सर्व विचाराला विरोध असून मी त्याच्यासोबत दोस्ती केली. त्याने आपले भडक रंगाचे स्वप्नं माझ्या अस्तित्वात शोधण्याचा प्रयत्न केला. पण त्यामुळे निराशा झाली. कारण तो चुकीचा असण्याबरोबरच निष्पाप होता, माझ्या सामान्य बोलण्याने त्या निराशेला आश्चर्यात रूपातरीत केलं आणि हळूहळू हे आश्चर्य त्या इच्छेचं रूप धारण करून गेलं की ते या नव्या मार्गाची माहिती सखोलपणे करून घ्यावी. ती इच्छा निश्चितच एका पवित्र निष्पापतेत बदलून जाते आणि आपण एक स्त्री आहोत याचा अगोदरचा सन्मान प्राप्त करते. जो ती चुकीच्या मार्गावर चालून गमावून बसली होती.

परंतु दुर्दैव, मला त्या पहाडी गावातून अचानक ओल्या डोळयाने शहरात परत यावे लागले.

मला ती नेहमीच आठवते का ? यामुळे की निरोप घेताना नेहमी हसणारे, डोळ्यात दोन ओघळणारे अश्रू सांगत होते की ती माझ्या भावनेने बरीच प्रभावित झाली आहे आणि खऱ्या प्रेमाचे एक छोटेसे किरण तिच्या हृदयाच्या अंधारात दाखल झाले आहे. काश ! मी वजीरला प्रेमाच्या त्या तमाम उंचीची जाणीव करून देऊ शकलो असतो आणि त्या पहाडन मुलीने मला त्या सर्व गोष्टी दिल्या असत्या ज्या तारूण्यात मी म्हतारपणीचं स्वप्नं पहातोय.

ही आहे माझी कहाणी, ज्यात तुमच्या चौफेर, लोक त्यांच्या आगीचे सामान शोधत आहेत. तुम्ही समजत नाहीत आणि नवे लोक समजतात की मी या कथा का लिहितो. कधीतरी नंतर समजून सांगेन.

१९.

महमूदा

मुस्तकीमने महमूदाला प्रथम पाहिले ते तिच्या लग्नात. आरसी मुसहफची रस्म चालू होती तोच अचानक तिला मोठे मोठे, असाधारण असणारे डोळे दिसले. ती महमूदाची होती जी अद्याप कुमारी होती. मुस्तकीम स्त्रीयां आणि मुलीच्या घेऱ्यात होता. महमूदाचे डोळे पाहिल्यांनतर त्याला हे समजलेच नाही की आरसी मुसहफची रस्म कधी पार पडले आणि कधी सुरू झाले होते. त्याची होणारी बायको कशी होती, हे सांगण्यासाठी त्याला संधी देण्यात आली होती, परंतु महमूदाचे डोळे त्यांची होणारी बायको मखमली पडद्याप्रमाणे दोघातला अडथळा बनली. त्याने चोरून चोरून अनेकदा महमूदाकडे पाहिले, तिच्या वयाच्या मुली सगळ्या चिवचिव करीत होत्या. मुस्तकीमसोबत बरीच चेष्टा मस्करी चालली होती. पण ती एकटीच एकांतामध्ये एका खिडकीजवळ गुडघ्यावर टेकून बसली होती. तिचा रंग गोरा होता, तिचे केस काळेभोर आणि चमकदार असे होते. तिने मधून भांग पाडला होता, जो तिच्या गोल चेहऱ्याला शोभत होता. मुस्तकीमला वाटत होते की ती ठेंगणी असावी. शेवटी ती उठल्यावर तिची उंची देखील समजली.

तिचे रहाणीमान फारच साधे होते. दुपट्टा तिच्या चेहऱ्यावरून बाजूला झाला आणि फरशीवर जाऊन पडला, तेव्हा मुस्तकीनने पाहिले की तिची छाती फारच उठावदार आहे. टंच असे शरीर, तीक्ष्ण नजर, भरदार शरीर, लहान चेहरा आणि डोळे जे सर्वप्रथम दिसत होते.

एक प्रथा ज्यानुसार नवरीच्या बोटात मोठ्या काचेची अंगठी घालतात ज्यात नवरदेवाला नवरीचा चेहरा दाखवला जातो. मुस्तकीमने नवरीला घरी आणले. दोन तीन महिने निघून गेले. तो खुश होता यामुळे की त्याची पत्नी सुंदर तसेच सुडौल होती, परंतु तो महमुदाचे डोळे विसरू शकला नव्हता. त्याला असे वाटत होते की तिने त्याच्या मनाचा ताबा घेतला आहे.

मुस्तकीमला महमूदाचे नाव माहित नव्हते. एका दिवशी त्याने त्याच्या बायकोला सहज विचारले, ती मुलगी कोण होती जी आपल्या लग्नात ज्यावेळी आरसी मुसहफची रस्म पूर्ण केल्या जात होती-एका कोपऱ्यात खिडकीजवळ बसली होती.

कुलसुमने उत्तर दिले, 'मी काय सांगू शकते ? त्यावेळी अनेक मुली होत्या. माहीत नाही तुम्ही कोणाबद्दल विचारत आहात ?"

मुस्तकीमने म्हटले, "ती...ती..जिचे मोठे मोठे डोळे होते."

कुलसुमच्या लक्षात आलं, ओहो, महमूदा बद्दल बोलता आहात तुम्ही. हो, खरंच तिचे डोळे फार मोठे आहेत. परंतु ठीक वाटतात तिला. गरीब घरची मुलगी, फारच कमी बोलणारी आणि सभ्य. कालच तिचे लग्न झाले आहे."

मुस्तकीमला अचानक धक्का बसला. तिचे लग्न झाले काल ?"

हो, मी काल तिकडे तर गेले होते. मी तुम्हाला म्हणाले नव्हते का मी तिला एक अंगठी दिली आहे.

हो, हो, आलं माझ्या लक्षात, परंतु तू ज्या मुलीच्या लग्नाला चालली होतीस ती मुलगी तिच होती मोठ्या डोळ्यांची. कुठे दिले तिला ?"

कुलसुमने पान बनवून आपल्या पतीला देत म्हटले, 'तिच्या नात्यातच. तिचा नवरा रेल्वे वर्कशॉपमध्ये काम करतो, दिड शे रूपये महिन्याला पगार आहे. ऐकण्यात आले आहे फारच सभ्य मुलगा आहे."

मुस्तकीमने पान आपल्या ओठाच्या खाली दाबले. चला हे एक बरे झाले. मुलगी पण तू म्हणतेस सभ्य आहे."

कुलसुमला रहावले नाही. तिला आश्चर्य वाटत होते की तिचा पती महमूदामध्ये इतका रस का घेत होता ? तिने म्हटले, 'नवलच आहे की तुम्ही तिला एकदाच पाहून लक्षात ठेवले."

मुस्तकीमने उत्तर दिले, "तिचे डोळेच तसे आहेत माणूस विसरत नाही. काय मी खोटे बोलत आहे ?"

कुलसुम दुसरे पान बनवित होती. थोड्या वेळाने तिने पतीकडे विषय काढला, मी तर याबद्दल काही बोलू शकत नाही. मला तर तिच्या डोळ्यात कसले आकर्षण दिसले नाही. मर्द माहीत नाही कोणत्या नजरेन पहातो."

मुस्तकीमने हेच योग्य समजले की या विषयावर यापुढे चर्चा नाही झाली तर बरेच. म्हणून काहीच न बोलता तो फक्त हसला आणि आपल्या खोलीत गेला. रविवारची

सुट्टी होती. नेहमीप्रमाणे त्याने आपल्या पत्नीसोबत मॅटनी शो पहायला जागला हवे होते, पण महमुदाचा विषय काढून त्याने मनाला जड केले होते.

त्याने आरामखुर्चीवरून उठून तिपाईवर ठेवलेले पुस्तक घेतले जे त्याने दोनदा वाचले होते. त्याने पहिले पान काढले आणि वाचू लागला, परंतु अक्षराचे रूपातर महमूदाच्या डोळयात व्हायचे. मुस्तकीमने विचार केला, कदाचित कुलसुमचे बरोबर होते की महमूदाच्या डोळयात कसलेच आकषर्ण नव्हते. होऊ शकत की दुसऱ्या पुरूषाला पण वाटणार नाही. फक्त मी होतो जे मला दिसले पण का ? मी असे काही ठरवले नव्हते. माझी कसली इच्छा नव्हती की ती माझ्या मनात बसावी, यामध्ये ना तिच्या डोळयांचा दोष होता ना माझ्या. त्यांनतर मुस्तकीमने महमूदाच्या लग्नाबद्दल विचार करयला सुरूवात केली, झाले तिचे लग्न, हे बरेच झाले. परंतु हे मित्रा हे काही ठीक नाही की तुझ्या डोळयात हलकीसी झलक दिसते. काय तुझी ईच्छा आहे की तिचे लग्न होऊ नये. नेहमी कुमारी रहावे कारण तुझ्या मनात तिच्या सोबत लग्न करण्याची इच्छा तर कधी दिसली नाही. तू याबद्दल एक मिनीट पण विचार केला नाही की हा जळफळाट का ? इतके दिवस तिला पहाण्याचा विचार मनात आला नाही, पण आता तिला का पहायचे आहे ? आणि आता तू तिला पाहून जरी घेतले तरी काय करणार आहेस ? सांग ना, काय करणार ?

मुस्तकीमजवळ याचे काही उत्तर नव्हते. वास्तवात त्याला हेच माहित नव्हते की त्याला काय हवे आहे ? जरी हवे असले तरी तशी त्याची इच्छा का आहे ?

मुस्तकीमजवळ याचे काही उत्तर नव्हते. वास्तवात त्याला माहीत नव्हतं की त्याला काय पाहिजे आहे ? पाहिजे असलेच तर काय पाहिजे आहे ?

महमूदाचे लग्न झाले होते आणि ते पण केवळ एक दिवस अगोदर, म्हणजे अशावेळी ज्यावेळी मुस्तकीम पुस्तक वाचत होता, महमूदा निश्चितच नवरीच्या पेहरावात किंवा ती तिच्या माहेरी किंवा तिच्या सासरी लाजत मुरडत बसली होती. ती स्वतः सभ्य होती. मोठीच आनंदाची गोष्ट होती. मुस्तकीमची मनापासून इच्छा होती की ती खुश रहावी-जीवनभर सुखी रहावी. परंतु त्याच्या मनात का अशी कळ उठत होती जी त्याला व्याकूळ करून टाकत असे.

मुस्तकीम शेवटी या निष्कर्षाला पोहचला की हे सगळं बकवास आहे. त्याने महमूदाच्या बाबतीत अगदीच कसलाच विचार करायला नको आहे. दोन वर्षे असेच निघून गेले. या दरम्यान महमूदाच्या बाबतीत कसलीच माहिती मिळाली नाही आणि त्याने माहित करून घेण्याचा प्रयत्न पण केला नाही, असे असले तरी ती आणि तिचा

पती बॉम्बे (आता मुबंई) मध्ये डोंगरीच्या गल्लीत रहात होते. मुस्तकीम डोंगरीपासून बराच दूर अंतरावर रहात होता, परंतु त्याने ठरविले असते तर अगदीच सहजपणे महमूदाला शोधलं असतं.

एका दिवशी कुलसुमनेच त्याला सांगतले, तुमच्या मोठया डोळ्याच्या महमूदाचे नशीब फारच फुटके निघाले."

चकित होऊन मुस्तकीमने काळजीच्या स्वरात म्हटले, "का, काय झाले ?

कुलसुमने विडा बनवत म्हटले, "तिचा नवरा अचानक मौलवी बनला आहे."

"काय झाले मग ?" तुम्ही ऐकून तर घ्या. तो प्रत्येकवेळी धर्माबद्दलच बोलत असतो, ती पण उलट सुलट. वजीफे करतो, एकांतात तपस्या करतो, महमूदाला मजबूर करतो तसे करायला. फकीराजवळ तासंतास बसतो. घर-संसाराबद्दल अगदीच विमनस्क झाला आहे. दाढी वाढवली आहे. हातात नेहमी तस्बीह असते. कामावर कधी जातो कधी जात नाही. अनेक दिवस तर गायबच असतो. ती बिचारी कुढत असते. घरात खण्यासाठी काही नसते. म्हणून उपवास करते आणि जेव्हा त्याला सांगते तर समोरून उत्तर मिळतं, उपास ठेवणे अल्लाहला खूप पसंत आहे." कुलसुमने सगळं काही एका दमात सांगून टाकलं. मुस्तकीमने पानाच्या पेटीतून थोडीसा कचरा उचलून तोंडात टाकला, "डोकं तर नाही फिरलं त्याचं ? "कुलसुमने म्हटले, "महमूदाला तर असेच वाटते. वाटतं कसलं तिची तर खात्रीच आहे. गळ्यात मोठ्या मोठ्या माळा टाकून फिरतो. कधी कधी सभेद रंगाचे कपडे पण परिधान करतो."

मुस्तकीम विडा घेऊन आपल्या खोलीत गेला आणि आराम खुर्चीत बसून विचार करू लागला, हे काय झाले, असा नवरा मोठाच त्रासदायक असतो. बिचारी कसल्या पेचात सापडली आहे. मला तर वाटतं की वेडेपणाचे चाळे त्याच्या अंगात आधीच असतील, पण आता ते एकदम बाहेर आले आहेत. आता प्रश्न असा आहे की महमूदा काय करील ? तिचे इथे तर कोणी नातेवाईक पण नाही. काहीजण लग्न करण्यासाठी लोहोरवरून आले होते आणि परत गेले होते. काय महमूदाने तिच्या आई वडीलांना कळवले असेल ? नाही, नाही तिचे आई वडील तर जसे की कुलुसमने सांगतिले होते, तिच्या बालपणीच तिचे आई वडील वारले होते. लग्न तिच्या काकाने केले होते. डोंगरीत तिच्या ओळखीचे कोणी नसावे. नसावेच कारण ओळखीचे कोणी असतेच तर तिने उपवास का धरले असते. कुलसुमने तिला का घेऊन येऊ नये ? वेडा झाला आहेस काय मुस्तकीम, भानावर ये.

मुस्तकीमने पुन्हा एकदा विचार केला कि तिच्याबद्दल नाही विचार करायचा, यामुळे की फायदा तरी काय होता विचार करून, उगीच डोक्याला ताप.

बऱ्याच दिवसानंतर एका दिवशी कुलसुमने त्याला सांगतिले की महमूदाचा नवरा ज्यांच नाव जमील होतं, वेडा झाला आहे.

मुस्तकीमने विचारलं, "म्हणजे ?"

कुलसुमने उत्तर दिले, "म्हणजे आता तो रात्रीच्या वेळी एक शेकंदही झोपी जात नाही. जिथे उभा आहे, तिथेच तासंतास उभा रहातो. महमूदा रडत रहाते. मी काल तिच्याकडे गेले होते. बिचारीचा अनेक दिवसांचा उपवास होतां. मी वीस रूपये देऊन आले. कारण माझ्याकडे तितकेच होते. मुस्तकीमने म्हटलं, "फारच बरे केलेस. जोपर्यंत तिचा पती बरा होत नाही, काही ना काही नाही देत जा तिला, म्हणजे बिचारावरीवर उपासमारीची वेळ येणार नाही."

कुलसुमने बराच विचार करून मोठ्या विचित्र स्वरात म्हटले, "खरे सांगायचे तर प्रकरण वेगळेच आहे.

म्हणजे ?

"महमूदाला वाटते की तिचा नवरा अगदीच ढोंग करीत आहे. तो वेडा वगैरे नाही. विषय असा आहे की..."

"काय आहे ?"

"तो माणसात नाही. स्वतःची कमजोरी लपविण्यासाठी तो फकीरांचे आणि सन्याशांचे टोने-टोटके घेत रहातो."

मुस्तकीमने म्हटले, "हे तर वेडे होण्यापेक्षा फारच चिंताजनक आहे. महमूदासाठी तर बोलावलेले संकट ठरले आहे." मुस्तकीम त्याच्या खोलीत निघून गेला आणि महमूदाच्या दुर्दैवी दशेच्या बाबतीत विचार करू लागला. अशा स्त्रीचे जीवन काय असू शकते जिचा पती सर्वांगीन बिनकामाचा आहे. किती इच्छा असतील तिच्या मनात. तिच्या तारूण्याने किती कंपीत करणारे स्वप्नं पहिले असतील ? तिला गोंडस लेकरं होतील याचा तिने किती वेळा विचार केला असेल. डोंगरीत कोणाच्या घरी मूल जन्मल्याची बातमी ऐकून तर तिच्यावर पहाड कोसळत असेल. आता काय करील ? असे होऊ नये की तिने आत्महत्या करावी. दोन वर्षापर्यंत तिने याबद्दल कोणाला काही सांगतिल नाही, परंतु शेवटी तिचा बांध फुटला. अल्लाहने तिच्यावर दया करावी.

आणखी काही दिवस निघून गेले. मुस्तकीम आणि कुलसुम सुट्टयामध्ये पंचगनीला गेले. तिथे ते अडीच महिने राहिले. परत आले तर एक महिन्यानंतर कुलसुमच्या घरी मुलगा जन्मला. ती महमूदाकडे जाऊ शकली नाही. परंतु एक दिवशी तिची मैत्रीन जी महमूदाला ओळखत होती, तिला शुभेच्छा देण्यासाठी आली. तिने बोलता बोलता कुलसुमला सांगतिले, "तुझ्या काही कानावर आले ? ती महमूदा आहे ना, मोठ्या मोठ्या डोळयांची..."

कुलसुम म्हणाली, "होय होय, डोंगरीत रहाणारी.,"

नवऱ्याच्या तसल्या वागण्याने बिचारीला नको ते करायला भाग पाडलं आहे.' कुलसुमच्या मैत्रीनीने सांगतिले.

कुलसुमने मोठ्या दुःखी स्वरात म्हटलं, "नको ते करायला म्हणजे ?"

आता तिच्या घरी पर पुरूषांचे येणे-जाणे वाढले आहे."

"खोटं !"

कुलसुमचे ह्दय धडधड करू लागले. कुलसुमच्या मैत्रीणीने म्हटले, "नाही कुलसुम मी खोटे नाही बोलत. मी परवा तिला भेटायला गेले होते. दरवाज्यावर टकटक करणारच होते तितक्यात आतमध्ये एक तरूण जो मेमन असावा असे वाटत होते. बाहेर पडला आणि ताबडतोब खाली गेला. मी तिला भेटणे ठीक समजले नाही आणि तशीच परत आले."

"ही फारच वाईट बातमी ऐकवलीस. खुदाने तिला चुकीच्या मार्गावर जाण्यापासून वाचवावे. होऊ शकत की तो मेमन तिच्या नवऱ्याचा मित्र असावा."

कुलसुमने स्वतःला समजावत म्हटले.

तिची मैत्रीन हसली, "मित्र चोराप्रमाणे दरवाजा उघडून पळत नसतात."

कुलसुमने हे तिच्या नवऱ्याला सांगितले तर त्याला खूप दुःख झाले. तो कधी रडला नव्हता, परंतु कुलसुमने ही दुर्देवी बातमी सांगितली की महमूदाला वाममार्गावर जावे लागले आहे, तर त्याच्या डोळयात पाणि आलं. त्याने त्याचवेळी ठरवलं की महमूदा त्याच्या घरी राहिल. शेवटी त्याने आपल्या पत्नीला हे सांगितले, 'हे तर फारच भयंकर आहे, तू असे कर, आताची आता जा आणि महमूदाला आपल्या घरी घेऊन ये." कुलसुमने फार कठोरपणे म्हटले, "मी तिला माझ्या घरात ठेवू शकत नाही."

"का ? मुस्तकीमच्या स्वरात विस्मय होता.

"माझी इच्छा ! ती माझ्या घरात कशी राहील ? यामुळे की तुम्हाला तिचे डोळे आवडतात." कुलसुमच्या बोलण्यात जळफळाट होता आणि व्यंगही होते.

मुस्तकीमला फार रांग आला, परंतु त्याने तो गिळला. कुलसुमबरोबर वाद करणे निरर्थक होते. आता केवळ इतके होऊ शकत होते की कुलसुमला घराच्या बाहेर काढून महमूदला घरी आणल्या जाऊ शकत होते. परंतु तो असे करण्याबद्दल विचारही करू शकत नव्हता. मुस्तकीमची नियत अगदीच साफ होती आणि त्याला स्वतःवर विश्वास होता. खरे सांगायचे तर महमूदाबद्दल त्याने वेगळा विचार कधी केलाच नव्हता. हो, तिचे डोळे त्याला आवडले होते, इतके की तो शब्दात वर्णन नाही करू शकत.

ती वाममार्गाला लागली होती आणि तिने केवळ सुरूवात केली होती, मुस्तकीमने कधी नमाज अदा केली नव्हती, कधी रोजा धरला नव्हता, कधी खैरात नव्हती वाटली. खुदाने त्याला किती चांगली संधी दिली होती की त्याने महमूदाला चुकीच्या मागासून दूर घेऊन जावे आणि तलाक वगैरे देऊन तिचे कोणासोबत लग्न करू देण्याची. परंतु तो हे पुण्याचे काम करू शकत नव्हता, कारण त्याला त्याच्या पत्नीच्या पुढे काही करता येत नव्हतं.

बराच वेळ मुस्तकीमचे हृदय त्याला झिडकारत राहिले. एकदा दोनदा त्याने प्रयत्नही केला की त्याच्या पत्नीने तयारी दाखवावी, पण जसे की मुस्तकीमने सांगतल्याप्रमाणे तिच्यासोबत बोलणे निरर्थक होते.

मुस्तकीमला वाटत होते की काहीच नसले तरी कुलसुम महमूदाला भेटायला तरी आवश्य जाईल. पण त्याची निराशा झाली. कुलसुमने त्या दिवसानंतर महमूदाचे साधे नावही घेतले नाही.

आता काय होऊ शकतं, मुस्तकीम शांत होता. किमान दोन वर्षे निघून गेले. एका दिवशी मुस्तकीम असाच पाय मोकळे करण्यासाठी फुटपाथावरून चालत होता. त्याने खाटकच्या बिल्डिंगच्या खोलीच्या बाहेर महमुदाच्या डोळयाची झलक पाहिली. तात्काळ वळून त्याने पाहिले-महमुदाच होती, ते मोठे मोठे डोळे, ती एक यहुदनसोबत त्या खोलीत रहात होती, बोलण्यात व्यस्त होती.

त्या यहूदनला सारा मोहल्ला ओळखत होता. वय झालेली स्त्री होती. तिचे काम होते रंगीन स्वभावाच्या लोकांसाठी मुली उपलब्ध करून देणे. तिच्या दोन तरूण मुलीकडूनही ती हाच धंदा करून घेत होती. मुस्तकीमने महमूदाचा चेहरा फारच विचित्र पद्धतीने मेकअप केलेला पाहिला, तर तो भडकला. फार वेळ तिचे ते दुर्दैवी रूप पहाण्याची शक्ती त्याच्या हृदयात नव्हती. तो त्या ठिकाणाहून तात्काळ निघून आला.

घरी आल्यावर ही गोष्ट त्याने आपल्या पत्नीला काही सांगितली नाही. कारण आता गरज उरली नव्हती. महमूदा आता एक देहविक्रय करणारी स्त्री बनली होती. मुस्तकीम समोर जेव्हा कधी तिचा विचित्र चेहरा, कामोत्तेजक पद्धतीने मेकअप केलेला चेहरा आता आठवत असे तर त्याच्या डोळ्यात पाणि येत असे. त्याच्या मनाने त्याला म्हटले, "मुस्तकीम, जे काही तू पाहिले आहेस त्याला कारणीभूत तू आहेस. काय झाले असते तुझ्या बायकोची नाराजगी काही दिवसासाठी सहन केली असती तर. फार फार तर ती माहेराला निघून गेली असती, परंतु महमूदाचे जीवन तर सारवले असते जे नुकतेच चुकीच्या मार्गावर गेले होते. काय तुझी नियत ठीक नव्हती ? तू जर ठीक होतास आणि योग्य असताना कुलसुम एक ना एक दिवस समजू शकली असती. तू फारच मोठा अन्याय केला आहेस, मोठे पाप केले आहे." मुस्तकीम आता काय करू शकत होता ? काहीच नाही. पाणि डोक्यावरून गेले होते. चिमण्यांनी सगळे शेत खाऊन टाकले होते. आता काहीच होऊ शकत नव्हतं. मरणाऱ्या पेशंटला ऑक्सीजन दिल्याने काय होत असते.

काही दिवसानंतर बॉम्बेचे वातावरण दंग्यामुळे फारच खराब झाले होते. फाळणीमुळे देशात सगळीकडे विनाश आणि लूट हेच पहायला मिळत होते. लोक धडाधड हिंदूस्तान सोडून पाकिस्तानात जात होते. कुलसुमने मुस्तकीमला विवश केले की त्याने पण बॉम्बे सोडून द्यावी. शेवटी मिळेल त्या बोटीत बसून नवरा बायको कराचीला पोहचले आणि छोटा मोठा धंदा सुरू केला.

अडीज वर्षानंतर धंद्यात थोडीसी प्रगती दिसू लागली. म्हणून मुस्तकीमने नोकरी करण्याचा विचार सोडून दिला. एका दिवशी सायंकाळच्या वेळी दुकानातून बाहेर फिरायला गेला. वाटत होतं की एखादे पान खावे. वीस तीस पाऊलावर त्याला एक दुकान दिसले. तिथे फार गर्दी होती. पुढे होऊन तो दुकानाजवळ गेला, पहातो तर काय महमूदा बसून पान खात होती. चेहऱ्यावर तशाच प्रकारचा विद्रुप मेकअप आहे, लोक घाणेरड्या शब्दात तिच्यासोबत बोलत आहेत आणि ती हसत आहे. मुस्तकीम तर बेहोशच झाला. वाटले की त्या ठिकाणाहून पळून जावे पण तशात महमूदाने त्याला आवाज दिला, "इकडे ये दुल्हे मियां, तुला एक मस्त पान देते खायला, मी तुझ्या लग्नात आले होते."

मुस्तकीमचा दगड झाला होता.

२०.

मम्मी

तिचे नाव मिसेज स्टेला जॅक्सन होतं, पण सगळे तिला मम्मी म्हणत असत. मध्यम उंचीची अर्धवट वयाची स्त्री होती. तिचा नवरा जॅक्सन पहिल्या महायुद्धात मारल्या गेला होता. त्याची पेन्शन स्टेला हिला दहावर्षापासून मिळत होती.

ती पुण्यात कशी आली, कधीपासून तिथे होती, या बाबतीत मला काही माहीत नाही. याबद्दल अधिक माहिती मिळविण्याचा देखील मी कधी प्रयत्न केला नाही. ती इतकी छान स्त्री होती कि तिला भेटल्यावर तिच्याशिवाय तुम्हाला दुसरे काहीच आठवणार नाही. तिचे कोणासोबत संबंध आहेत, हे समजून घेण्याची गरजच उरत नाही. कारण तिला पुण्यातला खडान् खडा माहित होता. होऊ शकतं की असं बोलणं अतिशयोक्त होईल, परंतु माझ्यासाठी पुणे तेच पुणे आहे. तिच्या त्या खडान् खडयात माझे ते खडे आहेत, ज्यासोबत माझ्या काही आठवणी जोडल्या आहेत आणि मम्मीचे विचित्र असे व्यक्तीमत्त्व त्यापैकी प्रत्येकात अंर्तभूत आहे.

तिची आणि माझी पहिली भेट पुण्यात झाली. मी फारच सुस्त अशाप्रकारचा व्यक्ती आहे. तशी तर घुमक्कडीच्या मोठ्या मोठ्या इच्छा माझ्या मनात आहेत आणि तुम्ही मला भेटलात तर तुम्हाला वाटेल की मी कंचनजंघा किंवा हिमालयाच्या अशाप्रकारच्या इतर चोटीचा फेरफटका मारण्यासाठी जाणार आहे. असे होऊ शकते, परंतु यापेक्षाही अधिक शक्यता अशी आहे की त्या ठिकाणचा फेरफटका मारून मी त्याच ठिकाणचा होऊ नये.

खुदालाच माहीत की मी किती वर्षांपासून बॉम्बेमध्ये होतो. तुम्ही यावरून अंदाज लाऊ शकता की मी ज्यावेळी पुण्याला गेलो त्यावेळी माझी पत्नी माझ्यासोबत होती. एक मुलगा होऊन तिला या जगातून जाऊन किमान चार वर्षे झाले होते. या दरम्यान, थांबा, मला हिसाब करू द्या. तुम्ही हे समजून घ्या की म्युझियम पहायला वेळ मिळाला नाही, हा तर केवळ योगायोग होता की मी अचानक पुण्याला जायला तयार झालो.

ज्या चित्रपट कंपनीत मी नोकर होतो, त्याच्या मालकात एका साधारण गोष्टीवरून विसंवाद झाला आणि विचार केला की हा विसंवाद कमी करण्यासाठी पुण्याला जाऊन येऊ. ते पण यामुळे की ते जवळ होते आणि माझे काही दोस्त तिथे रहात होते. मला प्रभातनगरला जायचे होते, जिथे माझा चित्रपटातला एक जुना मित्र रहात होता. स्टेशनच्या बाहेर निघाल्यावर माहित झाले की ती जागा बरीच दूर आहे, परंतु तोपर्यंत आम्ही तांगा घेतला होता.

सुस्त गतीने चालणाऱ्या गोष्टीने मला फार वैताग येतो. परंतु मी माझ्या मनाची नाराजी दूर करायला इकडे आलो होतो. म्हणून प्रभातनगरला येण्याची मला खूप घाई होती. तांगा एकदम वाया गलेला होता, अलिगड इक्का गाडीपेक्षा हा अधिक वाया गेलेला होता, ज्यात प्रत्येकवेळी पडण्याचा धोका कायम होता. घोडापुढे चालतो आहे आणि सवारी मागे. एक दोन स्पीड ब्रेकर ओलाडंता ओलाडंता माझी तबियत बिघडली. मी माझ्या पत्नीला बोललो आणि विचारले की अशावेळी काय करायला हवे ? ती म्हणाली की ऊन अधिक आहे. मी जे काही तांगे पाहिले आहेत ते अशाच प्रकारचे आहेत. हा जर सोडून दिला तर पायी जावे लागेल, आणि उघडच आहे की तांग्याने जाण्यापेक्षा पायी जाणे अधिकच त्रासदायक ठरेल. गोष्ट खरी होती ऊन जरा जास्तच होतं. घोडा एक फर्लांग पुढे गेला नसेल तोच तशाच प्रकारचा वाहियात तांगा आडवा गेला. मी सामान्यपणे तिकडे पाहिले तर, तेव्हढयात कोणीतरी ओरडले, “ओए मंटोचे घोडे !”

मी चकित झालो. चड्ढा होता, एका वय झालेल्या मॅडमसोबत. दोघे जवळजवळ बसले होते. माझी पहिली प्रतिक्रिया फारच खराब होती, चड्ढाची ती सौंदर्यप्रियता कुठे गेली, जो असल्या बाईसोबत बसला आहे. वय किती असावे हे मला लगेच लक्षात आले नव्हते, पण त्या स्त्रीच्या चेहऱ्यावरच्या सुरकुत्या, पाऊडर आणि मेकअप मधूनही स्पष्ट दिसत होत्या. इतका भडक मेकअप होता की पहाणाराच्या डोळ्यांना त्रास होत होता.

चड्ढाला मी बऱ्याच वर्षानंतर पहात होतो. तो माझा जवळचा दोस्त होता. ओए मंटो के घोडे.” मी पण त्याला असे उत्तर दिले होते. परंतु त्या स्त्रीला त्याच्यासोबत पाहून माझ्या दोस्ती कुठल्या कुठे पळाली.

मी माझा तांगा थांबवला. चड्ढाने देखील त्याच्या घोडेस्वाराला थांबायला सांगितले. मग त्याने त्या स्त्रीला इंग्रजीत काहीतरी म्हटलं, “मम्मी, जस्ट अ मिनीट !”

तांग्यातून उतरून तो माझ्याकडे झेपवत म्हणाला, “तू...तू इकडे कसा आलास ? मग त्याने त्या स्त्रीने पुढे केलेला हात मोठ्या मैत्रीपुर्वक माझ्या अनोळखी पत्नीच्या

हाती मिळवला, वहिनीसाहेब, तुम्ही तर कमालच केली. या गुलमुहम्मदला शेवटी तुम्ही ओढून इकडे आणलेच."

मी त्याला विचारले, "तू कुठे निघालास ?"

चड्ढा मोठ्या स्वरात म्हणाला, "एका कामानिमित्त चाललो आहे. तू असे कर सरळ." तो एकदम पलटून माझ्या तांग्यावाल्यासोबत मुखातिब झाला-पहा, साहेबाला माझ्या घरी घेऊन ये, भाडे वगैरे घेऊ नकोस त्यांच्याकडून." तिकडच्या तांगेवाल्याला सांगून तो पलटला आणि म्हणाला, "तू जा, तिथे नोकर असेल, बाकी तू पाहून घे."

आणि उडी मारून तो पुन्हा त्या वयस्क बाईसोबत जाऊन बसला, जिला तो मम्मी म्हणाला होता. यामुळे मला एक प्रकारचे बरे वाटले, उलट असे म्हणा की त्या दोघांना एकत्र पाहून जो एक ताण मनाला आला होता, तो हलका झाला.

त्यांचा तांगा पुढे गेला आणि एका डाक बंगल्याच्या इमारतीजवळ थांबला. तांगेवाला खाली उतरून बोलला, "या साहेब....!"

मी विचारले, "कुठे ?"

त्याने उत्तर दिले-"चड्ढा साहेबांचे घर इथेच आहे."

ओह ! मी प्रश्नार्थक नजरेने माझ्या बायकोकडे पाहिले. तिचा आवतार सांगत होता की ती चड्ढाच्या घरी रहाण्याच्या मूडमध्ये नव्हती. खरं सांगायचे तर ती पुण्याला येण्याच्या पण मूडमध्ये नव्हती. तिला खात्री होती की मला तिथे खाणारे पिणारे दोस्त भेटतील. मन हलके करण्याचा बहाणा आधिपासूनच आहे, त्यातच रात्रंदिस जातील. मी तांग्यातून उतरून गेलो. छोटा-सा अटॅची केस होता, तो मी उचलला आणि माझ्या बायकोला म्हणालो, "चल !"

माझ्या आवतारावरून तिच्या लक्षात आले होते की काहीही झाले तरी मी काही ऐकणार नव्हतो. म्हणून तिने काही हुज्जत घातली नाही आणि गुमान माझ्या सोबत आली.

ते फारच साधारण असे घर होते. असे वाटत होते की मिलिट्रीवाल्याने टेम्पररी स्वरूपात एक छोटासा बंगला बनवला असावा. त्याचा उपयोग केला आणि सोडून निघून गेले. ओटा आणि किचनचे काम तर कच्चे होते. जागोजागी प्लास्टर उखडलेले होते आणि घराच्या आतील भाग तसाच होता जसा की अविवाहीत मुलांचा असतो. जो चित्रपटाचा हिरो आहे आणि अशा कंपनीत कामाला आहे, जिथे महिन्याचा पगार प्रत्येक तिसऱ्या महिन्याला मिळतो आणि तो पण अनेक तुकडे करून. मला या गोष्टीची पूर्ण जाणीव होती की ती स्त्री, जी बायको आहे, अशा वातावरणात निश्चितच

घुसमटेल आणि परेशान होईल, परंतु मी विचार केला की चड्ढा आले तर त्यांच्यासोबतच प्रभातनगरला निघून जाईल. तिथे माझा जो चित्रपटातला सहकारी रहात होता, त्याची बायको आणि बालबच्चे देखील होते. तिथल्या वातावरणात माझी बायको फार तर दोन तीन तास थांबू शकेल.

नोकर देखील विचित्र आणि बेजबाबदार व्यक्ती होता. आम्ही ज्यावेळी त्याच्या घरी गेलो, तर सगळे दरवाजे उघडे होते आणि तो घरी नव्हता. जेव्हा तो आला तर त्याने आमच्याकडे काही लक्ष दिले नाही, जणू काही आम्ही कायमच तिथे बस्तान मांडणार आहोत.

जेव्हा तो आमच्या खोलीत आला आणि आमच्याकडे न पहाता जवळून निघून गेला, तेव्हा लक्षात आले की कोणीतरी सटरफटर कलाकार आहे, जो चड्ढासोबत रहात आहे, परंतु मी ज्यावेळी त्याला नोकराबद्दल विचारपूस केली तर कळले की हेच महाशय चड्ढा साहेबांचे आवडते नोकर आहेत.

मला आणि माझ्या बायकोला तहान लागली होती. त्याला पाण्याचं विचारले तर तो ग्लास शोधू लागला. फार उशीराने त्याने एक मोडका तोडका जग अलमारीतून काढला आणि बडबडला, "रात्री एक डझन ग्लास साहेबांनी मागवले होते, माहीत नाही कुठे आहेत."

मी त्याच्या हातातीत पकडलेल्या जगाकडे पहात इशारा केला, काय यामध्ये तेल आणायला जाणार आहेस ?"

'तेल लेने जाना' मुंबईचा एक खास शब्दप्रयोग आहे. माझ्या बायकोला त्याचा अर्थ समजला नाही. पण हसली. नोकर भडकला, नाही साहेब...मी शोधतोय की ग्लास कुठे आहे."

माझ्या पत्नीने त्याला पाणि देण्यास नकार दिला. त्याने तो तुटलेला जग त्या अलमारी खाली ठेवला जणू ती त्याची खास जागा आहे. पण त्याने तो दुसरीकडे कुठे ठेवला तर सगळी गडबड होऊन जाईल. त्यानंतर तो आमच्या खोलीतून असा बाहेर पडला की जणू त्याला माहीत झाले की आम्ही कसल्या टाइपचे लोक आहोत.

मी पलंगावर बसलो होतो, जो कदाचित चड्ढाचा होता. त्याला लागूनच दोन आराम खुर्ची होत्या. त्यापैकी एकावर बसून माझी पत्नी बाजू बदलत होती. बराच वेळ आम्ही दोघं काहीच बाललो नाहीत. इतक्यात चड्ढा आला. तो एकटा होता. त्याला या गोष्टीची अजिबात जाणीव नव्हती की आम्ही त्याचे पाव्हूणे आहोत आणि आमचा काही पाहूणचारही करायचा असतो. खोलीत येताच तो मला म्हणाला, 'वेट

इज वेट." तू आला आहेस ओल्ड बॉय ! चल जरा स्टुडिओपर्यंत जाऊ. आज रात्री.' माझ्या बायकोवर त्याची नजर पडली तर तो थांबला आणि मोठ्याने हसू लागला, वहिनीसाहेब, तुम्ही माझ्या मित्राला मौलवी तर नाही बनवले ? पुन्हा मोठ्याने हासायला लागला- मौलवाची ऐसी-तैसी ! वहिनी इथे थांबतील, आपण लगेच जाऊन येऊ."

माझी पत्नी आधी जळालेला कोळसा होती, आता तर राखच झाली. मी उठले आणि चड्ढासोबत निघालो. मला माहित होते की थोडा वेळ रागात येईल आणि नंतर झोपी जाईल, झालेही तसेच. स्टुडिओ घराच्या जवळच होता. आफरा तफरीत मेहताजीकडून चड्ढाने दोनशे रूपये वसूल केले होते आणि पाऊन घट्यांत आम्ही परत आलो त्यावेळी माझी पत्नी आरामात झोपी गेली होती. तिला जागी करणे आम्हाला बरे वाटले नाही. आम्ही दुसऱ्या खोलीत गेलो. जो कबाडखान्याला लागूनच होता. यात दोन वस्तू होत्या, विचित्र पद्धतीने तुटलेल्या, ज्या सगळया मिळून एक देखावा सादर करीत होत्या.

प्रत्येक वस्तूवर धूळ जमा झाली होती आणि त्या जमलेल्या धुळीत देखील एक प्रकारचा आपलेपणा होता, जणू तसे असावे असेच त्या खोलीला मान्य होते. चड्ढाने लवकरच त्याच्या नोकराला शोधून काढले आणि त्याच्याकडे शंभराची नोट देत म्हटले, "चीनचे राजकुमार ! दोन बॉटल थर्ड क्लास रमच्या घेऊन ये. मला म्हणायचे आहे, थ्री एक्स रम' आणि अर्धा डझन ग्लास"

मला नंतर माहीत झाले की त्याचा नौकर केवळ चीनचाच नाही, जगातील प्रत्येक देशाचा राजकुमार होता. चड्ढाच्या तोंडात ज्या देशाचे नाव येईल, तो त्या देशाचा राजकुमार बनायचा. यावेळी चीनचा राजकुमार शंभराची नोट हातात घेऊन उड्या मारत निघून गेला. चड्ढाने तुटलेल्या स्प्रींगच्या पलंगावर बसून आपल्या ओठांना थ्री एक्स रमची स्वागत म्हणून चव घेत म्हणाला, "वेट इज वेट अफ्टऑल, तू इकडे अलाचस. नंतर अचानक काळजीयुक्त चेहरा करीत म्हणाला, यार, वहिनीचे कसे होईल ? ती तर घाबरूनच जाईल."

चड्ढाला बायको नव्हती, पण दुसऱ्यांच्या बायकांची फार काळजी घेत असे. तो त्यांची कदर करीत असायचा, जणू आयुष्यभर अविवाहित राहू इच्छित होता. तो म्हणायचा, हा न्यूनभाव आहे, ज्याने मला आतापर्यंत या भानगडीपासून दूर ठेवले होते. ज्यावेळी लग्नाचा विषय निघतो तर तात्काळ तयार होतो, परंतु नंतर असा विचार करी की बायकोच्या लायक नाही, सर्व तयारी कोल्ड स्टोरेजमध्ये टाकून देतो."

रम फारच लवकर आली, गलास देखील. चड्ढाने सहा मागवले होते आणि चीनच्या राजकुमारने तीन आणले होते. बाकीचे तीन रस्त्यात फुटले होते. चड्ढाने

त्याची पर्वा केली नाही आणि देवाचे आभार व्यक्त केले की किमान रम तरी सुखरूप आणली. एक बॉटल घाई घाईने उघडत त्याने उघडत त्याने कोऱ्या ग्लासात रम ओतली आणि म्हटले "तू पुण्याला येण्याच्या आनंदात आम्ही दोघांनी मोठे मोठे घोट घेतले आणि ग्लास रिकामे केले. दुसरा राऊंड सुरू करून चड्ढा उठला आणि खोलीत जाऊन पाहून आला की माझी बायको झोपलेली आहे. त्याला तिची दया आली. म्हणू लागला "आधी मी चहा मागवतो." असे म्हणत त्याने रमचा एक लहानसा घोट घेतला आणि नोकराला आवाज दिला, "जमेकाचे राजपुत्रा" जमेकाचा राजपुत्र तात्काळ आला. चड्ढा त्याला म्हणला, "हे बघ मम्मीला सांग, एकदम मस्त चहा करून पाठवून दे. नोकर गेला. चड्ढाने ग्लास रिकामा केला आणि त्यात पुन्हा दारू टाकून म्हणाला, "मी यावेळी जास्त पिणार नाही." पहिले चार पेग मला फार भावनिक बनवतात. मला वहिनीला सोडण्यासाठी तुझ्यासोबत प्रभातनगरला जायचे आहेत." आर्धा तासाने चहा आला. स्वच्छ भांड्यातून आणि भारी प्रकारच्या ट्रेमध्ये ठेवलेला. चड्ढाने कप उचलून चहाचा वास घेतला आणि आनंद व्यक्त करीत बोलला, "मम्मी इज ज्यूल..." मग त्याने युथोपियाच्या राजकुमाराला झापायला सुरूवात केली. त्याने इतका ओरडा ओरडा सुरू केला की माझे कान बिलबिल झाले. त्यानंतर त्याने ट्रे उचलला आणि मला म्हणाला, "या."

माझी बायको जागीच होती. चड्ढाने ट्रे मोठ्या हुशारीने तुटलेल्या तिपाईवर ठेवला आणि नम्रपणे म्हणाला, "हाजिर है बेगमसाहिबा." माझ्या बायकोला ही चेस्टा आवडली नाही. परंतु चहाचे सामान ठीक ठाक होते. म्हणून ती काही बोलली नाही आणि दोन कप चहा पिली. यामुळे ती थोडी ताजी तवानी झाली. त्यानंतर आम्हा दोघांकडे वळून तिने तुसड्या आवाजात म्हटले, "तुम्ही तुमची चहा तर आधीच पिलात." मी काही बोललो नाही, पण चड्ढाने नम्र होत मोठ्या इमानदारीने म्हटले, "होय जी, ही चुक आमच्याकडून झाली आहे, परंतु आम्हाला खात्री होती की तुम्ही आम्हाला माफ करा." माझी बायको हसल्यावर तो मनसोक्त हासला, "आम्ही दोघं जातीने फार डुक्करं आहोत, जीनला सर्व हाराम गोष्टी हालाल असतात. चला आता मी तुम्हाला मस्जीतपर्यंत सोडून येतो. माझ्या बायकोला पुन्हा चड्ढाची ही चेष्टा आवडली नाही. खर सांगायचं तर तिला चड्ढा आवडत नव्हता. किंवा असे म्हणा की तिला प्रत्येक दोस्ताचा तिटकारा होता. आणि चड्ढा त्यापैकी सगळ्यात जास्त चिल्लर होतो. कारण कधी कधी तो बावळटपणाची मर्यादा ओलंडत असे. परंतु चड्ढाला त्याची पर्वा नव्हती. मला वाटते की त्याने कधी या गोस्टीचा विचारच केला नसावा. तो अशा बेकार गोस्टीमध्ये

डोके लावणे एक असा इनडोर गेम समजत होता, जो लुडोपेक्षा कितीतरी अधिक फसवा असतो. त्याने माझ्या बायकोच्या बिघडलेल्या आवताराकडे मोठ्या कशातरी नजरेने पाहिले. आणि नौकराला आवाज दिला, "हे कबाबस्तिानच्या राजकुमारा ! तात्काळ जा आणि एक तांगा घेऊन ये, रोल्स रायल्स प्रकारचा."

कब्रिस्तानचा राजकुमार निघून गेला आणि सोबत चड्ढाही. तो कदाचित दुसऱ्या खालीत गेला होता. एकांत मिळाल्यावर मी माझ्या बायकोला समजावले की नाराज होण्याची काही आवश्यकता नाही. व्यक्तीच्या जीवनात असे क्षण येतात, ज्याचा कधी आपण विचार पण केलेला नसतो. यामधून बाहेर पडण्याचा मार्ग एकच की यातून बाहेर पडणे. परंतु तिने माझ्या उपदेशाकडे लक्ष दिले नाही आणि बडबड करीत राहिली. तितक्यात कब्रिस्तानचा राजकमार रोल्स रायल्स प्रकारचा तांगा घेऊन आला आणि आम्ही प्रभातनगरच्या दिशेने निघालो.

फारच बरे झाले की माझा चित्रपटातला जुना मित्र घरी नव्हता, त्याची बायको होती. चड्ढाने माझ्या बायकोला त्याच्या स्वाधीन केलं आणि म्हणाला, "टरबूजा खरबूजला पाहून रंग धरतो. एक स्त्री दुसऱ्या स्त्रीला पाहून रंग धरते. हे आपण येऊन पाहू." नंतर तो मला म्हणाला, "चल मंटो, स्टुडिओमध्ये तुझ्या मित्राला धरून ठेव."

चड्ढा असं काही बोलायचा की दुसऱ्याला विचार करायला वेळच देत नसायचा. त्याने माझा दंड पकडला आणि बाहेर घेऊन गेला आणि माझी बायको विचार करीत राहिली. तांग्यात सवार होऊन आता चड्ढाने विचार करीत म्हटले, "हा तर गेला, आता काय प्रोग्राम आहे ?' मग फिदीफिदी हसला, मम्मी...ग्रेट...मम्मी !"

मी तिला विचारणारच होतो कि हि मम्मी कोणत्या चिडीमारची औलाद आहे पण चड्ढाने बोलण्याची संधीच दिली नाही, माझा प्रश्न मध्येच मरून गेला. तांगा परत त्या डाकवजा बंगल्याजवळ पोहचला, ज्याचं नाव 'सईदा कॉटेज' असं होतं, परंतु चड्ढा त्यला रंजीदा कॉटेज' म्हणत होता, कारण की त्यात रहाणारे सर्वची सर्व रंगीले आहेत. हे अगदीच चुकीचे होतं, जसे की मला नंतर माहीत झाले.

त्या कॉटेजमध्ये बरेचजण होते, दूरवरून पहाणारासाठी हि जागा गैरसोयीची वाटत होती. सगळेची सगळे चित्रपट कंपनीत नोकर होते, जी महिन्याचा पगार तीन महिन्याने देत असायची आणि ते पण तुकडे तुकडे करून. एका एका सोबत ज्यावेळी माझा परिचय होऊ लागला, तर माहीत झाले की सगळेच असिस्टंट डायरेक्टर होते, कोणी चीफ असिस्टंट डायरेक्टर, कोणी त्याचा सहायक आणि कोणी सहायकाचा सहायक. दर दुसरा कोणाचा ना कोणाचा सहायक होता आणि आपली खाजगी

कंपनी उभी करण्यासाठी पैसा गोळा करीत होता. त्यांचा पेहराव आणि हावभावावरून प्रत्येकजण हिरो वाटत होता. सुखसोयीचा काळ होता पण कोणाकडेही रेशन कार्ड नव्हते. त्या गोष्टी पण ज्या थोडासा त्रास घेतला तर सहज उपलब्ध होतात, पण ही मंडळी ब्लॅक मार्केटमधून विकत घेत होती. चित्रपट जरूर पहायचे, स्पर्धेचे जग होते तर स्पर्धेत भाग घ्यायचे. नाहीतर सट्टा. जिंकत कधी कधीच असत. परंतु हारत रोजच.

सईदा कॉटेजची लोकसंख्या फारच दाट होती. कारण जागा कमी होती, म्हणून मोटर गॅरेज देखील रहाण्यासाठी वापरण्यात येत होते. त्यात एक फॅमिली रहात होती. शीरी नावाची एक स्त्री होती, जिचा नवरा कदाचित हा एकोपा तुटू नये म्हणून सहायक डायरेक्टर नव्हता.

तो त्याच चित्रपट कंपनीत नोकर होता, परंतु मोटार ड्राइव्हर होता. माहीत नाही तो कधी येत होता आणि कधी जात होता, परंतु मी त्या सभ्य व्यक्तीला तिथे कधी पाहिले नाही. शीरीला एक लहानसे मूल देखील होते. ज्याच्यावर सईदा कॉटेजमधील सर्वजण त्यांना वेळ मिळेल तसे प्रेम करायचे. शीरी, जी फारच सुंदर होती. तिचा अधिकचा वेळ गॅरेजमध्येच जायचा.

कॉटेजचा मोठा भाग चड्ढा आणि त्याच्या दोन सहकाऱ्यांकडे होता. हे तीघे पण कलाकार होते. परंतु हिरो नव्हते. एक सईदा होता, ज्याचं फिल्मी नाव रंजीत कुमार होतं. चड्ढा म्हणायचा की सईद कॉटेज या गाढवाच्या नावाने प्रसिद्ध आहे, नाहीतर त्याचं नाव रंजीदा कॉटेज असंच होतं. तो फारच सुंदर आणि बिनकामाचा होता. चड्ढा कधी कधी त्याला कासव म्हणायचा कारण की तो प्रत्येक काम हळूहळू करायचा.

दुसऱ्या कलाकाराचं काम माहीत नव्हतं, परंतु सगळे त्याला गरीब नवाज म्हणत असायचे. तो हैद्राबदच्या एका खात्या पित्या घरातला होता आणि कलाकार होण्याच्या वेडापाई इकडे आला होता. पगार अडीचशे रूपये ठरलेला होता, परंतु नोकर म्हणून काम करीत असलेल्या गोष्टीला एक वर्षे झाले होते आणि या दरम्यान त्याने केवळ एकदा अडीचशे रूपये ॲडव्हान्स म्हणून घेतले होते. ते पण चड्ढासाठी, त्याला एका आडमुठ्या पठाणचे देणे द्यायचे होते. कसल्यातरी भाषेत कहानी लिहिणे त्याचा नाद होता आणि कधी कधी तो शायरी पण करायचा. कॉटेजमधील प्रत्येकावर त्यांच कर्ज होतं. शकील आणि अकील दोघे भाऊ होते. दोघे कोण्या असिस्टंट डायरेक्टरचे असिस्टंट होते आणि त्यांच्याप्रमाणे त्यांना स्वतःची चित्रपट कंपनी काढण्यासाठी पैसे गोळा करायचे होते.

तीन मोठे म्हणजे, सईदा आणि गरीब नवाज शीरीची फार काळजी घेत होते, परंतु तिघे एकत्र कधी गॅरेजमेध्य गेले नाहीत. विचारपूस करण्याची त्यांची वेळ कधी ठरलेली नव्हता. तिघे ज्यावेळी कॉटेजच्या मोठ्या खोलीत एकत्र येत, तर त्यापैकी कोणीतरी गॅरेजमध्ये जाई आणि थोडा वेळ तिथे बसून शीरीच्या घरगुती प्रकरणावर चर्चा करीत. बाकी दोघे त्यांच्या त्यांच्या कामाला लागलेले असायचे.

जे असिस्टंट टाइपचे लोक होते, ते शीरीला मदत करायचे. कधी तिच्यासाठी बाजारातून सामान आणून दिलं, कधी लॉड्रीवर तिचे कपडे धुण्यासाठी दिले, आणि कधी तिच्या रडणाऱ्या लेकराला खेळवले. यापैकी 'रंजीदा' कोणीच नव्हतं, सगळेजण खुश होते. आपल्या अडचणीवर चर्चा करायचे ते पण मोठ्या आनंदाने. यामध्ये काही शंकाच नव्हती की त्यांचे जीवन मोठेच मजेशीर होते. आम्ही कॉटेजच्या गेटमध्ये सहभागी होणार होतो, गरीब नवाज साहाब बाहेर येत होते. चढ्ढाने त्यांच्याकडे लक्षपूर्वक पाहिले आणि खिशातून नोट काढली. न मोजता त्याने काही गरीब नवाजला दिले आणि म्हटले, "चार बॉटल स्कॉचच्या घेऊन या, कमी पडले तर तुम्ही टाका, कमी पडले तर मला परत करा."

गरीब नवाजच्या हैद्राबादी ओठांवर गहन असे हास्य तरळले. चढ्ढा मनसोक्त हसला आणि माझ्याकडे पाहून त्याने गरीब नवाजला म्हटले, "हे मिस्टर मंटो आहेत...." परंतु यांची सविस्तर मुलाखत घेण्याची परवानगी यावेळी नाही भेटू शकत. त्यांनी रम घेतली आहे. रात्री स्कॉच आल्यावर....परंतु तुम्ही जा."

गरीब नवाज निघून गेला. आम्ही आत गेलो. चढ्ढाने जोरात जांभई दिली आणि रमची बॉटल उचलली, जी अर्धी झाली होती. त्याने उजेडात त्याच्या परिणामाचा सामान्यपणे अंदाज लावला आणि नोकराला आवाज दिला, "कजाकिस्तानचे राजकुमार." तो न आल्याने त्याने ग्लासात एक पेग ओतत म्हटले, "जास्त झाली आहे त्याला, कमबख्त."

ग्लास रिकामा केल्यावर तो जरा काळजीत पडला, "यार, वहिनीला तू विनाकारण इकडे आणलेस. खुदा कसम, माझ्यामनावर ताण आल्यासारखा झाला आहे." मग त्याने स्वतःलाच आधार दिला, "पण मला खात्री आहे की त्या तिथे बोर होणार नाहीत."

मी म्हणालो, "होय, तिथे राहून ती माझ्या मर्डरचा विचार लगेच नाही करणार." असे म्हणत मी माझ्या ग्लासातील रम ओतली जिची चव गुळासारखी होती.

ज्या कबाडखान्यात आम्ही बसलो होतो, त्याला सळई असणाऱ्या खिडक्या होत्या. ज्यातून बाहेरचा भाग रिकामा रिकामा दिसत होता. इकडून चढ्ढाचे नाव घेऊन

मोठ्याने हाक मारली. मी चकित झालो आणि पाहिले की म्युझिक डायरेक्टर कनकतरे आहेत. काही समजत नव्हतं की तो कोणत्या प्रजातीचा आहे. मंगोल आहे, हब्शी आहे, आर्य आहे किंवा काय बला आहे. कधी कधी त्याची लक्षणे पाहून माणूस त्याच्याबद्दल काही ठरवणार तोच नव्याने अशी काही लक्षणे समोर येत असत की पुन्हा नव्याने विचार करावा लागायचा. तसा तर तो मराठा होता, परंतु शिवाजीच्या सरळ नाका ऐवेजी त्याच्या चेहऱ्यावर कमालीचे नकटे नाक होते. त्याच्या मतानुसार गायनासाठी असे नाक आवश्यक होते, ज्याचा थेट संबंध नाकासोबत असतो. त्याने मला पाहिले आणि ओरडला, "मंटो-मंटो सेठ." चड्ढाने त्याला मोठ्या आवाजात म्हटले, "सेठ की ऐसी की तैसी चल, आत ये !"

तो लगेच आत आला. आपल्या खिशातून त्याने हसत रमची बॉटल काढली आणि ती तिपाईवर ठेवली, "मी तिकडे मम्मीकडे गेलो होतो. तो म्हणाला, तूझा मित्र आला आहे, मी म्हणालो साला हा मित्र कोण असू शकतो...साला माहीत नव्हता, साला मंटो आहे." चड्ढाने कनकतरेच्या कद्दूसारख्या डोक्यावर एक चापट मारली, गप बस साले, तू रम घेऊन ये बाकी आम्ही बघू." कनकतरेने मान हालवली आणि माझा रिकामा ग्लास उचलून त्याच्यासाठी पेग बनवला, "मंटो, हा साला आज भेटताच म्हणतो आहे की आज पिण्याची इच्छा झाली आहे...मी एकदम कंगाल...विचार केला, काय करू...?" चड्ढाने आणखी एक चापट त्याच्या डोक्यावर मारली. बस बे, जणू काही तू खरोखरच विचार केलास. "विचार केला नाही तर हि एवढी मोठी बॉटल कुठून आली, तुझ्या बापाने दिली ?" कनकतरेने एका घोटातच रम संपवली. चड्ढाने त्याच्या बोलण्याकडे दुर्लक्ष केले आणि त्याला विचारले, "तू हे तर सांग की मम्मी काय म्हणाली...? म्हणाली की मोजेल कधी येईल ? अरे हा...ती प्लेटिनम ब्लॉन्ड" कनकतरेने काही तरी सांगण्याचा प्रयत्न केला, परंतु चड्ढाने माझा दंड पकडून सांगायला सुरूवात केली, "मंटो देवाशपथ काय चिज आहे. ऐकण्यात आले होते की चिज प्लॅटिनम बॉल्ड देखील असते, पण पहाण्याची संधी कधी मिळालीच नाही. केस आहेत, जसे चांदीचे पातळ लॉन...ग्रेट...देवाशपथ मंटो, फारच ग्रेट...मम्मी जिंदाबाद !" मग त्याने रागीट नजरेने कनकतरेकडे पाहिले, "कनकतरेके बच्चे...घोषणा का देत नाहीस...मम्मी जिंदाबात."

चड्ढा आणि कनकतरे या दोघांनी मिळून मम्मी जिंदाबादच्या अनेक घोषणा दिल्या. त्यानंतर कनकतरेने चड्ढाच्या प्रश्नांचे उत्तरं देण्याचा प्रयत्न केला. त्याने त्याला गप्प केलं, "जाऊदे यार...मी भावनीक झालो आहे....यावेळी मी असा विचार करतो

आहे की साधारणपणे प्रियेशीचे केस काळे असतात, ज्यांना काली घटा म्हटल्या जाते, पण इथे वेगळीच भानगड झाली आहे.” मग माझ्यासोबत बोलू झाला, ‘मंटो, मोठीच गडबड झाली आहे, तिचे केस चांदीच्या तारांसारखे आहेत, पण त्यांना चांदीचे पण नाही म्हणू शकत, माहित नाही, प्लॅटिनमचा रंग कसा असातो, कारण की मी आतापर्यंत तो धातूच पाहिला नाही...काही वेगळाच रंग आहे, पोलाद आणि चांदी एकत्र केलेला....”

कनकतरेने दुसरा पेग सपंवत म्हटले, ‘आणि थोडीसी थ्री क्लास रम मिक्स करायला हवी...”

चढ्ढाने चिडून त्याला एक शिवी हासडली. बकवास करू नकोस !” मग त्याने अगदीच बिचाऱ्या नजरेने माझ्याकडे पाहिले, “यार, मी खरोखर भावनीक झालो आहे...तो रंग...देवा शपथ ! लाजवाब रंग आहे...तो तू पहिला आहे...तो, जो माशाच्या अंगावर असतो...नाही, नाही, प्रत्येक ठिकाणी असतो, पॉम्फ्रेट मासा...तिचे ते काय असते ? नाही, नाही, सापाच्या...ते लहान लहान खपल्या...बस, त्यांचा रंग...खवले...हा शब्दा मला एका हिंदूस्तोड्याने सांतिगला होता. इतकी सुदंर गोष्ट आणि नाव एकदम भद्दा. पंजाबीमध्ये याला चाने म्हणतात. या शब्दात चिनचिनाहट आहे. हे, अगदी तेच, जे तिच्या केसांत आहे. बटा, लहान लहान सापं वाटतात, जे वळवळत आहेत...” तो अचानक उठला, “सापांची ऐसी तैसी ! मी भावनीक झालो आहे. ”

कवनकतरेने मोठ्या भोळेपणाने विचारले, “ते काय असते ?”

“सेंटिमेंटल.” चढ्ढाने उत्तर दिले, परंतु तुला काय समजणार बालाजी बाजीराव आणि नाना फडणवीसची औलाद !”

कनकतरेने त्याच्यासाठी एक पेग बनवला आणि आणखी एक पेग बनवला आणि माझ्याकडे वळत बोलला, “हा साला, चढ्ढा समजतो की मला इंग्रजी समजत नाही, मॅट्रीक्यूलेट आहे...साला माझा बापा माझ्यावर खूप प्रेम करायचा...त्याने...”

चढ्ढाने चिडून म्हटले, त्याने तुला तानसेन बनवले आणि तुझे नाक मुरडले, म्हणजे तुझ्या नाकातून बेसूर निघावा. लहानपणीच त्याने तुला ध्रुपद गाणे शिकवले होते आणि दूध पिण्यासाठी तू मियांच्या बरोबरीचं रडायचा. लगवी करताना अडाना मध्ये आणि, तू पहिली गोष्ट पटदीप मध्ये केली होती.. आणि तुझा बाप...जगाचा शिक्षक होता, बैजू बावरे यांचे पण कान धरायचा.. आणि आज त्याचे कान धरतो...म्हणूनच तुझे नाव कनकुतरे आहे.” इतके म्हणून तो माझ्याकडे वळला, मंटो, हा साला ज्यावेळी पितो, त्याच्या बापाचे कौतूक चालू करतो, तो याच्यावर प्रेम करायचा, तर त्याने

माझ्यावर काय उपकार केलेत आणि त्याने याला मॅट्रीक्यूलेट बनवले तर याचा हा अर्थ नाही की मी माझी बी. ए. ची डिग्री फाडून फेकून द्यावी."

कनकतरेनें या बोलण्यावर आक्षेप घेतला, पण चढ्ढाने त्याला तिथेच दाबले, गप्प बस...मी सांगितले आहे की मी सेंटिमेंटल झालो आहे..ते रंग, पोम्फ्रट माशाचे.. नाही, नाही...सापाचे लहान लहान खवले...बस, यांचा रंग...मम्मीने माहीत नाही तिच्या बीनमधून कोणता राग गायला आहे आणि त्या नागिनीला बाहेर काढले आहे. कनकतरेने विचार केला, पेटी मागवा मी वाजवतो." चढ्ढा मनसोक्त हासू लागला, "बस ये मॅट्रीक्युलेटके चॉकलेट..." त्याच्या रममधील बॉटलमध्ये उरलेली रम आपल्या ग्लासात ओतून घेतली आणि मला म्हणाला, "मंटो जर ती प्लॅटिनम ब्लॉंड पटली नाही तर चढ्ढा हिमालयाच्या शिखरावर तप करीत असेल." आणि त्याने गिलास संपवला. कनकतरेने सोबत आणलेली बॉटल उघडायला सुरूवात केली, "मंटो मुलगी एकदम चांगली आहे." मी म्हणालो, "पाहूण घेऊ आजच, रात्रीच पार्टी देत आहे. हे फार चांगले झाले की तू आलास आणि एकसे आठ रूपये मेहताजीने तुझ्यामुळे अॅडव्हान्स दिले, नाहीतर फार कठीण झाले असते... आज रात्री...आजच्या रात्री" चढ्ढाने मोठ्या बेसूर आवाजात गायला सुरूवात केली, "आज की रात साज ए दर्द न छेड" बिचारा कनकतरे त्याच्या या आत्याचारावर पुन्हा एकदा आक्षेप घेणार होता तोच गरीब नवाज आणि रंजित कुमार आले. दोघाजवळ स्कॉचच्या दोन दोन बॉटल होत्या. त्या त्यांनी मेजवर ठेवल्या. रंजित कुमार सोबत माझे चांगले संबंध होते, परंतु मैत्री नव्हती. म्हणून आम्ही दोघांनी थोडी, आपण कधी आलात ? आजच आलो." असे औपचारीक बोलणे केले आणि ग्लासाला ग्लास लावत पिऊ लागलो. चढ्ढा खरोखरच भावनिक झाला होता. प्रत्येक गोस्टीत तो त्या प्लॅटिनम बॉल्डचा उल्लेख करत होता. रंतिजकुमारने दुसऱ्या बॉटलिचा चौथा भाग गटकला होता. गरीब नवाजने स्कॉचचे तिन पेग मारले होते. बेवडे म्हणून आता ते सगळे सारखेच झाले होते. मी त्यांच्यापेक्षा जास्त पित असल्याने मला काहीच झाले नव्हते. त्यांच्या बोलण्यावरून मी अंदाजा लावला की ते चौघे त्या नव्या मुलीवर फारच फिदा झाले होते. जी मम्मीने कोठून तरी आणली होती. त्या अमुल्य मोत्याचे नाव फिलिस होते. पुण्यामध्ये कुठेतरी हेअर ड्रेसिंग सलून होते जिथे ती नौकरी करीत होती. तिच्यासोबत साधारणपणे सामान्यपणे दिसायला हिजडयासारखा एकजण असायचा. मुलीचं वय चौदा पंधरा वर्षाचं असावं. गरीब नवाज तर तिच्यावर इतका फिदा झाला होता की हैदराबादमध्ये त्याच्या वाटेची जमीन तिच्यासाठी डावावर लावायला तयार होता. चढ्ढाजवळ स्वतःच्या

रूपाचा गर्व होता. कनकतरेला वाटत होते त्याचं गाणं ऐकून ती त्याच्यावर फिदा होईल. आणि रंजितकुमार जोर जबरदस्तीने तिला आपलं करील अस त्याला वाटत होतं...परंतु सगळेजण शेवटी असाच विचार करीत होते आणि पहात होते की पाहू मम्मीची मेहरबाणी कोणावर होती. यावरून असे दिसत होते की त्या प्लॅटिनम ब्लाँड फिलीसला, जिला मी चड्ढासोबत तांग्यात पाहिले होते, कोणाच्याही स्वाधीन करू शकते. फिलिसबद्दल बोलत बोलत चड्ढाने अचानक आपल्या घड्याळात पाहिले आणि मला म्हणाला, "मसनात जाऊ ती पोरगी, चलो यार...वहिनी तिकडे कंटाळली असेल...परंतु समस्या अशी आहे की मी तिकडेपण सेंटिमेंटल होऊ नये...असो, तू मला सांभाळून घे." आपल्या ग्लासातील दारूचे शेवटचे थेंब तोंडात टाकून त्याने नौकराला आवाज दिला, "मम्मीच्या प्रदेशातील मिश्रच्या राजकुमारा" मम्मीच्या प्रदेशातील मिश्रचा राजकुमार अशा प्रकारे डोळे चोळत इथे आला, जणू काही त्याला कितीतरी शतकानंतर खोदून बाहेर काढले आहे. चड्ढाने त्याच्या तोंडावर रम शिंपडली आणि म्हटले दोन तांगे आण...जे मिश्रचे रथ वाटले पाहिजे.

तांगे आले. आम्ही सगळे त्यात बसून प्रभातनगरकडे निघालो. माझा जुना फिल्मचा सहकारी हरीश घरी होता. इतके दूर असूनही त्याने माझ्या पत्नीचा पाहूणचार करण्यात कोणतीच कमी ठेवली नव्हती. चड्ढाने डोळ्याच्या इशाऱ्यानेच सर्व भानगड समजून सांगितली होती. म्हणून फायद्यात राहिला. माझ्या बायकोनं तिचा राग दाखवला नाही. तिचा वेळ बरा गेला होता. हरीशने, जो स्त्रीयांच्या बाबतीत जाणकार होता, मजेशीर गोष्टी सांगितल्या आणि माझ्या बायकोला विनंती केली की तिने त्याची शूटिंग पहायला यावे, जी त्या दिवशी होणार होती. माझ्या बायकोन विचारले, "एखाद्या गाण्याचे शटिंग करणार आहात आपण ?"

हरीशने उत्तर दिले, 'जी नाही उद्याचा कार्यक्रम आहे-मला वाटते की आपण उद्या यावे."

हरीशची बायको शूटिंग पाहून आणि दाखवून वैतागली होती. ती तात्काळ माझ्या बायकोला म्हणाली, "हो उद्या ठीक राहील. नंतर सगळयांकडे पहात म्हणाली, "आज प्रवासाचा थकवा पण आहे."

आम्ही सगळ्यांनी सुटकेचा श्वास घेतला. हरीशने आणखी थोडा वेळ मजेशीर गोष्टी केल्या, शेवटी मला म्हणाला, "चला माझ्या बरोबर." तर माझ्या तीन सहकाऱ्याकडे पाहिले, "याना सोडा...सेठ साहेब तुमची कथा ऐकू इच्छितात." मी माझ्या बायकोकडे पाहिले आणि हरीशला म्हणालो, "यांची परवानगी घे." माझी भोळीभाबडी बायको

जाळयात फसली होती. तिने हरीला म्हटले, "मी मुबंईला जाताना म्हटले पण होते की तुमचे डॉक्यूमेंट केस घेऊन चल, परंतु त्यांनी सांगितले की काही गरज नाही. आता ते कथा काय ऐकवणार ?"

हरीश महणाला, "तोंडाने ऐकवेन.' नंतर त्यानं माझ्याकडे असे पाहिले, जसे म्हणत होता की लवकर हो म्हण."

मी हळूच म्हटले, "होय, असे होऊ शकते."

चड्ढाने त्या नाटकात शेवटी प्रवेश केला, तर बाबा, आम्ही निघतो." आणि ते तिघे नमस्ते नमस्ते करीत निघून गेले. थोड्या वेळानंतर मी आणि हरीश निघालो. प्रभातनगरच्या बाहेर तांगे उभे होते. चड्ढाने आम्हाला पाहिले आणि जोराची हाक मारली, "राजा हरिश्चद्रचा विजय असो."

रात्रीची मैफील बसली मम्मीच्या घरी.

हे पण कॉटेज होतं, आवताराने अगदीच सईद कॉटेजसारखे, पण साफ-सुफ असलेले, यावरून मम्मीच्या स्वभावाचा पत्ता लागतो. फर्निचर साधारण होते, परंतु ज्या गोष्टी हव्या होत्या, सजेलेली होत्या. मी विचार केला होता की मम्मीच्या घरी एखादे वेश्यालय असेल, परंतु त्या घरी असणाऱ्या कोणत्याही वस्तूवरून तसे वाटत नव्हते. तो तसा शरीफखाना होता, जसा मध्यमवर्गीयांचा असतो. परंतु मम्मीच्या वयाचा विचार करता तो तरूण दिसत होता. त्यावर तसला मेकअप नव्हता, जो मम्मीच्या सुरकुत्या असणाऱ्या चेहऱ्यावर पाहिला होता. ज्यावेळी मम्मी ड्राईंगरूमध्ये आली, तर मी विचार केला की इकडच्या तिकडच्या जितक्या वस्तू आहेत, त्या आजच्या नाहीत फारच जुन्या आहेत. फक्त मम्मी त्या वस्तूच्या आधी वयोवृद्ध झाली आहे आणि ती तशीच पडून आहे. तिचे जे वय होते, जसेची तसे होते...परंतु जेव्हा मी तिच्या दाट आणि भडक मेकअपकडे पाहिले तर माहीत नाही, अशी इच्छा पैदा झाली की तिने पण आजूबाजूच्या वस्तुप्रमाणे तरूण व्हावं.

चड्ढाने तिच्यासोबत माझी ओळख करून दिली, जी फारच संक्षिप्त होती आणि संक्षिप्तमध्येच त्यांनी मला मम्मीचा परिच करून दिला, 'ही मम्मी आहे...दि ग्रेट मम्मी...!"

तिचं कौतूक ऐकून मम्मी हसली आणि माझ्याकडे पहात ती चड्ढाला इंग्रजीत बोलली, 'तुम्ही जो चहा मागवला होता, घाईत बनला होता. कदाचित यांना तो आवडला नसेल." नंतर तिने माझ्याकडे वळत म्हटले, "मिस्टर मंटो, मी खूप दिलगीर आहे." वास्तवात सगळी चूक तुमच्या मित्राची म्हणजे चड्ढाची आहे, जो माझा फारच बिघडलेला मुलगा आहे."

मी योग्य शब्दात चहाचे कौतूक केले आणि तिचे आभार मानले. मम्मीने मला विनाकारण कौतूक करण्यापासून रोखले आणि मग चड्ढाला म्हणाली, "रात्रीचे जेवन तयार आहे...हे मी यासाठी केले की तू ऐनवेळी मला ते सांगायला नको..."

चड्ढाने मम्मीला गळ्याला लावले, "यू आर ए ज्यूल मम्मी ! हे जेवन आम्ही आता खाणार."

मम्मीने चकित होत विचारले, 'का...? नाही अगदिच नाही." चड्ढाने त्याला सांगितले, "मिसेस मंटोला आम्ही प्रभातनगरला सोडून आलो आहोत."

मम्मी ओरडली, 'मुडदा उचलला तुझा, हे काय केलेस !" चड्ढा फिदीफिदी हासला, 'आज पार्टी होणार होती."

ती तर मी मिस्टर मंटोला पहाताच मनातली मनातच कॅन्सल केली होती." मम्मीने तिचे सिगारेट पेटवले.

चड्ढाचे मन विझले, 'देव आता तुझा मुडदा पाडो...आणि हा सगळा प्लॅन आम्ही या पार्टीसाठी केला होता." तो खुर्चीवर नाराज होऊन बसला आणि खोलीतील एका एका वस्तुकडे पहात म्हणाला, "घ्या, सगळे स्वप्नं धुळीस मिळाले...प्लेटिनम ब्लॉंड...आडव्या सापाच्या लहान लहान खवल्या सारख्या रंगाची..." अचानक उठून त्याने मम्मीला मिठी मारली, कॅन्सल केली होती ना...घे, त्यावर सही करतो." आणि त्याने मम्मीच्या हृदयाच्या ठिकाणी बोटानी मोठा साद दिला आणि मोठ्या आवाजात हाक मारली, 'हुर्रे !"

मम्मीने संबंधीत लोकांना पार्टी होणार नाही म्हणून कळवलेच होते. परंतु मला जाणवले की ती चड्ढाला नाराज करू इच्छित नव्हती. म्हणून तिने मोठ्या लाडाने त्याच्या गालावर थोपटले आणि म्हटले, "तू काळजी करू नकोस, मी आता सोय करते."

ती आयोजन करायला बाहेर गेली आणि चड्ढाने आनंदाने एक घोषणा दिली आणि कनकतरेला म्हटले, "जनरल कनकतरे, जा आणि हेडकॉर्टरवरून सगळ्या तोफा घेऊन ये."

कनकतरेनी सॅल्यूट केला आणि आदेशाचे पालन करायला निघून गेला. सईद कॉटेज अगदीच जवळ होते. दहा मिनीटाच्या आतच तो बॉटल घेऊन परत आला. त्याच्यासोबत चड्ढाचा नोकर होता. चड्ढाने पाहिले तर त्याचे स्वागत केले, 'ये माझ्या कोहकाफच्या राजकुमारा...ती.. ती सापाच्या अंगावर असणाऱ्या खवल्या सारख्या रंगाची मुलगी येत आहे...तू पण नशीब अजमावून पहा."

रंजीत कुमार आणि गरीब नवाजला चड्ढाचे अशाप्रकारचे निमंत्रण आवडले नाही. दोघांनी म्हटले की चड्ढा काहीतरीच बोलतो आहे. अशाप्रकारचा बकवास त्यांनी बराच ऐकला होता. चड्ढा नियमाप्रमाणे त्याचेच रेटत राहिला आणि ते चुपचाप एका कोण्यात बसून हळूहळू रम पित एकमेकांना आपल्या सुख दुखाच्या गोष्टी करीत राहिले.

मी मम्मीबद्दल विचार करीत रहिलो. ड्राइंगरूममध्ये गरीब नवाज, रंजीत कुमार आणि चड्ढा बसले होते. असे वाटत होत की छोटे छोटे बच्चे बसले आहेत आणि त्यांची आई बाहेर खेळणे आणायला गेली आहे. हे सगळे तिची वाट पहात आहेत. चड्ढा समाधानी होता की सर्वांत आवडती खेळणी त्याला मिळेल, यामुळे की तो त्याच्या आईचा लाडका आहे. उर्वरीत दोघांचे दुःख एकसारखे होते, म्हणून ते एकमेकांचे हितचिंतक बनले...शराब या वातावरणात दुधासारखी वाटते आणि ती प्लॅटिनम ब्लाँड...तिची कल्पना मनात एक लहानशा खेळण्याप्रमाणे येत होती...प्रत्येक वातावरणाचे आपले एक खास संगीत असते. त्यावेळी माझ्या मनात जे संगीत मनाच्या कोपऱ्यात पोहचत होते, त्यात कोणताही सूर उत्तेजक नव्हता. प्रत्येक गोष्ट आई आणि तिची मूलं असा संबंध दिसून येत होता.

ज्यावेळी त्याला तांग्यात चड्ढासोबत पाहिले तर मला थोडा धक्काच बसला. मला पश्चाताप झाला की माझ्या मनात दोघाबद्दल विचार आले, परंतु ही गोष्ट मला वारंवार सतावत होती की ती इतका भडक मेकअप का करते ? हा तर तिच्या सुरकुत्यांचा अपमान आहे. त्या प्रेमाचा अपमान आहे, जो तिच्या मनात चड्ढा, गरीब नवाज आणि कनकतरेसाठी आहे...आणि खुदा जाने कोणा-कोणासाठी..."

बोलता बोलता मी चड्ढाला म्हणालो, यार, तुमची मम्मी इतका गडद मेकअप का करते ?"

"यामुळे की जगातील प्रत्येकाला भडक रंग आवडतो, तुझ्या माझ्यासारखे उल्लू फार कमी आहेत या जगात, ज्यांना मध्यम रंग आवडतो. जे तारूण्याला बालपणीच्या रूपात पाहू इच्छित नाहीत, आणि...जे वय झाल्यावर तरूण असल्याचं दाखवतात...जे आपण स्वतःला कलाकार म्हणतो, उल्लूचे पट्ठे आहोत. मी तुम्हाला एक मजेशीर गोष्ट सांगतो...बैसाखीचा मेळा होता...तुमच्या अमृतसरमध्ये...रामबागच्या त्या बाजारात जिथे वारांगणा असतात, जाट गुर्जर असतात...एक तगड्या तरूणाने...दूध आणि तूपावर पोसलेल्या तरूणाने ज्याची लाठी त्याची भैस असं चाललं होतं, वर एका कोठ्याकडे पाहिले, जिथे एक वारांगणेच्या केसांना लागलेले तेल तिच्या कपाळावर

उतरून अगदीच ओंगळ वाटत होते. तिने तिच्या सहकाऱ्याला म्हटले, 'असीं ते पिण्ड विच मणई.' शेवटचा शब्द चड्ढाने माहीत नाही का गोल केला. तसंही त्याला कसल्या औपचरीकतेचं काही देणं घेणं नव्हतं. नंतर तो मोठ्याने हसायला लागला आणि माझ्या ग्लासात रम ओतून म्हणाला, "त्या जाटासाठी त्यावेळी ती वरांगणांच कोहकाफची परी होती...आणि त्याच्या गावच्या तंदुरूस्त आणि जाड्या बेडौल म्हशी...आपण सगळे उल्लू आहोत...मध्यम दर्जाचे...यामुळे की जगात कोणतीही गोष्ट अव्वल दर्जाची नसते....तिसऱ्या दर्जाची आहे किंवा मध्यम दर्जाची, परंतु ...परंतु फिलिस खास दर्जाची चीज आहे...ते सापाचे खवले.

कनकतरेने त्याचा ग्लास चड्ढाच्या डोक्यावर ओतला, खवले...खवले...तुझे डोके फिरले आहे."

चड्ढाने डोक्यावरून ओघळणारे रमचे थेंब चाटायला सुरूवात केली आणि कनकतरेला म्हणाला, "घे, आता ऐकलं तुझा बाप तुझ्यावर किती प्रेम करीत होता...माझे मन आता थंड झाले आहे."

कनकतरे फारच गंभीर होत माझ्यासोबत बोलला, "बाई गॉड, त्यांचं माझ्यावर खूप प्रेम होतं...मी पंधरा वर्षाचा असतानाच त्यांनी माझं लग्न केलं."

चड्ढा मोठ्याने हसू लागला, "तुला कार्टून बनवले त्या साल्याने...त्याला केसरियलची पेटी दे म्हणजे तिथे पण तो तिला वाजवून वाजवून तो तुझ्या लग्नासाठी एखादी सुंदर परी शोधून काढेल आणि तुझी सुंदर बायकोची ऐसी-तैसी...यावेळी फिलिसबद्दलच बोल...तिच्यापेक्षा अधिक कोणी सुंदर असू शकत नाही." चड्ढाने गरीब नवाज आणि रंजीतकडे पाहिले जे कोपऱ्यात बसून फिलिसच्या तारूण्यावर त्यांच मत व्यक्त करणारच होते..."गन पाऊडर प्लांटचे बानियो...ऐका, तुमचा कोणताही कट यशस्वी नाही होऊ शकत...मैदान चड्ढाच्या हातात असेल...काय वेल्जचे राजकुमार ?"

वेल्जचा राजकुमार रिकाम्या रमच्या बॉटलप्रमाणे उपेक्षित नजरेने पहात होता. चड्ढा हसायला लागला आणि त्याला अर्धा ग्लास भरून दिला, "गरीब नवाज आणि रंजीत ऐकमेकासोबत फिलिसबद्दल बोलत होते, परंतु तिला प्राप्त करण्यासाठी वेगवेगळे प्लॅन मनातली मनात आखत होते. हे त्यांच्या बोलण्यावरून लक्षात येत होते.

ड्राइंगरूममध्ये आता वीजेचे बल्ब जळत होते, कारण रात्र होऊ लागली होती. चड्ढा मुंबईच्या फिल्म इंडस्ट्रिच्या ताज्या बातम्या सांगत होता तोच बाहेर अंगणात मम्मीचा आवाज ऐकू आला. चड्ढाने घोषणा दिली आणि बाहेर गेला. गरीब नवाजने रंजीत कुमारकडे अर्थपूर्ण नजरेने पाहिले. नंतर दोघे दरवाज्याकडे पाहू लागले.

मम्मी बडबड आत आली. तिच्यासोबत चार पाच अँग्लो-इंडियन मुली होत्या. वेगवेगळ्या देहाच्या आणि आकाराच्या, पोली, किटी, एलिमा आणि थॅलिमा...आणि तो हिजडा टाइप मुलगा...त्याला सिसी म्हणून हाक मारली जाई. फिलिस सर्वांत शेवटून आली आणि ती पण चढ्ढासोबत. त्याचा एक हात प्लॅटिनम ब्लाँडच्या पातळ कमरेच्या मागे होता. मी गरीब नवाज आणि रंजीत कुमारच्या प्रतिक्रया नोट केल्या. त्यांना चढ्ढाची ती दिखाऊ विजयी हरकत आवडली नाही. मुली आत येताच गोंधळ सुरू झाला. अचानक इंग्रजीचा पाऊस सुरू झाला, त्यात कनकतरे इतिहासात अनेकदा नापास झालेला. परंतु त्याने ही गोष्ट लक्षात न घेताच इंग्रजी बोलायला सुरूवात केली. त्याच्याकडे कोणीच लक्ष न दिल्याने तो एलिमाची मोठी बहिण थॅलिमासोबत एका सोफ्यावर वेगळा बसला आणि विचारू लागला की हिंदूस्तानी नृत्याच्या किती नव्या शाखा आहेत, तो इकडे ध नी ता कत ता थ ई थई' अशी धून बनवून तिला तो ऐकवत होता. तिकडे चढ्ढा मुलींना इंग्रजीचे घाणेरडे जोक ऐकवत होता, जे त्याला त्याच्या तरूण असण्यापासून तोंडपाठ होते. मम्मी सोड्याच्या बॉटल्स आणि खाण्यापिण्याचे पदार्थ मागवत होती. रंजीत कुमार सिगारेटचे झुरके ओढत फिलिसकडे एकटक पहात होता आणि गरीब नवाज वारंवार मम्मीला पैसे कमी पडले तर मागून घे, असं सांगत होता.

स्कॉच उघडल्या गेल्या आणि पहिली फेरी सुरू झाली. फिलिसला ज्यावेळी बोलावण्यात आले त्यावेळी तिने तिच्या प्लॅटिनम केसांना झटका देत म्हटले की ती व्हिस्की पित नाही.

सर्वांनी खूप आग्रह केला पण तिने काही ऐकले नाही. चढ्ढाने यावर नारजगी व्यक्त केल्यावर मम्मीने एक हलकासा पेग तयार करून ग्लासाला फिलिसच्या ओठाला लावला आणि मोठ्या लाडात म्हणाली, 'बहादुर मुलगी बन आणि पिऊन टाक."

फिलिस नकार देऊ शकली नाही. चढ्ढा खुश झाला आणि त्यांने त्या आनंदात वीस पंचीस घाणेरडे जोक ऐकवले. सगळेजण मजा घेते होते. मी विचार केला, माणसाने नग्नतेला वैतागून कपडे परिधान करायला सुरूवात केली असेल. हेच कारण असेल की आता कपड्याला वैतागून त्याला नग्नता आवडत असेल. सभ्यतेची प्रतिक्रिया निश्चितच असभ्यता आहे. याची एक मजेशीर बाजू पण आहे. माणसाला नेहमीच्या कटकटीपासून एकप्रकारची सुटका मिळते.

मी मम्मीकडे पाहिले, जी त्या तरूण मुलीत सहभागी होऊन घोरड्या जोकवर हसत होती आणि बडबडत होती. तिच्या चेहऱ्यावर फारच ओंगळ असा मेकअप होता.

त्याच्याखाली तिच्या सुरकुत्या दिसत होत्या. ती पण खुश होती...मी विचार केला, शेवटी पळून जाण्याला लोक का वाईट समजतात...ते पळून जाणं, जे माझ्या डोळ्यासमोर होतं. ज्याचं बाह्यरूप सुंदर होतं, परंतु आत फारच सुंदर होते..त्यावर काही बनाव, शृंगार नव्हता, कसला गाजा, कसले उबटन नव्हते.

पोली, ती एका कोपऱ्यात रंजीत कुमार सोबत तिच्या नव्या फ्रॉकच्या संदर्भात बोलत होती आणि त्याला सांगत होती की केवळ तिच्या हुशारीच्या जोरावर तिने तो महागडा फ्रॉक मिळवला होता. दोन तुकडे होते, जे अगदीच बेकार वाटत होते, पण आता ते एका सुंदर पोषाखात बदलले होते आणि रंजीत कुमार तिला असेच दोन ड्रेस देण्याचा वायदा करीत होता, असे असले तरी त्याना फिल्म कंपनीकडून इतके रूपये एकाच वेळी मिळण्याची शक्यता नव्हती.

डॉली होती, ती गरीब नवाजला कर्ज मागण्याच्या बेतात होती आणि खात्री देत होती ती तिला मिळणाऱ्या पगारातून कर्ज परत करील. तो तिच्या बोलण्यावर विश्वास ठेवण्यास तयार होता. थॅलिमा तिकडे कनकतरेचे संगीताचे मुखडे कशी बशी शिकण्याचा प्रयत्न करीत होती. कनतरेला माहीत होते की आयुष्यभर शिकली तरी तिला ते काही जमणार नव्हते, तरीपण त्यांच वाजवणं चालूच होतं. थॅलिमाला देखील चांगले माहीत होते की तो आणि ती दोघेही आपला वेळ विनाकरण वाया घालवत आहेत. परंतु ती मोठ्या एकाग्रतने सगळं शिकण्याचा प्रयत्न करीत होती. एलिमा आणि किटी दोघी पित होत्या आणि अशा माणसाबद्दल बोलत होत्या ज्याने माहीत नाही मागच्या रेसमध्ये कोणत्या जन्माचा बदला घेण्यासाठी चुकीची टीप दिली होती. आणि चड्ढा फिलिसच्या खवल्यासारख्या केसांना सोन्याचा मुलामा स्कॉचमध्ये मिसळून पित होता. फिलिसचा हिजडा मित्र वारंवार खिशातून कंगवा काढत होता आणि त्याच्या केसावरून फिरवत होता. मम्मी कधी याच्यासोबत तर कधी त्याच्यासोबत बोलत होती. कधी सोड्याची बॉटल उघडत असे तर कधी काचेचे तुकडे उचलत असे...तिची नजर सर्वांवर होती. त्या मांजरीप्रमाणे, जी डोळे बंद करून पडलेली असते, परंतु तिला माहीत असते की तिचे पिल्ले कुठे कुठे आहेत आणि काय काय करीत आहेत.

या मजेशीर चित्रात कोणता रंग रेषा बरोबर वाटत नाही...? मम्मीचा तो भडक मेकअप देखील तसा वाटत होता की त्या चित्राचा एक आवश्यक भाग आहे.

गालिबने म्हटले आहे,

कैदे-हयात-ओ-बंद-ए-गम, अस्ल में दोनो एक है,
मौत से पहले आदमी गम से निजात पाए क्यो ?

कैदे-हयात आणि बंद-ए-गम, वास्तवात एकच आहेत, तर हे गरजेचे आहे की माणसाने मरण्यापुर्वी थोडे निवांत होण्याचा प्रयत्न का करू नये. या निवांतपणासाठी कोण यमराजाची प्रतिक्षा करील...माणसाने थोड्याशा काळासाठी स्वतःला धोका देण्यासाठी मेजेशीर खेळात का भाग घ्यावा....

प्रत्येकाचे कौतूक करण्याची कला मम्मीला असवगत होती. तिच्या देहात असे मन होते, ज्यात सर्वांसाठी प्रेम होते. मी विचार केला, कदाचित तिने यामुळेच तिच्या चेहऱ्यावर तितका भडक मेकअप केला असावा की तिचे खरे रूप कळू नये. ...तिच्यात कदाचित इतका जोर नव्हता की ती प्रत्येकाची आई बनेल आणि म्हणून तिने आपल्या प्रेम आणि स्नेहासाठी काही लोकांची निवड केली होती आणि उर्वरीत जगाला सोडून दिले होते.

मम्मीला माहीत नव्हतं की चड्ढाने एक तगडा पेग फिलिसला पाजला होता. चोरून चोरून नाही, सर्वांसमोर, पण मम्मी त्यावेळी स्वयंपाक घरात पोटॅटो चिप्स तळत होती...आता फिलिस नशेत होती आणि ज्याप्रकारे तिचे पॉलिस केलेले पोलादी रंगाचे केस हळूहळू लहरत होते, त्याप्रमाणे ती स्वतः देखील लहरत होती.

रात्र गडद झाली होती. कनकतरे थैलिमाला गिताचे बोल शिकवून शिकवून थकल्यावर सांगत होता की, त्याचा बाप साला त्याच्यावर फार प्रेम करीत होता. लहानपणीच त्याने लग्न केलं होतं. त्याची बायको फारच सुदर अशी आहे...आणि गरीब नवाज डोलीला कर्ज देऊन विसरूनही गेला होता. रंजीत कुमार पोलीला त्याच्यासोबत बाहेर कुठेतरी घेऊन गेला होता. एलिमा आणि किटीने दुनियाभरच्या गोष्टी करून आता थकल्या होत्या आणि आराम करू पहात होत्या, तिपाईच्या आजूबाजुला फिलिस, तिचा हिजडा दोस्त आणि मम्मी बसले होते. चड्ढा आता भावनीक नव्हता, फिलिस त्याच्या जवळच बसली होती, जिने पहिल्यांदा दारूची चव चाखली होती, तिला आपलं करण्याची इच्छा त्याच्या डोळ्यात स्पष्ट दिसत होती. मम्मीला हे सगळं माहित नव्हतं असं नाही.

थोड्या वेळाने फिलिसचा हिजडा दोस्त उठला आणि सोफ्यावर आडवा झाला आणि आपल्या केसांना कंगवा करीत करीत झोपी गेला. गरीब नवाज आणि डॉली उठून कुठेतरी बाहेर गेले. एलिमा आणि किटीने आपसात माग्ररिटबद्दल बोलत मम्मीचा निरोप घेतला आणि निघून गेल्या...कनकतरेने शेवटी बायकोच्या सौंदर्याचे कोतूक केले आणि फिलिसकडे वासनांध नजरेने पाहिले, नंतर थॅलिमाकडे, जी त्याच्याजवळ बसली होती आणि तो तिला बाहेर चंद्र दाखविण्याच्या बहाण्याने मैदानात घेऊन गेला.

अचानक माहीत नाही काय झाले की चड्ढा आणि मम्मीत विवाद सुरू झाला. चड्ढाची जीभ घसरत होती. तो मुलाप्रमाणे आईला कसल्या कसल्या शब्दात बोलत होता. फिलिसने मध्यस्थी करण्याचा प्रयत्न केला पण तो घोड्यावर स्वार होता. त्याला फिलिसला सईदा कॉटेजवर घेऊन जायचे होते आणि मम्मी त्याला विरोध करीत होती. ती त्याला बराच वेळ समजावत होती की त्याने डोकं ठिकाणावर ठेवावं. परंतु तो तिचं ऐकायला तयार नव्हता आणि वारंवार मम्मीला म्हणत होता, तू पागल झाली आहेस...बुढी दलाल..फिलिस माझी आहे...विचार तिला."

मम्मीने बराच वेळ तिच्या शिव्या ऐकल्या, शेवटी समजून सांगण्याच्या अंदाजामध्ये त्याला म्हणाली, "चड्ढा माई सन..तू का नाही समजून घेत..शी इज यंग चेरी यंग..."

तिच्या आवाजात कंपन होते, एक विनंती होती, एक निवेदन होते, एक मोठी भीतीदायक चित्र होतं, परंतु चड्ढाच्या लक्षात काही येत नव्हतं.

यावेळी त्याच्यसामोर केवळ फिलिस आणि तिला मिळवणं इतकंच होतं. मी फिलिसकडे पाहिले तेव्हा एक गोष्ट जाणवली की ती खरोखरच फारच कमी वयाची होती, फारच झाले तर पंधरा वर्षे वयाची...तिचा पांढरा चेहरा चांदीच्या रंगाच्या ढगाने वेढलेल्या पाऊसाच्या पहिल्या थेंबासारखा कंपन पावत होता.

चड्ढाने तिला तिच्या दंडाला धरून स्वतःकडे ओढले आणि चित्रपटातील हिरोप्रमाणे तिला छातीशी धरले. मम्मी एकदम लाल होऊन ओरडली, "चड्ढा...सोड तिला..फॉर गॉड शेक...सोड तिला."

घट्ट मिठ्ठीत घेतलेल्या फिलिसला न सोडल्यावर मम्मीने त्याच्या थोबाडात मारली आणि ओरडली, 'गेट आऊट...गेट आऊट...!"

चड्ढा पहातच राहिला. फिलिसला सोडवून तिने धक्का दिला आणि मम्मीकडे रागीट नजरेन पहात बाहेर निघून गेला. मी देखील निरोप घेतला आणि चड्ढासोबत बोहर गेलो. सईदा कॉटेजवर पोहचल्यावर मी पाहिले की ते पतलून, कमीज आणि बुटासहित पलंगावर आडवा झाला होता. मी त्याच्याशी काही बोललो नाही आणि दुसऱ्या खोलीत जाऊन मेजवर झोपी गेलो.

सकाळी उशीर उठलो. घड्याळात दहा वाजले होते. चड्ढा सकाळीच उठून निघून गेला होता. कुठे, कोणालाच माहीत नव्हते, परंतु ज्यावेळी मी स्वयंपाक घराच्या बाहेर पडत होतो, त्यावेळी मी त्याचा आवाज ऐकला, जो गॅरेजच्या बाहेर ऐकू येत होता. मी थांबलो. तो कोणाला तरी म्हणत होता, ती लाजबाज स्त्री आहे...प्रार्थना कर की तिच्या वयाचे झाल्यावर तू देखील तसेच ग्रेट होशील."

याच्या आवाजात विचित्र असा कडवेपणा होता. माहीत नाही त्या व्यक्तीला बोलत होता की स्वतःला समजावत होता. अधिक वेळ तिथे थांबणे मी ठीक समजले नाही आणि आत गेलो. अर्धा तास प्रतिक्षा केली, तो न आल्यावर प्रभात नगरला निघून गेलो.

माझ्या बायकोचा मूड ठीक होता, हरीश घरी नव्हता. हरीशच्या बायकोने त्याच्या बद्दल विचारले तर मी सांगितले, 'तो अद्याप स्टुडिओमध्ये झोपलेला आहे.”

पुण्यात बराच बदल झाला होता, म्हणून मी हरीशच्या बायकोला जाण्याची परवानगी मागितली. शिष्टाचाराचा भाग म्हणून तिने आम्हाला थांबायला सांगितले, परंतु मी सईदा कॉटेजमध्येच ठरवून आलो होतो की रात्रीची घटना माझ्या मानसिक चोथा म्हणून पुरेसं आहे.

आम्ही निघून आलोत. जे काही झाले होते, मी बायकोला सांगितले होते. तिचं म्हणणं होतं की फिलिस त्याची कोणी नातेवाईक असेल किंवा तिला मोठ्या आसामीच्या स्वाधीन करायचे असेल, त्यामुळेच तिने चड्ढासोबत भांडण केलं....मी गप्प होतो. ना समर्थन केलं, ना विरोध.

अनेक दिवस निघून गेल्यावर चड्ढाचे पत्र आले, ज्यात त्या रात्रीचा उल्लेख उल्लेखनीय होता आणि त्याने स्वतःबद्दल असे लिहिले होते, “मी त्या रात्री जनावर झालो होतो, माझ्यावर थू आहे.”

तीन महिन्यानंतर मला एका आवश्यक कामासाठी पुण्याला जावे लागले. थेट सईदा कॉटेजवर गलो. चड्ढा तिथे नव्हता. गरीब नवाजसोबत त्यावेळी भेट झाली, त्यावेळी तो गॅरेजमधून बाहरे पडून शीरीच्या लहान बाळाला खेळवत होता. तो ताडकन बोलला. थेड्या वेळाने रंजीत कुमार आला, कासवा सारखा आला. गुमान बसला. मी त्याला जर काही विचारले असते तर त्याने मोठे आधीच ठरवलेलं उत्तर दिले असते. बोलता बोलता हे समजले की त्या रात्रीनंतर चड्ढा मम्मीकडे आला नाही आणि तिथेही गेला नाही. फिलिसला दुसऱ्या दिवशी तिच्या आई-वडीलाकडे पाठवण्यात आले. ती त्या हिजड्या मुलासोबत पळून आली होती...रंजीत कुमारला विश्वास होता की ती काही दिवस पुण्यात रहिली असती तर त्याने तिला निश्चितच पळवून नेले असते. गरीब नवाजचा असा काही दावा नव्हता. केवळ इतकेच दुःख होते की निघून गेली.

चड्ढाबद्दल समजले की दोन तीन दिवसापासून त्याची तबियत ठीक नाही, ताप असतो, त्याने कोण्या डॉक्टरला दाखवले नाही, दिवसभर इकडे तिकडे फिरत असतो. गरीबनवाजने मला हे सांगायला सुरूवात केल्यावर रंजीत कुमार उठून निघून गेला. मी सळईवाल्या कोठरीत पाहिले, त्याची धाव गॅरेजकडे होती.

मी गरीब नवाजला गॅरेजवाल्या शीरीबद्दल काही विचारणार होतो तोच कनकतरे घाबरतच आत आला. त्याच्याकडून समजले की चड्ढाला खूप ताप होता. तो त्याला तांग्यातून घेऊन जात असताना तो रस्त्यातच बेहोश झाला....मी तसेच गरीब नवाज बाहेर पळालो. तांग्यावाल्याने बेहोश चड्ढाला सांभाळले आहे. आम्ही सगळ्यांनी त्याला उचलले आणि खोलीत बिछाण्यावर झोपवले. मी त्याच्या माथ्यावर हात लावला, खरोखरच खूप ताप होता. एकशे सहा डीग्रीपेक्षा कमी नाही.

मी गरीबला म्हटले, तात्काळ डॉक्टरला बोलायला हवे." याने कनकतरेसोबत चर्चा केली आणि 'आता येतो' म्हणत बाहेर निघून गेला. परत आला तर त्याच्यासोबत मम्मी होती, जी धापा देत होती. आत येताच तिने चड्ढाकडे पाहिले आणि ओरडली, "काय झाले माझ्या लेकराला ?"

कनकतरेने तिला तो बऱ्याच दिवसापासून आजारी असल्याचे सांगितल्यावर ती मोठ्या दुःखदपणे आणि रागाने ओरडली, "कसे लोक आहात तुम्ही, मला का सांगितले नाही ? मग तिने गरीब नवाज, मला आणि कनकतरेला वेगवेगळे आदेश दिले, एकाला चड्ढाचे पाय चोपण्याची, दुसऱ्याला बर्फ आणण्याची आणि तिसऱ्याला हवा मारण्याची. चड्ढाची आवस्था पाहून तिची स्वतःची तबियत बिघडली परंतु तिने धिराने घेतले आणि डॉक्टला बोलवायला निघून गेली. माहीत नाही रंजीत कुमारला गॅरेजमध्ये कसे माहीत झाले. मम्मी गेल्यानंतर लगेच घाबरलेल्या आवस्थेत आला. त्याने विचारल्यावर कनकतरेने त्याच्या बेहोश होण्याचे वर्णन केले आणि सांगितले की मम्मी डॉक्टरकडे गेली आहे. हे ऐकून रंजीत कुमारची बेचैनी काही प्रमाणात कमी झाली.

मी पाहिले की ते तिघे फार समाधानी होते, यामुळे की चड्ढाची सगळी जबाबदारी मम्मीने स्वतःवर घेतली आहे. तिच्या आदेशानुसार चड्ढाचे पाय चोळले जात होते, डोक्यावर बर्फाची पट्टी ठेवली जात होती. मम्मी ज्यावेळी डॉक्टरला घेऊन आली तर तो थोडाफार शुद्धीवर आला होता. डॉक्टरने तपासणी करण्यात बराच वेळ घालवला. त्याच्या चेहऱ्यावरून समजत होते की चड्ढाचा आजार गंभीर आहे. तपासणीनंतर डॉक्टरने मम्मीला इशारा केला केला आणि ते खोलीच्या बाहेर गेले, मी खिडकीतून पहिले, गॅरेजचा वरचा पडदा हालत होता.

थोड्या वेळाने मम्मी आली. गरीब नवाज, कनकतरे आणि रंजीत कुमार अशा एका एकाला तिने सांगितले की घाबरण्यासारखे काही नाही. चड्ढा आता डोळे उघडून ऐकत होता. मम्मीकडे त्याने चकित नजरेने नाही पाहिले, परंतु काहीसा गोंधळ होता

त्याला, काही वेळानंतर त्याला ज्यावेळी समजले की मम्मी का आणि कशी आली, तर त्याने तिचा हात आपल्या हातात घेतला आणि दाबत म्हटले, "मम्मी यु आर ग्रेट."

मम्मी त्याच्याजवळ पलंगावर बसली. ती ममतेची साक्षात मूर्ती होती. तिने चड्ढाच्या गरम डोक्यावर हात ठेवला आणि हसत केवळ इतके म्हटले, 'माझ्या लेकरा..माझ्या गरीब लेकरा !"

चड्ढाच्या डोळ्यात पाणि आले, परंतु लवकरच त्याने ते आवरले आणि म्हणाला, "नाही, तुझा बेटा एक नंबरचा स्काउंड्रल आहे...जा, तुझ्या मृत पतीचे पिस्तोल घेऊन ये आणि घाल त्याला गोळया.'

मम्मीने चड्ढाच्या गालावर चापट मारली, काहीतरी बोलू नकोस.' ती हुशार नर्सप्रमाणे उठली आणि आमच्या सगळयाकडे वळून पहिले, मुलांनो, चड्ढा आजारी आहे आणि त्याला दवाखान्यात घेऊन जायचे आहे, समजलं ?"

सगळयांच्या लक्षात आले. गरीब नवाजने तात्काळ टॅक्सीचा बंदोबस्त केला. चड्ढाला उचलून त्यात ठेवले. तो सारखा म्हणत राहिला की अशी काय धाड भरली आहे मला, दवाखान्यात दाखल करायला, परंतु मम्मी सारखी हेच सांगत राहिली की काही झाले नाही, दवाखान्यात जरा आराम मिळतो. चड्ढा जरा जिद्दी होता, परंतु यावेळी मम्मीला नकार देऊ शकत नव्हता.

चड्ढा दवाखान्यात दाखल झाला. मम्मीने मला एकट्याला बाजूला घेऊन सांगितले की आजार फार गंभीर आहे, म्हणजे प्लेग. हे ऐकून माझ्या पायाखालची जमीन सरकली. स्वतः मम्मी खूप परेशान होती, परंतु तिला आशा होती की हे संकट टळून जाईल आणि चड्ढा लवकरच ठीक होईल.

इलाज होत राहिला. प्राइव्हेट दवाखाना होता. डॉक्टरने चड्ढाचा इलाज फारच काळजीपूर्वक केला, परंतु अनेक समस्या निर्माण झाल्या. त्याची त्वचा जागो जागी फाटू लागली आणि ताप वाढतच गेला. शेवटी डॉक्टरने सल्ला दिला की त्याला मुंबईला घेऊन जावे परंतु मम्मीने ऐकले नाही. तिने चड्ढाला त्याच आवस्थेत उचलले आणि तिच्या घरी घेऊन गेली.

मी अधिक काळ पुण्यात थांबू शकत नव्हतो. परत मुबईला आलो. अनेकदा फोन करून मी त्याची चौकशी केली. मला वाटत होते की काहीही झाले तरी तो वाचणार नाही, परंतु मला माहीत झाले की हळूहळू त्याची तबियत सुधारत आहे. एका केसच्या संदर्भात मला लाहोरला जावे लागले. तेथून पंधरा दिवसाने परतलो तर बायकोने

चड्ढाचे पत्र दिले, ज्यात केवळ असे लिहिले होते, महामाया मम्मीने तिच्या कुपुत्राला मृत्यूच्या दाढेतून परत आणले."

कमी शब्दात फार काही सांगितले होते...भावानांचा सागरच होता. मी माझ्या बायकोला ही गोष्ट मोठ्या भावनीकतेने सांगितली, त्यावर प्रभावित होत ती केवळ इतके म्हणाली, "अशा स्त्रींया केवळ स्वतःचं कौतूक करून घेणाऱ्या असतात."

मी चड्ढाला दोन तीन पत्र लिहिले ज्याचे काही उत्तर आले नाही. नंतर माहीत झाले की मम्मीने त्याला हवा पाणी बदलण्यासाठी तिच्या एका मैत्रिणीकडे लोणावळ्याला पाठविले होते. चड्ढा तिथे फार तर एक आठवडा थांबू शकला आणि कंटाळून निघून आला. ज्या दिवशी तो पुण्यात पोहचला, योगायोगाने मी तिथे होतो. प्लेगच्या जबरदस्त आजाराने फारच कमजोर झाला होता, परंतु त्याचा तो मस्त स्वभाव आजही तसाच आहे. त्याने त्याच्या आजाराचा उल्लेख असा केला की एखादा सायकल अपघाताचा करतो. आता तो वाचलाच आहे तर त्याच्या त्या खतरनाक आजाराबद्दल सांगत बसणे त्याला निरर्थक वाटत होतं.

सईदा कॉटेजमध्ये चड्ढाच्या गैरहजेरीत थोडा बदल झाला होता. अकील आणि शकील कुठे तरी गेले होते कारण की त्यांना त्यांची चित्रपट कंपनी चालविण्यासाठी सईदा कॉटेजचे वातावरण ठीक वाटत नव्हते. त्याच्या जागी एक बंगाली संगीत डायरेक्टर आला होता. त्याचं नाव सेन होतं. त्याच्यासोबत लाहोरवरून पळून आलेला मुलगा रामसिंह रहात होता. सईदा कॉटेजमध्ये रहाणारे सगळेची सगळे लोक त्याच्याकडून काम करून घेत होते. त्याने गरीब नवाज आणि रंजीत कुमारला सांगितले होते की त्यांना सईदा कॉटेजमध्ये ठेवण्यात यावे. सेनच्या खोलीत जागा होती, म्हणून त्याने तिथे आपला डेरा टाकला होता.

रंजीत कुमारला चित्रपटाचा हिरो म्हणून निवडण्यात आले होते आणि चित्रपट यशस्वी झाला तर त्याला दुसरा चित्रपट डायरेक्ट करण्याची संधी मिळणार होती. चड्ढा त्याचा दोन वर्षाच्या राहिलेल्या पगारातले दिड हजार वसूल करण्यात यशस्वी झाला होता, म्हणून तो रंजीत कुमारला म्हणाला होता, "मेरी जान, काही पैसा वसूल करायचा असेल तर माझ्यासारखं प्लेगसोबत मुकाबला करावा लागेल... हिरो आणि डायरेक्टर होण्यापेक्षा मला वाटते हे अधिक चांगले आहे.

गरीब नवाज काही दिवसापूर्वीच हैद्राबादला जाऊन आला होता, म्हणून सईदा कॉटेज थोडी संपन्न होती. मी पाहिले, गॅरेजच्या अलगनीवर असे काही शर्ट आणि सलवारी लटकत होत्या, जे महागडे कपडे वाटत होते. शीरीच्या लेकराकडे नवे खेळणे होते.

मला पुण्यात पंधरा दिवस रहावे लागले. माझा जुना चित्रपटातला सहकारी आता नव्या हिरोईनसोबत प्रेमाच्या जाळ्यात ओढण्याचा प्रयत्न करीत होता, पण घाबरत होता. कारण ती हिरोईन पंजाबी होती आणि तिचा नवरा मोठ्या मिशावाला धडधाकट सांड होता. चड्ढाने सल्ला दिला होता, त्या साल्याची काही पर्वा करू नको....ज्या पंजाबी हिरोईनचा नवरा मोठ्या मोठ्या मिशावाला आहे तो प्रेमाच्या मैदानात टिकत नाही, फक्त इतके कर की एका शिवीचे शंभर रूपये या हिशोबाने माझ्याकडून दहा-वीस शिव्या शिकून घे, ज्या ऐनवेळी फार उपयोगी पडतील."

हरीशने एका बॉटलच्या हिशोबाने पंजाबीतल्या सहा शिव्या आठवून बसला होता, पण अद्याप तरी त्याला प्रेम मार्गात कसलाही अडथळा भासला नव्हता.

मम्मीच्या घरी ठरलेल्याप्रमाणे मैफिल होत असत. पोली, डोली, किटी, एलिमा, थॅलिमा आदी सगळ्या येत असत. कनकतरे पहिल्यासारखाच थॅलिमाला कथकली आणि तांडव नृत्याचे ता थई आणि था नी ना कत नव टू थ्री बनवून शिकवत होता आणि ती ते शिकण्याचा पूर्ण प्रयत्न करीत होती. गरीब नवाजचं कर्ज देणे चालू होतं आणि रंजीत कुमार ज्याला त्याच्या कंपनीच्या नव्या चित्रपटात हिरोचा चान्स मिळाला होता, यापैकी कोण्या एकाला बाहेर खुल्या हवेत घेऊन जात होता, चड्ढाचे अश्लील जोक ऐकून तसेच खि खि चालू होती, एक फक्त ती नव्हती...ती तिच्या केसांच्या रंगासाठी उपमा शोधण्यात चड्ढाला बराच वेळ लागला होता. परंतु या मैफिलीत चड्ढाची नजर तिला शोधीत नव्हती. तरीपण कधी कधी चड्ढाची नजर मम्मीच्या नजरेला भिडल्यावर खाली झुकत होती. माझ्या लक्षात येत होते की त्याला त्या रात्रीच्या वेडेपणाचा पश्चाताप आहे. असा पश्चाताप, ज्याच्या आठवणीने त्याला त्रास होत होता. म्हणूनच चवथ्या पेगनंतर एखाद्या वेळी याप्रकारचे वाक्य त्याच्या तोंडून निघायचे, "चड्ढा यू आर ए डम्ड ब्रूट !"

हे ऐकून मम्मी गालातली गालात हसायची. जणू काही त्या हास्यात गुंडाळून म्हणत होती, डोंट टॉक रॉक !"

कनकरेची ती पहिल्यासरखीच वटवट असायची. दारू पिल्यावर तो त्याच्या बापाची किंवा त्याच्या बायकोच्या सौंदर्याबद्दल काही सांगण्या अगोदरच सांगू लागायचा, तर तो त्याचं बोलणं थांबवायचा. तो बिचारा गप्प बसत असे आणि आपली मॅट्रीक्यूलेशचे प्रमाणपत्र खिशात ठेवून द्यायचा.

मम्मी, मम्मीच होती...पोलीची मम्मी, डोलीची मम्मी, चड्ढाची मम्मी, रंजीतची कुमारची मम्मी. सोड्याच्या बॉटल्स खाण्यापिण्याचे सामान आणि मैफिलला लागणारे

सामानात ती तसेही मनापासून रस घ्यायची. तिच्या चेहऱ्यावरचा मेकअप तसाच वाहियात असायचा. तिचे कपडे तशाच प्रकारे भडक असायचे. मेकअपने तिच्या सुरकुत्या तशा झाकून जायच्या पण आत ती मला पवित्र वाटायची. इतकी पवित्र की प्लेगचे विषाणू तिच्यापर्यंत पोहचू शकत नव्हते. घाबरून ते पळून गेले होते...चड्ढाच्या शरीरातून निघून पळाले होते, कारण की त्यांच्यावर त्या सुरकुत्यांची छत्रछाया होती, त्या पवित्र सुरकुत्यांची, जी प्रत्येक वेळा भडक मेकअपमध्ये झाकलेली असायची.

कनकतरेच्या सुंदर बायकोचा गर्भपात झाला होता. मम्मीच्या मदतीनेच तिचा जीव वाचला होता. थॅलिमा ज्यावेळी हिंदूस्थानी नृत्य शिकण्याच्या नादात एका मारवाडी कत्थकच्या स्वाधीन झाली आणि त्या सौद्यात एक दिवशी तिला माहीत झाले की तिने एक खतरनाक रोग विकत घेतला आहे, तेव्हीही मम्मीने तिला खूप रागे भरली होती आणि त्याच्यासोबत पुन्हा कसलाच संबंध न ठेवण्याचा पक्का इरादा केला होता. परंतु तिच्या डोळ्यातले पाणि पाहून तिचे ऱ्हदय द्रवले होते. तिने त्याच दिवशी तिच्या सर्व मुलांना सगळे कळवले आणि त्यांना तिचा इलाज करायला सांगण्यात आले होते. किटीचे एक प्रकरण मिटविण्याबद्दल पाचशे रूपायाचे बक्षिस मिळाले होते, तर मम्मीने तिला मजबूर केले होते की किमान अर्धे पैसे तिने गरीब नवाजला द्यावेत, कारण की त्या गरीबाची ताराबळ चालू होती. त्याने पंधरा दिवासाच्या सहवासात अनेकदा मिसेसबद्दल विचारले होते आणि चिंता व्यक्त केली होती. पहिल्या मुलाचा मृत्यू होऊन इतके वर्षे झालेत, दुसरा बच्चा का नाही झाला. रंजीत कुमारसोबत ती तितकी मनमोकळेपणाने बोलत नव्हती. असे वाटत होते की त्याचं नकली रहाणीमान तिला आवडत नसावं. माझ्यासमोरही एकदा दोनदा विषय काढला होता. म्युझिक डायरेक्टर सेन तिला आवडत नव्हता. चड्ढाने त्याला सोबत आणल्यावर ती म्हणायची, 'अशा जलील माणसाला इकडे आणत जाऊ नकोस." चड्ढा तिला विचारायचा तर ती मोठ्या आदराने उत्तर द्यायची, "मला हा मनुष्य वर वरचा वाटतो, पहायला ठीक वाटत नाही." हे ऐकून चड्ढा हसायचा.

मम्मीच्या मैफिलीची प्यारभरी गरमी घेऊन मी मुंबईला परत आलो. त्या मैफिलीत दारूची मस्ती होती, सेक्स होता, परंतु काही गोंधळ नव्हता. प्रत्येक गोष्ट गर्भवती स्त्रीच्या पोटासारखी उघड होती. तशीर पुढे आलेलं, दिसायला तशीच कुबढ आणि द्विधेत टाकणारी, परंतु वास्तवात फारच योग्य, शिष्ट आणि आपल्या जागेवर कायम.

दुसऱ्या दिवशी दैनिकातून वाचण्यात आले की सईदा कॉटेजमधील डायरेक्टर सेनला मारण्यात आले. त्याचा खून करणारा कोणी रामसिंह आहे, ज्याचं वय चवदा-

पंधरा वर्षाचा सांगण्यात येत आहे. मी त्याचेवळी पुण्याला फोन केला, परंतु फोन कोणीही उचलला नाही.

एक आठवड्याने चड्ढाचे पत्र आले, ज्यात त्या खुनाचे वर्णन होते. रात्री सगळे झोपले असताना अचानक चड्ढाच्या पलंगावर कोणीतरी पडले. तो घाबरून उठला. दिवा लावला तर दिसले, सेन आहे, रक्तात पडलेला. चड्ढाला काय झाले ते कळले नाही तोच दरवाज्यात रामसिंह दिसला. त्याच्या हातात सुरी होती. लवकरच गरीब नवाज आणि रंजीत देखील आले. सगळा सईद कॉटेज जागी झाला. रंजीत कुमार आणि गरीब नावजने रामसिंहला पकडले आणि त्याच्या हातातून सुरी हिसकावून घेतली. चड्ढाने सेनला पलंगावर झोपवले आणि त्याच्या जखमाबद्दल काही विचारणारच होता, तोच अचानक त्याने शेवटचा श्वास घेतला आणि थंड पडला.

गरीब नवाज आणि रंजीत कुमारने रामसिंहाला पकडले होते, पण ते दोघं थरथरत होते. सेन मेल्यावर रामसिंहने चड्ढाला विचारले, "भाषाजी....मेला ?"

चड्ढा हो' असे म्हणाला, तर रामसिंहाने रंजीत आणि गरीब नवाजकडे पाहिले, "मला सोडा, मी पळून जाणार नाही."

काय करावं हे चड्ढाला समजत नव्हतं. त्याने तात्काळ नोकराकडून मम्मीला बोलावले. मम्मी आल्यावर सगळे निश्चित झाले. त्यांना वाटले आता प्रकरण मार्गी लागेल. त्याने रामसिंहला सोडले आणि थोड्या वेळाने पोलिसाकडे घेऊन गेले आणि त्याचा जबान घेतला. त्यानंतर चड्ढा आणि तयाचे सहकारी फारच परेशान राहिले. पोलिसांची चौकशी, बयान, मग कोर्ट. मम्मी या दरम्यान बरीच धावपळ करीत राहिली. चड्ढाला विश्वास होता की रामसिंह निर्दोष सुटेल.

कोर्टात त्याचं तेच बयान होतं जे पोलिस ठाण्यात दिलं होतं. मम्मी त्याला म्हणाली होती, बेटा, घाबरू नको, जे काही आहे खरं खरं सांग." आणि त्याने सर्व गोष्टी जसेच्या तशा सांगितल्या होत्या. सेनने त्याला प्लेबॅक सिंगर करण्याची लालूच दिली होती. त्याला देखील संगीत खूप आवडायचं आणि सेन चांगलं गायचा. या त्याच्या आवडीपोटी तो त्याची सैतानी इच्छा पूर्ण करीत राहिला, परंतु त्याला याची खूप चीड होती. मनातून तो त्याच्यावर चिडलेला असायचा. शेवटी तो इतका तंग आला होता की त्याने सेनला सांगितले होते, त्याने त्याला जर मजबूर केले तर तो त्याला ठार करील. घटनेच्या रात्री हेच घडले होते. कोर्टात त्याने तेच सांगितले. मम्मी हजर होती. डोळयांच्या इशाऱ्याने ती रामसिंहला दिलासा देत होती की घाबरू नकोस, जे खरे आहे, सांगून टाक, सत्याचा नेहमी विजय होतो. यात काही शंका नाही की

तुझ्या हाताने खून केला आहे, परंतु एका सैतीनी प्रवृत्तीचा, एका अमानवी वृत्तीचा. रामसिंहाने मोठ्या साधेपणाने आणि भोळेपणाने सर्व घटनेचे वर्णन केले. मॅजिस्ट्रेट इतका प्रभावित झाला की त्याने रामसिंहला निर्दोष सोडले.

चड्ढाने म्हटले, "या खोट्या युगात हे खरे आहे की एक वेगळाच निकाल लागला होता आणि त्याचे श्रेय माझ्या वयोवृद्ध मम्मीला जाते."

चड्ढाने मला त्या कार्यक्रमाला बोलावले होते जो रामसिंहाची सुटका झाल्याच्या आनंदात सईदा कॉटेजवाल्याने ठेवला होता. परंतु मी कामात व्यस्त असल्याने सहभागी होऊ शकलो नाही.

शकील आणि अकील दोघेही सईदा कॉटेजमध्ये परत आले होते. बाहेरचे वातावरण देखील त्यांची खाजगी कंपनी सुरू करण्याच्या अनुकूल नव्हते.

आता ते केवळ आपल्या जुन्या फिल्म कंपनीत कोण्या सहायकाचे सहायक बनले होते. त्या दोघांकडे आता त्या रक्कमेपैकी थोडीच रक्कम शिल्लक होती, जी त्यांनी खाजगी कंपनी सुरू करण्यासाठी जमवले होते. चड्ढाच्या सांगण्यावरून त्यांनी ते पैसे या कार्यक्रमावर खर्च केला होते. चड्ढाने आम्हाला सांगितले होते, "आता मी चार पेग मारून प्रार्थना करील की तुमची खाजगी कंपनी तात्काळ सुरू व्हावी."

चड्ढाचे म्हणणे होते की कनकतरेनं या कार्यक्रमात दारू पिऊन ना तो कार्टाच्या विरोधात बोलला, ना बापाचे कौतूक केले ना बायकोच्या सौंदर्याची तारीफ केली. गरीब नवाजने किटीची उणीव पूर्ण करण्यासाठी दोनशे रूपायाचे कर्ज दिले आणि रंजीत कुमारला तो म्हणाला, "तू या बिचाऱ्या पोरींना काहीही थापा मारत जाऊ नकोस...ठीक आहे तुमची नियत चांगली आहे, परंतु घेण्याच्या बाबतीत त्यांची नियत इतकी चांगली नसते, काही ना काही देत जा."

मम्मीने त्या कार्यक्रमात रामसिंहाचे फार कौतूक केले आणि सगळ्यांना सल्ला दिला की त्याला घरी परत जायला सांगा. म्हणून तसाच निर्णय झाला आणि शीरीने प्रवासात त्याच्यासाठी शिदोरीची सोय केली. स्टेशनवर सगळे त्याला सोडवायला गेले. ट्रेन निघून गेली तर ते दूरपर्यंत हात हालवत राहिले.

या लहान लहान घटना मला कार्यक्रमाच्या दुसऱ्या दिवशी माहित झाल्या, ज्यावेळी मला एका महत्त्वाच्या कामासाठी पुण्याला जावे लागले. सईदा कॉटेजमध्ये काहीही बदल झाला नव्हता. असे वाटते की ते एक असे मैदान आहे जिथे कितीही लढाया झाल्या तरी मैदान जसेच्या तसेच. ती एक अशी जागा होती जी स्वतःचे रिकामेपण स्वतःच भरून काढीत होती. मी ज्या दिवशी तिथे गेलो, शीरी एक पदार्थ वाढत होती.

शीरीला आणखी एक मूल झालं होतं. कनकतरेच्या हातात ग्लॅक्सीचा डब्बा होता. त्या काळात तो सहज मिळत होता. त्यापैकी एक शीरीच्या दुसऱ्या लेकरासाठी आणले होते. चढाने शेवटी दोन लाडू त्याच्या तोंडात कोंबले आणि म्हटले, "तू ग्लॅक्सोचा डब्बा घेऊन आलास...मोठी कमालच केलीस तू...तुझ्या बापाला आणि बायकोला पहा, दुसरे काही काम करू नकोस." कनकतरेने मोठ्या भोळेपणाने म्हटले, "साले, मी कोणी बेवडा आहे....? ती तर दारू बोलत असते....जसे बाई गॉड, माझी बायको फार सुंदर आहे."

चढ्ढा इतक्या मोठ्याने हसला की कनकतरेला दुसरे काही बोलण्याची संधीच मिळाली नाही. त्यांनतर चढ्ढा, गरीब नवाज आणि रंजीत कुमार माझ्याकडे वळले आणि त्या कहानीबद्दल बोलणे सुरू झाले जी मी माझ्या जुन्या फिल्म सहकाऱ्यामार्फत तेथिल निर्मात्याला करीत होतो. नंतर थोड्या वेळाने शीरीच्या नव्याने जन्मलेल्या मुलाचे नाव ठेवले जात. शेकडो नावं घेतली, परंतु चढ्ढाला आवडले नाहीत, परंतु अस्थायी स्वरूपात त्याने मंजूर केले. या दरम्यान जाणवले की चढ्ढा, गरीब नवाज आणि रंजीत कुमार तिघांची तबियत अशी तशीच होती. मी विचार केला, कदाचित पानगळीचे दिवस आहेत म्हणून असावं, या काळात माणूस विनाकारण थकल्यासारखा वाटतो. शीरीचे दुसरे मूल देखील या थकव्याचा परिणाम असू शकतं, पण हे काही ठोस कारण थोडंच असू शकतं...परंतु मी तपासले की ते सगळे उदास होते, वरून हसत होते, बोलत होते, परंतु आतली आत घुसमटत होते.

मी प्रभातनगरमध्ये माझ्या जुन्या मित्राच्या घरी कहानी लिहीत राहिलो. हि व्यस्तता पूर्ण सात दिवस राहिली. मला पुन्हा पुन्हा आठवण येत होती की या दरम्यान चढ्ढाने कसला अडथळा का नाही निर्माण केला. कनकतरे पण कुठेतरी गायब होता. रंजीत कुमारसोबत माझे काही खास संबंध नव्हते, त्यामुळे इतक्या दूरवरून माझ्याकडे येण्याचा प्रश्नच नव्हता. गरीब नवाज बद्दल माझा अंदाज होता की कदाचित हैद्राबादला गेला असावा. आणि माझ्या जुना चित्रपटाचा सहकारी आपल्या नव्या चित्रपटाच्या हिरोईनला, तिच्या घरात, त्याच्या मोठ्या मोठ्या मिशावाल्या नवऱ्या समक्ष, प्रेम करायचे हे ठरवून होता.

मी माझ्या कथेची मोठी मनोरंक भागाची पटकथा तयार करीत होतो, तोच चढ्ढा टपकला आणि खोलीत प्रवेश करताच त्याने मला विचारले, "या बकवासचे तुला काही मोबदाला मिळाला आहे ?"

माझ्या पटकोबद्दल बोलत होता तो, ज्याचे मानधन मी दोन दिवसापुर्वीच वसूल केले होते, "होय, परवाच दोन हजार घेतेल आहेत."

"कुठे आहेत ?" असे म्हणत चढ्ढा माझ्या कोटाकडे वळला.

माझ्या खिशात."

चढ्ढाने माझ्या खिशात हात घातला. शंभराच्या चार नोटा काढल्या आणि मला म्हणाला, "आज रात्री मम्मीच्या घरी हजर हो एक पार्टी आहे."

त्या पार्टीबद्दल मी त्याला काही विचारणार तोच निघून गेला. तो थकवा, ती उदासी, जी मी त्यांच्यात पाहिली होती, जसीच्या तशीच होती. तो थोडा बेचैन देखील होता. मी त्याच्याबद्दल विचार केला, परंतु मनाने साथ दिली नाही. तो कहानीच्या मजेशीर भागाच्या पटकथेत बेकार फसला होता.

माझ्या जुन्या फिल्मच्या सहकारी बायकोसोबत माझ्या बायकोचा विषय काढून मी सांयकाळी पाचच्या आसपास निघून सातच्या आसपास सईदा कॉटेजमध्ये पोहचलो. गेटच्या बाहेर अलगनीवर ओले कपडे पोतडे लटकलेले होते आणि नळाच्या जवळ अकील आणि शकील शीरीच्या पहिल्या लेकरासोबत खेळत होते. गॅरेजच्या शटरचा पर्दा बाजूला झाला होता आणि शीरी त्यांच्याशी बोलत असावी. मला पाहिल्यावर ते ओशाळले. मी चढ्ढाबद्दल विचारले तर अकीलने म्हटले की ते मम्मीच्या घरी असतील.

तिथे पोहचल्यावर पहातो तर गोधळच होता तिथे. सगळे नाते होते. गरीब नवाज पोलीसोबत, रंजीत कुमार किटीसोबत आणि एलिमासोबत कनकतरे आणि थॅलिमासोबत. तो तिला कथकलीच्या मुद्रा शिकवत होता. चढ्ढा मम्मीला उचलून इकडे तिकडे फिरत होता. सगळे नशेत होते. एक गोंधळ असा होता. मी आत गेला तर प्रथम चढ्ढाने घोषणा दिली. त्यानंतर देशी विदेशी आवाजाचा एक फटाका फुटला. जिचा आवाज बराच वेळ कानात घुमत होता. मम्मी तात्काळ भेटली. इतकी तात्काळ की जो मैत्रीच्या हद्दीपर्यंत पोहचला होता. माझा हात तिच्या हातात घेत ती म्हणाली, "किस मी डियर." परंतु तिनेच माझ्या गालावर एक चुंबन घेतले आणि ओढून नाचणाऱ्यांच्या टोळीत घेऊन गेली. चढ्ढाने अचानक घोषणा केली, 'बंद करा, आता दारूची एक फेरी होईल." मग त्याने नोकराला आवाज दिला, "स्कॉटलंटचे राजकुमार ! व्हिस्कीची नवीन बॉटल घेऊन ये." स्कॉटलंडचा राजकुमार नवी बॉटल घेऊन आला. नशेत तर्र होता, उघडू लागला तर हातातून खाली पडली आणि चकनाचूर झाली. मम्मी त्याला रागवणार होती पण चढ्ढाने रोखले. "ती तर बॉटल तुटली आहे, इकडे ऱ्हदय तुटले आहे."

मैफिल एकदम ओसाड झाली, परंतु तात्काळ चड्ढाने त्या उदासीनतेला आपल्या हसण्यात बदलून टाकले. नवी बॉटल आली. प्रत्येक ग्लास काठोकाठ भरला. त्यानंतर चड्ढाने त्याचं मोडकं तोडकं भाषण द्यायला सुरू केले, लेडिज अँड जनटलमन...तुम्ही सगळे स्वर्गात जाणार. मंटो आपल्यात हजर आहे, जो स्वतःला मोठा पटकथाकार समजतो. मानवी स्वभाव...ते काय म्हणतात, फार खोलात जातो....पण मी म्हणतो की बकवास आहे....विहिरीत उतरणारा....” त्याने इकडे तिकडे पाहिले, दुर्देव आहे की इथे कोणी हिंदूस्तानी नाही, एक हैद्राबादी आहे जो का को गो म्हणतो आणि ज्याला दहा वर्षापुर्वी भेटा तरी तो म्हणतो परवा आपली भेट झाली होती...धिक्कार आहे त्याच्या निजाम हैद्राबादवर, ज्याच्याकडे लाख टन सोने आहे, करोडे जवाहरत आहे, परंतु एक मम्मी नाही...हो...ती एका विहिरीत उतरणारी आहे...मी काय म्हटले होते की सगळं बकवास आहे ? पंजाबी मध्ये ज्याला टोवे म्हणतात...ते गोता मारणारे...ते याच्या तुलनेत इंसानी फितरतला कितीतरी चांगले दर्जे समजतात ? यामुळे मी म्हणतो....”

सगळ्यांनी जिंदाबादची घोषणा दिली. चड्ढा ओरडला, हा सगळा कट आहे, ही मंटोचा कअ आहे, नाहीतर मी प्रत्येक हिटलर सारख मुर्दाबादचा इशारा केला होता...तुम्ही सगळे मुद्राबाद...परंतु पहिल्यांदा मी...मी...” तो भावनीक झाला. मी ज्याने त्या रात्री त्या सापाच्या खवल्या सारख्या रंगाच्या केसासारख्या मुलीसाठी माझ्या मम्मीला नाराज केले होते. मी स्वतःला माहित नाही कोठला डॉन समजत होतो...परंतु तिला मिळवणं काही जास्त कठीण नव्हतं. मला माझ्या तारूण्याची शपथ. एकाच चुंबनात मी त्या प्लॅटिनम ब्लॉंडचे कौमार्यीचे रसपान या मोठ्या मोठ्या ओठाने केले असते...परंतु ते एक चुकीचं काम होतं. तिचं वय कमी होतं, इतक्या कमी वयाची, इतक्या कमी वयाची, चरित्रहीन...इतकी...तिने माझ्याकडे एका प्रश्नार्थक नजरेने पाहिले, सांग यार, त्याला उर्दू, फारसी किंवा अरबी काय म्हणतात, ...चरित्रहीन...लेडीज अँड जनटलमन...ती इतकी लहान, इतकी कमजोर आणि इतकी निष्पाप होती की त्या रात्री पापात सहभागी होऊन किंवा ती आयुष्यभर पश्चाताप करीत राहिली असती किंवा ते अगदीच विसरून गेली असता. मला याचं दुःख झालं असतं...बरे झाले की मम्मीने त्यावेळी माझं अन्न-पाणि बंद केलं...मी आता माझी बकवास बंद करतो. खरं तर मी फारच लांबलचक भाषण देण्याचा विचार केला होता, परंतु माझ्याकडून काही बोलण्यात आले नाही...मी आणखी एक पेग घेतो.”

त्याने आणखी एक पेग घेतला. भाषणाच्या दरम्यान सगळे गप्प होते. त्यांनतरही गप्पच होते. माहीत नाही मम्मी काय विचार करीत होती. टकल आणि सुरकुत्या अशा काही दिसत होत्या की त्या पण गहन विचारात बुडाल्यात जणू. बोलल्यानंतर जरा बरं वाटलं. इकडे तिकडे फिरत होता, जणू काही पदार्थ खाण्यासाठी कोपरे शोधत आहे. मी त्याला एकदा विचारलेही, काय भानगड आहे चड्ढा ?"

त्याने हसून उत्तर दिलं, "काही नाही...गोष्ट अशी आहे की आज व्हिस्की मला चढू नाही लागली." त्याचं हसणं निरर्थक होतं.

कनकतरेने थॅलिमाला उठवलं आणि मला तिथे बसवलं. इकडच्या तिकडच्या गप्पा केल्यावर बापाचं कौतूक करणं सुरू केलं. तो फार गुणी मनुष्य होता. असा हर्मोनियम वाजवत होता की लोक अवाक व्हायचे. मग त्याने त्यांच्या बायकोच्या सौंदर्याचा उल्लेख केला आणि सांगतिले की लहानपणीच त्याच्या बापाने या मुलीची निवड करून त्याचे लग्न लावून दिले होते. बंगाली म्युझिक डायरेक्टर सेनचा विषय निघाल्यावर तो म्हणाला, "मिस्टर मंटो, तो एकदम हलकट मनुष्य होता...म्हणत असायचा, मी खान साहाब अब्दुल करीमचा चेला आहे... खोटं, अगदीच खोटं...तो तर बंगालमधील कोण्या भडव्याचा चेला होता..."

घडीत दोन वाजले. चड्ढाने किटीला धक्का मारून एकिकडे पाडले आणि पुढे जात कनकतरेच्या कद्दुसारख्या डोक्यावर एक धप्पा मारत म्हटले, "बकवास बंद कर बे...उठ...आणि गाऊन दाखव...परंतु खबरदार, तू जर पक्का राग गायलास तर."

कनकतरेने तातकाळ गायला सुरूवात केली. आवाज चांगला नव्हता. मुर्कियोंची बारकावे त्याच्या गायनातून निघत होते, परंतु जे काही गात होता, पूर्ण तल्लीन होऊन गात होता. मालकोशमध्ये त्याने दोन तीन फिल्मी गाणे ऐकवले, ज्यामुळे वातावरण अधिकच उदास झालं. मम्मी आणि चड्ढा एकमेकांकडे पहायचे आणि नजरा दुसरीकडे वळवायचे...गरीब नवाज इतका प्रभावित झाला की त्याच्या डोळयात पाणि आले. चड्ढा जोराने हसला आणि म्हटले, "हैद्राबादवाल्यांचे डोळे कमजोर असतात, वेळी-अवेळी अंध बनतात."

गरीब नवाजने आपले डोळे पुसले आणि एलिमासोबत नाचायला सुरूवात केली. कनकतरेने ग्रामोफोनच्या तव्यावर रिकॉर्ड ठेवून सुई ठेवली. घासलेली ट्यून सुरू झाली. चड्ढाने पुन्हा मम्मीला उचलून घेतले आणि उड्या मारत गोंधळ घालणे सुरू केले. त्याचा गळा बसला, त्या कलाकराप्रमाणे, जे लग्नसंभारंभात मोठ्या आवाजात गाऊन गाऊन आपला आवाज बर्बाद करून टाकतात.

त्या आरडा ओरडीत, गोंधळात आणि नाच गाण्यात पहाटेचे चार वाजले. मम्मी एकदम गप्प झाली. मग तिने चड्ढाकडे वळून म्हटलं, "बस, आता पुरे !"

चड्ढाने बाटलीला तोंड लावले आणि तिला रिकामी करून दुसरीकडे फेकून दिले आणि मला म्हणाला, "चल, मंटो चल."

उठून मी मम्मीची परवानगी मागण्याचा प्रयत्न केला तोच चड्ढाने मला त्याच्याकडे ओढले, "आज कोणी सोडून जाणार नाही."

आम्ही दोघं बाहेर जाणार होतो तोच कनकतरेच्या रडण्याचा आवाज आला. मी चड्ढाला म्हणालो, "थांब, पहा काय भानगड आहे." परंतु त्याने मला धक्के देत मागे नेले, "त्या साल्याच्या डोळ्याची नजर कमजोर आहे."

मम्मीच्या घरापासून सईदा कॉटेज अगदीच जवळ होती. रस्त्यात चड्ढाने कोणताही विषय काढला नाही. झोपण्यापुर्वी मी त्याच्याकडे या विचित्र पार्टीबद्दल जाणून घेण्याचा प्रयत्न केला तर तो म्हणाला, "मला झोप येऊ लागली आहे." आणि बिछाण्यावर आडवा झाला.

सकाळी उठून मी स्वयंपाक घरातून निघून गेलो. बाहेर पडलो तर काय गरीब नवाज गॅरेजच्या टाटला टेकून उभा आणि रडत आहे. मला पाहून तो डोळे पुसत तेथून निघून गेला. मी जवळ जाऊन त्याच्या रडण्याचे कारण विचारले तर म्हणाला, "मम्मी निघून गेली आहे."

"कुठे ?"

"माहीत नाही." असे म्हणत गरीब नवाज रस्त्याने निघून गेला. चड्ढा बिछाण्यावर आडवा पडला होता. असे वाटत होते की तो क्षणभरही झोपी गेलेला नव्हता. मी त्याला मम्मीबद्दल विचारले तर त्याने हसून म्हटले, "निघून गेली, सकाळच्या गाडीने तिला पुण्याला सोडले होते."

मी विचारले, "पण का ?"

चड्ढाच्या आवाजात कडवेपणा आला, "सरकारला तिच्या कारवाया पसंत नव्हत्या, तिचं वागणं पसंत नव्हतं. तिच्या घरात चालणारे कार्यक्रम सरकारच्या दुष्टीने आपत्तीजनक होते. यामुळेच पोलिस तिच्या ममतेला आणि प्रेमाला भ्रष्टाचार समजत होते...ते तिला मम्मी म्हणत तिच्याकडून दलाली करून घेऊ इच्छित होते...कितीतरी दिवसापासून तिच्या एका केसची चौकशी सुरू होती. शेवटी सरकार पोलिसाच्या चौकशीला सहमत झाली आणि तिला 'तडीपार' करण्यात आले. या शहरातून बाहेर काढून दिले आहे...ती वेश्या होती किंवा दलाल होती-तिचं अस्तित्त्व समाजासाठी जर नुकसानकाक होतं तर

तिचा बिमोड करायला हवा होता...घूरेच्या घाणीला का सांगण्यात आले की तू येथून निघून जा आणि पाहिजे तिथे खेळ मांडू शकतेस ? चड्ढा मोठ्याने हसला आणि थोडा वेळ शांत राहिला. मग त्याने मोठ्या भावनीक आवाजात म्हटले, “मला वाईट वाटतं मंटो की त्या घाणेरड्या तरंगाला माझ्या मनातून काढून टाकले होते, परंतु मला दुःख नाही वाटायला पाहिजे, ती पुण्याला निघून गेली-माझ्यासारख्या तरूणात अशी चुकीची आणि घाणेरडी तरंग तिथे पण निर्माण होतील जिथे ती आपले घर बसवील...मी माझी मम्मी त्यांच्या स्वाधीन करतो...जिंदाबाद मम्मी..जिंदाबाद...चल, गरीब नावजला शोधून काढू. रडून रडून त्याने त्याचा आवतार करून घेतला असेल...हैद्राबादीच्या डोळयांची नजर फार कमजोर असते-वेळी-अवेळी अंध बनते.

मी पाहिले की चड्ढाच्या डोळयातून असे अश्रू ओघळत होते, जसे की कत्तल झालेल्या लोकांची प्रेते.

२१.

ब्लाऊज

काही दिवासापासून मोमीन फार बेचैन होता. त्याचं अस्तित्त्व कच्च्या फोडा सारखे झाले होते. काम करताना, बोलताना, इतकेच काय पण विचार करताना देखील त्याला विचित्र असे दुःख जाणवत होते. असे दुःख जे त्याने सांगायचे ठरविले तरी त्याला ते सांगता येणार नाही.

कधी कधी बसल्या बसल्या तो दचकून जायचा. अस्पष्ट असे विचार, जे सामान्य परिस्थितीत पाण्यावरील बुडबुड्यासमान निर्माण होत आणि नंतर विरून जातात. मोमिनच्या डोक्यात ते निर्माण होत आणि तसेच विरून जात. त्याच्या नाजूक मनाच्या पडद्यावर काटेरी पाय असणाऱ्या मुंग्या रेंगाळत रहायच्या. एक विचित्र असा तणाव त्याच्या शरीरात निर्माण झाला होता. त्यामुळे त्याला फार त्रास होत असायचा. हा त्रास वाढू लागल्यावर त्याला वाटायचे की आपण एका उखळात बसावं, "मला जोराने कुटून काढा असं सांगावं."

स्वयंपाकरूममध्ये गरम मसाला कुटताना लोखंडावर लोखंड आदळले जाई, तर त्याच्या मनात धडकी भरे आणि पाय थरथरत. पायाला सुटणारी ही थरथर त्याच्या ताणलेल्या पिंढ्यातून धावत त्याच्या ऱ्हदयापर्यंत जाई. जणू काही वादळात एक दिवा फडफड करीत आहे.

मोमिनचे वय पंधरा वर्षे इतके होते. कदाचित सोळावे पण लागले असेल. त्याला त्याच्या वयाचा अंदाज नव्हता. तो धडधाकट आणि निरोगी असा तरूण होता. त्याचं बालपण वेगाने तारूण्याच्या मैदानात धावत होतं. या धावपळीबद्दल मोमिनला काही माहित नव्हतं. त्याच्या रक्ताच्या प्रत्येक थेंबात सळसळ पैदा होत होती. त्याचा अर्थ तो समजून घेण्याचा प्रयत्न करी पण निरर्थक.

त्याच्या शरीरात अनेक बदल होत होते. मान, जी आधी पातळ होती, आता मोठी झाली होती. दंडावर गोळे आले होते. कंठ बाहेर आला होता. छातीवर मासाचे गोळे आले होते आणि आता त्याच्या छातीवरील वक्षात गाठी आल्या आहेत. ती जागा वर आली आहे. जणू आतमध्ये कोणी गोटी ठेवली आहे. त्या गाठींना हात लावल्यावर मोमीनला वेगळीच कळ उठत होती. काम करताना नकळतपणे त्याचा हाताने त्या गोटीला स्पर्श झाला तर त्याला वेदना व्हायची. कपड्याचा स्पर्श देखील आता त्याला सहन होत नव्हता.

नहानीत अंघोळ करताना किंवा स्वयंपाकघरात कोणी नसताना मोमिन अपल्या शर्टाचे बटन उघडून गोट्याकडे निरखून पहात असे. हाताने रगडायचा तर वेदना होत. अंगावर शहारे येत. जणू फळाने लदलेला वृक्ष जोराच्या हवेने थरथरला आहे, कंपन पावला आहे. याशिवाय, तो वेदना देणाऱ्या या खेळात भाग घ्यायचा. कधी कधी अधिक जोर दिल्यावर गोट्यातून कसलातरी चिकट असा द्रव बाहेर यायचा. हे पाहून त्याचा चेहरा कानाच्या लव पर्यंत गुलाबी व्हायचा. तो समजायचा की त्याच्याकडून काही चूक झाली आहे.

गुन्हा आणि तारूण्याबद्दल मोमीनला जवळजवळ माहिताच नव्हतं. ते प्रत्येक काम जो एक व्यक्ती दुसऱ्या व्यक्तीसमोर करू शकत नाही. त्याच्या मते गुन्हा होतं. म्हणून जेव्हा कधी लज्जेने त्याचा चेहरा कानाच्या लवपयर्यंत गुलाबी व्हायचा, तर झटकन आपल्या शर्टाची बटनं बंद करायचा आणि ठरवायचा की पुन्हा अशी फाजील चूक करणार नाही. परंतु असे निर्धार करूनही दुसऱ्या किंवा तिसऱ्या दिवशी या खेळात तो तल्लीन व्हायचा.

मोमिनच्या घरचे सगळे त्याच्यावर खुश होते. फारच कष्टाळू मुलगा होता. प्रत्येक काम वेळेवर करीत असायचा. त्यामुळे कोण कसली तक्रार करण्याचा प्रश्नच नव्हता. तशी संधीच कोणाला मिळत नव्हती. डिप्टी साहेबाकडे कामाला लागून त्याला केवळ तीन महिने झाले होते. परंतु या कमी कालावधीमध्येच त्याने सगळयांना कामाने प्रभावित केले होते. सहा रूपये महिना पगारात नोकर बनला होता. पण दुसऱ्याच महिन्यात त्याला दोन रूपये वाढवून दिले होते. तो त्या घरी फार खुश होता. यामुळे की त्याची इथे कदर केल्या जात होती. पण काही दिवसापासून तो जरा अस्वस्थ होता.

एक विचित्र प्रकारची हवा त्याच्या नाकात घुसली होती. त्याला वाटायचे की दिवसभर विनाकारण बाजारात फिरावे किंवा एखाद्या एकांत ठिकाणी पडून रहावे.

आता कामात त्याचं लक्ष लागत नव्हतं. इतके असतानाही त्याने त्याच्या कामाकडे कधी दूर्लक्ष केले नव्हते. हेच कारण होतं की घरात कोणीही त्याच्या या मानसिक हालचालीबद्दल ज्ञात नव्हतं. रज़िया होती, ती दिवसभर बाजा वाजवणे, चित्रपटाच्या नव्या नव्या धून शिकणे आणि गाण्याच्या ओळी पाठ करण्यातच गर्क असायची. तिने कधी मोमिनवर लक्ष दिले नव्हते. शकीला अर्थातच मोमिनकडून सटर फटर काम करून घेत होती. त्याच्याकडून इकडची तिकडची कामे करून घेत असे आणि कधी कधी त्याच्यावर रागवायची. ती पण आता काही दिवसापासून ब्लाऊजचे नमुने तयार करण्यात मग्न होती. ते ब्लाउज़ तिच्या एका मैत्रिणीचे होते, जिला नवे कपडे कापून ते वापरायची सवय होती. शकीलाने तिच्याकडून आठ ब्लाउज़ मागवून आणले होते आणि कागदावर त्याचे नमुने तयार करीत होती. म्हणून तिने पण काही दिवस मोमिनकडे लक्ष दिले नाही.

डिप्टी साहेबाची बायको कडक स्वभावाची बाई नव्हती. घरात दोन नोकर होते. म्हणजे मोमिनला सोडून आणखी एक होती. अधिक करून ती स्वयंपाकाचे काम करीत असे. मोमिन कधी कधी तिला मदत करायचा. डिप्टी साहेबाच्या बायकोने, शक्य आहे की मोमिनच्या कामात काही उणीवा पाहिल्या असतील, पण त्यावर ती काही बोलली नाही. आणि तो मानसिक आणि शरीरिक बदल ज्यातून मोमीन जात होता, त्याबद्दल तर तिला काही माहीत असण्याचा प्रश्नच नव्हता. कारण तिला मुलगा नव्हता, म्हणून ती मोमिनच्या मानसिक आणि शारीरिक बदलाला पाहू शकत नव्हती. आणि शेवटी काहीही असले तरी तो नोकर होता. नोकराच्या संदर्भात कोण इतकं विचार करतं ? लहानपणापासून म्हतारपणापर्यंत ते सगळं करतात पण आसपासच्या लोकांना त्याची काही खबर लागत नाही. मोमिनचे पण अगदी तसेच होते. तो पण काही दिवसापासून जीवनाच्या त्या वळणावर आला होता, जे अधिक दूर तर नव्हते पण अनेक अडचणीने व्यापलेले होते. या मार्गावर त्याचे पाय कधी हळू होत तर कधी गतिमान. खरं तर त्याला माहीत नव्हतं की या मार्गावरून कसं चालयचं असतं. त्या मार्गावरून लवकर गेले पाहिजे किंवा हळूहळू. इकडच्या तिकडच्या वस्तूंचा आधार घेतला पाहिजे किंवा नाही.

मोमिनच्या पायाखाली येणाऱ्या तारूण्याच्या गोल गोल चिकण्या गोट्या निसटू लागल्या होत्या. त्याला त्याचं संतुलन ठेवणं कठीण झालं होतं. त्यामुळे खूप बेचैन होता. या बेचैनीमुळे तो अनेकदा काम करता करता चकित होऊन, तो अचानक

एखाद्या खुंटीला दोन्ही हाताने धरायचा आणि लटकायचा. मग त्याच्या मनात इच्छा जागृत होई की त्याला कोणीतरी टांगेकडून धरून ताणावे की तो फक्त ताणलेलाच रहावा. हे सगळं त्याच्या मनात कसं यायचं आणि त्याचा अर्थ काय हे कळत नसायचं.

नकळत त्याला वाटायचे की काहीतरी व्हावं, काय व्हावं ? ते सगळं व्हावं, मेज़वर सुबकपणे शोधून ठेवलेली प्लेटें, अचानक उड्या मारायला सुरूवात करतील, केटलीवर ठेवलेले झाकण पाण्याच्या वाफेने वर उचलल्या जावे, नळाच्या तोंडावर हात ठेवल्यावर त्यातून जशा कारंज्या उडतात, त्याचं असं अंग मोडून यावं की सगळं शरीर ढिलं पडावं. असं काही घडावं की जे यापुर्वी कधी घडलं नव्हतं.

मोमिन बहुत बेचैन था।

रज़िया चित्रपटाची नवी धून शिकण्यात आणि शकीला कागदावर ब्लाउज़चा नमुना तयार करण्यात मग्न होत्या. ज्यावेळी तिने तिचे काम पूर्ण केले, तो नमुना सर्वांत चांगला होता, समोर ठेवला आणि स्वतःसाठी तसा ब्लाऊज तयार करू लागली. आता रज़ियाला देखील, तिचा बाजा आणि फिल्मी गाण्याची नकल करायचे साडून तिच्याकडे लक्ष द्यावे लागले.

शकीला प्रत्येक काम मोठ्या पद्धतीने आणि उत्साहात करीत असे. ज्यावेळी ती शिवण करायला बसे, तर इतकी आरामात बसे की काम पूर्ण झाल्याशिवाय जागची हालत नसे. तिची लहान बहिण रज़ियाप्रमाणे ती कसलीही अफरा-तफरी करीत नसायची. एक-एक टांका विचारपूर्वक, अगदीच आरामात मारत असायची, की चूक होण्याचा प्रश्नच नव्हता. तिचे माप देखील फारच बरोबर असायचं. म्हणूनच ती आधी कागदाचा वापर करी आणि नंतर कपड्याचा. वेळ तसा बराच जायचा पण कपडे बरोबरच तयार होत असत.

शकीला शरीराने टंच अशी मुलगी होती. हात पाय जाडजूड होते. प्रत्येक भरलेल्या बोटांच्या शेवटी जोडावर एक लहानसा खड्डा असायचा. मशीन चाले त्यावेळी बोटाच्या शेवटी असणारे ते खड्डे गायब होत असत.

शकीलाची मशीन देखील मोठी आरामात चालत असे. हळूहळू तिचे दोन किंवा तीन बोटे, मोठ्या चलाखीने मशीनबरोबर चालत असे. मनगटात एकप्रकारचा हलकासा वाकडेपणा निर्माण होत असे. मान जरा तिकडे वळत असे आणि एक बट जिला कदाचित योग्य जागा न मिळाल्याने खाली घसरायची. शकीला तिच्या कामात इतकी व्यस्त असायची की तिला बटाला बाजूला करणे किंवा तिचा बंदोबस्त करण्याचा प्रयत्न करीत नसायची.

ज्यावेळी शकीला, ऊदी समोर पसरवून तिच्या मापाचा ब्लाउज़ कापू लागायची तर तिला टेपची आवश्यकता भासली कारण की तिचा स्वतःचा टेप, घासून घासून अगदीच तुकडे तुकडे झाला होता. लोखंडाचा गज़ होता. पण त्याने कंबर आणि छातीचे माप कसे घेऊ शकत होती. तिचे स्वतःचे अनेक ब्लाउज़ होते. परंतु आता ती पहिल्यापेक्षा जाड झाली होती. म्हणून सगळं माप पुन्हा घेण्याच्या मूडमध्ये होती.

कमीज़ काढून तिने मोमिनला आवाज दिला. तो आला त्यावेळी ती म्हणाली, "मोमिन पळत जा आणि सहा नंबर वरून कपड्याचा टेप घेऊन ये, सांग शकीलाने मागितला आहे."

मोमिनची नजर शकीलाच्या पांढऱ्या स्लीपवर पडली. त्याने अनेकदा शकीला बीबीला अशा स्लीपमध्ये पाहिले होते. परंतु आज त्याला वेगळीच सणक जाणवली. त्याने त्याची नजर दुसरीकडे वळवली. आणि घाबरत म्हणाला, "कसला टेप बीबीजी?"

शकीलाने उत्तर दिले, "कपड्याचा टेप ! एक गज़ तर तुमच्यासमोर आहे लोखंडाचा, दुसरा गज पण असतो कपड्याचा. जा पळत सहा नंबरला आणि त्यांच्याकडून तो गज घेऊन ये." सांग, शकीला बीबीने मागवाला आहे."

सहा नंबर का फ्लॅट अगदीच जवळ होता. मोमिनने तात्काळ कपड्याचा गज आणला. शकीलाने ने तो गज त्याच्या हातातून घेतला आणि म्हणाली, "थांब जरा, याला परत देऊन ये." मग ती तिची बहिण रज़ियाला म्हणाली, "त्या लोकांची कोणतीही वस्तू आणली तर ती म्हातारी तगादा लाऊन परेशान करते... इकडे ये, हा गज़ घे आणि या ठिकाणचे माझे माप घे."

रज़ियाने शकीलाची कंबर आणि छातीचे माप घेणे सुरू केले, त्यांच्यात अनेक विषयावर बालणे झाले. मोमिन दरवाज्याच्या बाहेरच उभा होता, त्रासदायक शांतता सहन करीत, त्यांच्या गप्पा ऐकत.

रज़िया, तू घट्ट का माप घेत नाहीस ? मागच्या वेळेस पण असेच झाले. तू माप घेतलेस आणि माझ्या ब्लाउज़चा सत्यानाश झाला. वर भागात जर कपडा फिट नाही आला तर बगलाच्या आसपास झोल पडतो.

"कुठले घेऊ, कुठले घेऊ नको...! तू तर विचित्र अडचणीत टाकतेस. या ठिकाणचे माप घेणे सुरू केले होते तर तू म्हणालीस आणखी खालचे घे....थोडे कमी जास्त झाले तर मोठीच समस्या होईल.

बरं आहे बाई... ब्लाऊज फिट होण्यातच खरी गंमत आहे. सुरैयाला पहा, कशी फिट कपडे घालते. मजाल नाही कुठे घडी पडायला. किती छान वाटतात असे तंग कपडे...आता तू माप घे...।"

असे म्हणत शकीलाने श्वास घेत तिची छाती फुगवायला सुरूवात केली, अधिक वेळ गेल्यावर श्वास रोखून तिने दम घुटलेल्या आवाजात म्हटले, "आता लवकर घे."

शकीलाने रोखून धरलेला श्वास सोडलयावर मोमिनला असे वाटले की तिच्या आत जणू रबराचे फुगे फुटले आहेत. त्याने घाबरून विचारले, "गज़ द्या बीबी जी... देऊन येतो."

शकीलाने त्याला झिड़कारले-थांब जरा."

असे म्हणताना, कपड़्याचा गज़ तिच्या उघड्या बाजूला चिकटला. शकीलाने काढण्याचा प्रयत्न केल्यावर मोमिनला तिच्या पांढऱ्या बगलेत काळया काळया केसांचा गुच्छा दिसला. मोमिनच्या बगलेतही असेच केस उगवू लागले होते. पण ते गुच्छे त्याला फार आवडले. संपूर्ण शरीरातून एक सनसनी निघून गेल्यासारखी झाली. एक विचित्र अशी इच्छा त्याच्या मनात येऊन गेली की तिच्या बगलेतले काळे गुच्छे त्याच्या मिशा बनाव्यात. लहानपणापासूनच तो मक्याची केसं काढून त्याच्या तो मिशा बनवायचा. मिशा लावताना त्याच्या वरील ओठांवर जी सनसनी भासली होती तशीच ती तिच्या बगलेतले गुच्छे पहाताना त्याच्या वरील ओठात आणि नाकात भासली होती.

शकीलाचे शरीर आता खाली वाकले होते आणि त्यामुळे बगल दिसत नव्हते. पण मोमिनला अद्यापही तो केसांचा काळा काळा गुच्छा दिसत होता. त्याच्या कल्पनेत शकीलाचे शरीर तसेच दिसत होते आणि तिच्या बगलेतले गुच्छे देखील.

थोड्या वेळाने शकीलाने मोमिनला गज़ दिला आणि म्हटले, "जा, परत देऊन ये. सांग, खूप खूप आभार व्यक्त केले आहेत.

मोमिन गज़ परत करून बाहेर ओट्यावर बसला. त्याच्या मनात कसले कसले विचार येत होते. त्याचा अर्थ समजण्याचा त्याने खूप प्रयत्न केला. पण काहीच लक्षात न आल्यावर अचानक त्याने त्याची पेटी उघडली, ज्यात ईदसाठी नवे कपडे शिवून ठेवले होते.

पेटीचे झाकण उघडल्यावर नव्या घडीचा सुंगध त्याच्या नाकापर्यंत पोहचला तर त्याच्या मनात एक इच्छा उत्पन्न झाली की अंघोळ करून आणि नवनवीन कपडे परिधान करून सरळ शकीलाकडे जावे आणि तिला सलाम करावा. तिच्या सलवारची घडी अशीच फडफड करील आणि त्याची टोपी....टोपीचा विचार येताच मोमिनच्या डोळयासमोर तिची फडफड आली तर तात्काळ फडफडीचे रूपांतर काळया गुच्छामध्ये झाले, जे त्याने शकीलाच्या बगलेत पाहिले होते. त्याने कपड्या खालून त्याची नवी टोपी काढलीच होती आणि तिच्या नरम आणि मसालेदार घडीवर हात फिरवणे सुरू केले होते तोच आतून शकीला बीबीचा आवाज आला. "मोमिन !"

मोमिनने टोपी पेटीत ठेवली. झाकण बंद केले आणि आत निघून गेला. जिथे शकीलाने तिच्या मापानुसार लोकरीचे तुकडे कापून ठेवले होते. त्या चमकदार आणि निसटत असणाऱ्या तुकड्यांना एका ठिकाणी ठेवून ती मोमिनला बोलली, "मी तुला इतके आवाज दिले. झोपला होतास काय ?"

"मोमिनची जीभ चाचरू लागली. "नाही...नाही, बीबीजी."

"तर मग काय करीत होतास ?"

"काही नाही, काहीच नाही."

"निश्चितच काहीतरी करीत असला पाहिजेस."

शकीला प्रश्न विचारत होती, पण त्याच लक्ष खरंतर ब्लाऊजकडे होतं. ती ज्याचं आता शिवणकाम करीत होती.

मोमिनने मोठ्याने हसत उत्तर दिलं, "पेटी उघडून माझे नवे कपडे पहात होतो.

शकीला जोरजोरात हसायला लागली. रज़िया देखील तिच्यासोबत हसायला लागली.

शकीलाला हसताना पाहून मोमिनला एक वेगळीच सणसनी जाणवली आणि या जाणीवेने त्याच्या मनात ही इच्छा उत्पन्न केली की त्याने काही तरी बावळट चाळे करावे. ज्यामुळे शकीला बीबीला हसण्याची संधी मिळेल. म्हणून मुलीप्रमाणे ओशाळत आणि लाजल्यासारखे करून तो म्हणाला, "मोठ्या बीबीजीकडून पैसे घेऊन मी रेशमी रूमाल देखील आणील."

शकीलाने हसत विचारले, "काय करशील त्या रूमालाचे ?"

मोमिनने ओशाळत उत्तर दिले. "गळ्यात बांधील बीबीजी...फारच छान वाटेल."

हे ऐकून शकीला आणि रज़िया, दोघी बराच वेळ हसत राहिल्या.

"गळ्यात बांधशील तर लक्षात ठेव, त्यानेच फाशी देईल." असे म्हणत शकीलाने तिचे हसू दाबण्याचा प्रयत्न केला आणि रज़ियाला म्हणाली, "कमबख्तमुळे माझे काम तसेच राहिले. रज़िया, मी याला का बोलावले होते ?

उत्तर न देताच रज़िया त्या नव्या फिल्मी गाण्याची धून गाऊ लागली. जिला ती दोन दिवसापासून शिकत होती. शकीलालाच आठवले की तिने मोमिनला का बोलावले होते ? "हे पहा मोमिन, मी तुला ही स्लीप काढून देते. औषधाच्या दुकानाजवळ जे एक नवे कपड्याचे दुकान उघडले आहे आहे ना ? तेच, जिथे तू माझ्यासोबत आला होतास. तिथे जा आणि विचारून ये की अशी सहा स्लीपचे तो किती रूपये घेईल...सांग आम्ही सहा देत आहोत त्यामुळे थोडी सवलत तर मिळायलाच हवी, समजले ना ?

मोमिनने उत्तर दिले. "जी हां।"

"आता तू निघून जा तिकडे."

मोमिन बाहेर गेला आणि दरवाज्याच्या बाजूला उभा राहिला. काही मिनिटात स्लीप त्याच्या पायाजवळ येऊन पडल्या. आणि आतून शकीलाचा आवाज आला. "सांग, आम्ही याच प्रकारचे, याच डिज़ाइनची, अगदीच असेच लागेल. फरक नाही पडला पाहिजे.

मोमिनने "बरं ठीक आहे" म्हणत, स्लीप उचलली, जी घामामुळे थोडीसी ओली झाली होती. जणू कोणीतरी ते वाफेवर ठेवून बाजूला काढले होते. तिच्या शरीराचा गंधही त्याला लागलेला होता. गोड गरमी होती त्याला. हे सगळं त्याला फार छान वाटलं.

त्या स्लीपला, जी मांजरीच्या पिल्लासारखी मऊ होती, त्याने ते हाताने स्पर्श करीत बाहेर निघून गेला. विचारपूस करून परत आल्यावर शकीला त्या लोकरीच्या साटनच्या ब्लाउज़ची सिलाई शुरू केली होती. जे मोमिनच्या रूमी टोपीचे तुर्रे अधिक जास्त चमकदार आणि लवचीक होता.

हे ब्लाउज़ कदाचित ईदसाठी तयार केल्या जात होते. कारण ईद आता अगदीच जवळ आली होती. मोमिनला दिवसातून अनेकदा बोलावणे आले. धागा आणण्यासाठी, इस्तरी करण्यासाठी, सूई मोडली तर नवी आणण्यासाठी. रात्र होऊ लागली आहे म्हणून शकीलाने बाकी काम दूसऱ्या दिवसासाठी ठेवून दिले आणि धाग्याचे तुकडे आणि लोकरीचे तुकडे उचलून ठेवण्यासाठी पण त्याला बोलावण्यात आले.

मोमिनने जागा चांगली साफसुफ केली, उर्वरीत सगळया वस्तू बाहेर फेकून दिल्या. पण साटनची चमकदार कात्रणं आपल्या खिशात ठेवली...अगदीच बिनकामाचे, कारण त्याचं काय करायचं हे त्याला माहीत नव्हतं.

दुसऱ्या दिवशी त्याने त्याच्या खिशातून ती कात्रणं बाहेर काढली आणि एकटयानेच बसून त्याचे धागे काढू लागला. कितीतरी वेळ त्याचं हे चाललं होतं. इतका की लहान मोठ्या धाग्यांचा एक गुच्छा बनला. हातात घेऊन तो त्याच्यावरून हात फिरवत राहिला. परंतु त्याच्या कल्पनेत शकीलाची बगल होती. ज्यात काळया काळया केसांचा एक गुच्छा होता.

त्या दिवशी पण त्याला शकीलाने अनेकदा बोलावले. लोकरी साटनच्या ब्लाउज़चा प्रत्येक नुमना त्याच्या डोळयासमोर येत राहिला. पहिल्यांदा ज्यावेळी त्याचा कच्चा करण्यात आला तर त्यावर पांढऱ्या धाग्याचे मोठे मोठे टाके, जागो जागी दिसत होते. मग त्याला इस्तरी करण्यात आली, ज्यामुळे ज्याच्या सर्व घड्या दूर झाल्या आणि अधिक चमकदार दिसू लागल्या. त्यानंतर अपूर्ण आवस्थेतच शकीलाने ते परिधान

केले, रज़ियाला दाखवले. दुसऱ्या खोलीत जाऊन साज शृगार करण्याच्या मेजवर जाऊन आरशामध्ये स्वतःला सगळीकडून पाहून घेतले. सगळं ठीक ठाक आहे असं वाटल्यावर, ते काढून ठेवलं. जिथे तंग किंवा मोकळे होते, तिथे खुणा केल्या. त्याच्या सर्व उणीवा दूर केल्या. पुन्हा एकदा अंगात घालून पाहिले. फिट आहे असे वाटल्यावरच पक्की सिलाई केली.

इकडे साटनचे हे ब्लाउज़ शिवल्या जात होता, तिकडे मोमिनच्या मनात कमालीच्या विचाराचे टाके उसवल्या जाज होते. ज्यावेळी त्याला खोलीत बोलावले जायचे आणि त्याची नजर चमकत्या साटनच्या ब्लाउज़वर पडायची, तर त्याला वाटायचे की त्याला स्पर्श करून पहावे. फक्त स्पर्श करून नाही, तर त्याच्या मऊ आणि गुळगुळीत तळाला दुरपर्यंत हात फिरवत रहावा. त्याचे उग्र हात.

त्याने त्या साटनच्या तुकड्यावरूनच तिच्या कोमलतेचा अंदाज केला होता. धागे, जे त्याने त्या तुकड्यातून काढले होते, आणखीणच मुलायम झाले होते. त्याने त्याचा गुच्छा बनवला तर त्याला त्यात रबरासारखा लवचीकपणा जाणवला. जेव्हा कधी तो आत येऊन ब्लाऊज पहायचा, त्याचे कल्पनेत तो त्या काळ्या केसाच्या गुच्छाकडे जायचा, जे त्याने शकीलाच्या बगलेत पाहिले होते. काळे काळे केस. मोमिन विचारात पडायचा, काय ते पण या लोकरीप्रमाणे मऊ असतील ?

शेवटी ब्लाउज़ तयार झाले. ओल्या कपड्याने मोमिन खोलीतील फरशी पुसत होता, तोच शकीला आत आली. कमीज़ काढून तिने पलंगावर ठेवले. त्याच्या खाली तशाच प्रकारची स्लीप होती, जिचा नमूना घेऊन मोमिन भाव विचारायला गेला होता. त्यावर शकीलाने तिच्या हाताने शिवलेला परिधान केला. समोरची बटनं लावली आणि आरशासमोर उभा राहिली.

मोमिनने फरशी पुसता पुसता आरशाकडे पाहिले. ब्लाउज़मध्ये आता जीव आला होता. एक-दोन ठिकाणी ते इतके चमकत होते की, वाटायचे या ठिकाणचे लोकर पांढरे झाले आहे. शकीलाची पाठ मोमिनकडे होती, ज्यावर ब्लाउज घट बसून पूर्ण आकारात बसले होते. मोमिनला रहावले नाही, तो बोलला, "बीबीजी, तुम्ही तर टेलरला पण मागे टाकले.

शकीला तिचं कौतूक ऐकूण खुश झाली, पण रजियाला काय वाटतं हे जाणून घेण्यासाठी बेचैन होती. म्हणून ती केवळ 'अच्छा है न ?" असे म्हणत बाहेर पळाली. मोमिन आरशाकडे पहात राहिला. ज्यात ब्लाउज़चा काळा आणि चमकदार प्रतिमा बराच वेळ दिसत राहिली.

रात्रीच्यावेळी तो पुन्हा त्या खोलीत सुराही ठेवण्यासाठी आला तर त्याने त्याच्या खुंटीवर लाकड़ाच्या हँगरमध्ये त्या ब्लाउज़ला पाहिले. खोलीत कोणी नव्हतं. मग काय, पहिले लक्ष त्याचं त्याकडे गेले. घाबरत घाबरत त्यावरून हात फिरवला. असे करताना त्याला असे वाटले की कोणीतरी त्याच्या मऊ शरीरावर हळूहळू बिलकूल हवेच्या झोतासारखे हात फिरवत आहे.

रात्री झोपी गेल्यावर त्याने कसली कसली स्वप्नं पाहिली. डिप्टी साहबाने त्याला कोळशाचा एक मोठा ढीग कुटायला सांगितला. त्याने एक कोळसा उचलला आणि त्यावर हातोडा मारला. तो नरम नरम कोळसा केसांचा एक गुच्छ बनला. ते काळ्या खंडाचे ते पातळ पातळ तार होते, ज्याचा गोळा बनला होता. पुन्हा त्याचे गोळे बनले आणि काळ्या रंगाचे फुगे बनून हवेत उडू लागले. उंच जाऊन ते फुटू लागले...मग वादळ आले आणि मोमीनच्या टोपीचे तुर्रे कुठे तरी गायब झाले. तो फुंदनच्या शोधात निघाला. ओळखीच्या आणि अनोळखी ठिकाणी फिरू लागला....नवीन लाकडाचा वासही कोठूनतरी येऊ लागला.

नंतर माहीत नाही काय झाले....एका काळ्या साटनच्या ब्लाउज़वर त्याचा हात पडला...थोडा वेळ तो जिवंत अशा धडधड करणाऱ्या वस्तूवरून हात फिरवत होता. मग तो अचानक गडबडून उठून बसला. काय झाले आहे हे त्याला समजलेच नाही. त्यानंतर त्याला भीती, नवल आणि वेगळ्याच वेदनेचा अनुभव झाला. त्याची आवस्था त्यावेळी फार विचित्र अशी होती...आधी त्याला एक त्रासदायक गरमी जाणवली. नंतर काही क्षणानंतर एक थंड अशी लहर त्याच्या शरीरावरून रेंगाळू लागली.

मराठी पुस्तकें

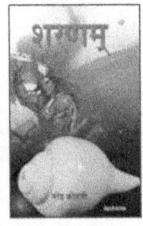

डायमंड बुक्स

X-30, ओखला इंडस्ट्रियल एरिया, फेज- II, नवी दिल्ली - 110 020
फोन : 011- 40712200, www.diamondbook.in, sales@dpb.in

www.ingramcontent.com/pod-product-compliance
Lightning Source LLC
LaVergne TN
LVHW092354220825
819400LV00031B/367